आकाशवेध

गिरिजा कीर

AA000802

मेहता पब्लिशिंग हाऊस

AKASHVEDH by GIRIJA KEER
आकाशवेध / कथासंग्रह

© गिरिजा कीर

५ झपुर्झा, साहित्य सहवास, वांद्रा (पू), मुंबई ४०००५१
✆ : ०२२-२६५९०८८२
प्रकाशक : सुनील अनिल मेहता, मेहता पब्लिशिंग हाऊस,
१९४१, सदाशिव पेठ, माडीवाले कॉलनी, पुणे - ४११०३०.
अक्षरजुळणी : वंदना घाटगे, मयूर बी/२२, सिंहगड रोड, पुणे - ४११०५१

मुखपृष्ठ : चंद्रमोहन कुलकर्णी
प्रथमावृत्ती : मार्च, २००९ / पुनर्मुद्रण : मार्च, २०१५

ISBN for Printed Book 978-81-8498-010-3
ISBN for E-Book 978-81-8498-680-8

सौ. प्रभाताई व प्रा.के.ज. पुरोहित ऊर्फ शान्ताराम
यांच्या अल्पाक्षरी कथेस सादर

अनुक्रमणिका

त्याचं आकाश

त्या दगडी वास्तूला धरून मातीची एक पायवाट जात होती. तिचं-त्याचं नातं होतं, गेली कैक वर्षं. कुणी मंत्राक्षता न टाकताच त्या पायवाटेनं हे मैत्र टिकवलं होतं. अनेकांची पायधूळ, गाड्यांची उद्धट ये-जा तिनं सहन केली होती. तो ब्रह्मऋषीही ढळला नव्हता, चळला नव्हता. जगानं कात टाकली, नवं रूप धारण केलं; पण तो पुराणपुरुष भक्कम चिऱ्यांत अभंग उभा होता.

पायवाटेच्या टोकाला स्टेशन आलं. धूर ओकत, शिट्ट्या फुंकत, माणसं घेतसोडत गाड्या आल्या. पलीकडच्या अंगाला वस्ती वाढत गेली. वाडा एकटा एक राहिला, पायवाटेबरोबर हितगूज करत.

दूरवर डोंगरांचे सुळके, चंद्र-सूर्याला स्पर्श करणारे, मावळतीची भूलभुलावण टिपणारे, चांदण्यांची दुलई अंगावर घेणारे, कधी बर्फाचे खडे माळणारे अन् पावसाची झिम्मड अंगावर घेत हिरवं कौतुक फुलवणारे, पण त्यांनाही प्रश्न होताच – हा दगडी देव त्या लाडिक पायवाटेशी कोणत्या भाषेत संवाद साधत असेल?

तिथं तो कलावंत राहायचा. एकटा, एकाकी. हजारो वर्षं! कदाचित एक दिवस शंभर वर्षांचा वाटत असेल. कारण तिथल्या हवेत कधी शब्द उमटलेच नव्हते. त्याला हसताना, बोलताना फार काय, रडतानाही कधी कुणी पाहिलं नव्हतं. फक्त कॅमेऱ्याची क्लिक्. त्याच्या विशाल डोळ्यांच्या कृष्णमंडलात अवघ्या चराचरातलं लावण्य चित्रबद्ध झालं होतं. ते लावण्य ध्यानस्थ बोकडाचं होतं, चिरफळ्या उडालेल्या म्हातारीच्या मावळत्या चेहऱ्याचं होतं आणि मोनालिसालाही क्षणभर हसू विसरायला लावणाऱ्या रूपगर्वितेचंही होतं.

एकदाच 'तिची' रेशमी पावलं इथल्या पाऊलवाटेवर रांगोळी रेखीत गेली होती. ती परतली तेव्हा तो चिरेबंदी वाडा गदगदला होता. ...आज अंथरुणावर पडल्या- पडल्या तो ते सगळंच आठवत होता. आयुष्याच्या इतिहासाची पानं त्याला जागवत होती. अश्रूंबरोबर झोपही त्याला सोडून गेली होती. वटवाघळांच्या केविलवाण्या

धडपडीसारखी उलटी टांगलेली ती मृतवर्षं त्यालाच विचारत होती –

हे तुझं आयुष्य, तू जगलायस ना? हे एकटेपण तूच मागून घेतलंस ना? अरे, तू कलावंत म्हणून जगलास. एकटा, एकाकी. तुला माणसं नको होती. यश हवं होतं. त्यासाठी हे जन्मभराचं एकाकीपण. भरभरून यश मिळवलंस. छायाचित्रातल्या जगाचं राजेपण! त्याची किंमत नको मोजायला? आता चौकटीतली माणसंच तुला विचारतायत; आम्ही तुला पैसा, कीर्ती, सन्मान मिळवून दिला. आता का स्वत:लाच शापतोस? जे जगलास त्याचं उत्तरदायित्व नको स्वीकारायला?

तो उठला. सहा फूट उंचीचा, रुंद खांद्याचा तो पुरुष उठला आणि सगळी खोलीच कशी गर्भश्रीमंत झाली. त्याच्या नुसत्या उभं राहण्यानं त्या खोलीला व्यक्तिमत्त्व आलं. चौकटीचौकटीतले चेहरे जिवंत झाले. एकेका चौकटीशी तो थांबत होता, पुढे जात होता आणि एका चेहऱ्याशी तो थांबला.

या चेहऱ्यानं त्याला घडवला होता. त्याच्यातल्या कलावंताला जागवलं होतं. वयाच्या सहाव्या-सातव्या वर्षांशी तो जाऊन पोहचला. ते जग त्याचं आणि त्याच्या प्रिय माँचं होतं. वडील आठवत होते ते एक धनवान, रागीट, हुकूमशहा म्हणून. त्याचं व्हायोलिन फेकून देणारे संतापी पुरुष म्हणून. माँ साय-साखरेच्या आवाजात म्हणायची, 'माझी स्वप्नं मी तुझ्यात पाहाते. कलावंत हो.' पुढं वाढत्या वयात त्यानं कुंचला हातात घेतला. या कुंचल्याचा आवाज बाबांच्या कानावर जाणार नाही. व्हायोलिनप्रमाणं हा निदान फेकला तरी जाणार नाही, हा विश्वास.

बाबांना त्याचं हे वेड कळलं नाही. त्यांनी त्याला लंडनला काकाकडे पाठवला. पोर जग बघेल. पैशाची किमया त्याच्या मनावर चेटूक करेल हा त्यांचा अंदाज. पण अति तरल मन घेऊन आलेला हा मुलगा तिथल्या निसर्गात रमला. थंडीत पानगळ झालेलं झाड पाहिल्यावर तो अस्वस्थ झाला. टेम्स नदीवर बसून कविता गाऊ लागला आणि एका भल्या पहाटे पंचरंगी पक्ष्याची शीळ ऐकून खुळाखुळासाच झाला. हे सगळं मला हवं, साठवून ठेवायला हवं, या कल्पनेनं झपाटला गेला.

आईनं त्याला कॅमेरा आणून दिला. म्हणाली, 'तुझं मन कलावंताचं आहे. ते दारूच्या पिंपात बुडवू नकोस. पैसा येतो-जातो. कलेकडे पाठ फिरवू नकोस.' त्या कुमारवयात त्याची आई त्याचा गुरू झाली. त्याचे लाड, हट्ट आईजवळ असायचे. बाबांच्या कठोर बोलण्यावर तिच्या विशाल डोळ्यांच्या कडा पाणावल्या, की तो हळू हातानं पुसायचा. त्याला वाटायचं, आपल्या आईइतकी देखणी स्त्री अख्ख्या जगात नसेल. तिचे डोळे फक्त प्रेम देण्यासाठीच होते. त्यात कधी अश्रू जमता कामा नये. आपण तिला खूप सुखी करायचं. सुखी करण्याचा मार्ग तो शोधत असतानाच अचानक त्याचे बाबा गेले. पैसा तर होताच; पण तो कुठे कसा गुंतवलाय, तो ताब्यात कसा घ्यायचा, हे तिला ठाऊक नव्हतं.

दु:खाचं ओझं मनाआड करत त्या सत्त्वशील स्त्रीनं दिराला जवळ बोलावलं. म्हणाली, 'भय्या, मी तर उन्मळून गेलेय. काय करावं कळत नाही. बाबा अजून लहान आहे, अल्लड आहे. आता कर्तेपणानं तुम्हीच सगळं ताब्यात घ्या. घर उघडं पडता कामा नये –'

'भाभी, मी आहे ना! तुम्ही का स्वत:ला त्रास करून घेता? भय्याचा मुलगा तो माझा मुलगा. मी सर्व मार्गी लावतो.'

कोर्ट-कचेऱ्या, वकील, कागदपत्रांवर सह्या या भानगडी आटोपेतो तीन महिने सरले आणि मग एका दुपारच्या उन्हात माय-लेकांना कळलं की 'पॉवर ऑफ अ‍ॅटॉर्नी' भावानं स्वत:च्या नावे केली आहे. दोघांच्या डोक्यावरचं आभाळ उघडं पडलं. आता इथं कोण म्हणून रहायचं? होतं नव्हतं ते घरातलं सगळं तिनं भराभरा गोळा केलं. हाती लागलेली कॅश, दागिने ट्रंकेत कोंबले आणि हक्काच्या राहत्या घरातून बेवारशी होऊन ती घराबाहेर पडली. ज्याचं पारडं जड त्याला नातीगोती, मित्र, परिवार. दु:खाची सोबत घेऊन तिनं नव्या गावात पाऊल टाकलं. बावरलेल्या लेकानं विचारलं, 'माँ, आता आपण काय करायचं?'

'आता जगायचं!'

'जगायचं? कसं? आपल्याजवळ काय आहे?'

'तुझ्याजवळ कॅमेरा आहे, कलावन्ताचं मन आहे, सौंदर्य टिपण्याची दृष्टी आहे. परमेश्वरानं तुला जे दिलंय त्यानं तू जग जिंकू शकतोस. हिंमत हरू नकोस. लक्षात ठेव बेटा, लक्ष्मी नेहमीच कलेचा आदर करते. त्यानी तुझे पैसे लुबाडले, तुझी कला नाही कुणाला लुबाडता येणार' आईच्या कणखर पाठिंब्यावर ते सोळा-सतरा वर्षांचं पोर जग जिंकायला निघालं. घराबाहेर पडताना त्यानं आईचा लाडका पियानो बरोबर घेतला होता. मावळतीच्या वेळी तो पियानोवर बोटं फिरवायचा. त्या आर्त सुरावटींनी आसमंत भरून जायचा. जगाची ममता आणि कारुण्य डोळ्यांत साठवलेली ती माय आपल्या ध्यानमग्न लेकाकडे तासन्तास पाहात राहायची.

तो वाढला, मोठा झाला, नामवंत झाला, तो तिच्या डोळ्यांतल्या अथांग करुणेवर. जगायचं तिच्यासाठी, मोठं व्हायचं तिच्या इच्छेसाठी! त्याची आई त्याचं सर्वस्व होती. तो विचार करायचा, त्यातून छायाचित्राची कल्पना आकार घ्यायची. मग तसं वातावरण निर्माण करून तो चित्र टिपायचा. त्याचं पहिलं चित्र, 'रोड टु रुईन' प्रदर्शनात लागलं आणि आईला आभाळ मुठीत आल्याचा आनंद झाला. प्रेमानं त्याच्या कपाळाचा मुका घेत ती म्हणाली, 'आता तू थांबू नको राजा. जगाचं अंगण तुला मोकळं आहे. आता तुझी कल्पकता आणि कॅमेरा. तुझ्या बोटातली जादू जगाला कळू दे. आणि 'त्यांनाही' कळू दे, कलावन्त कधी संपत नसतो.'

आईचे आशीर्वाद मस्तकावर घेऊन तो जग जिंकायला निघाला. आता त्याचं

क्षितिज विस्तारलं होतं. मोठी झेप घ्यायची महत्त्वाकांक्षा होती. आणि प्रचंड आत्मविश्वास सोबतीला होता.

त्याचं नाव गाजू लागलं. प्रदर्शनं भरू लागली. त्यानं जगाचं लक्ष आपल्याकडे खेचलं. इंग्रजी, साप्ताहिकं, वार्षिकं त्याची छायाचित्रं छापण्यात स्वत:चा गौरव मानू लागली. अनेक तरुणी त्याच्याभोवती घोटाळू लागल्या.

त्याचे भावगर्भ डोळे, भव्य कपाळ, मानेपर्यंत रुळणारे केस, सगळं कसं 'कलावन्त' या कल्पनेत बसणारं. भोवतीच्या माणसांकडे तो पाहायचा अन् आपल्या चित्राचा विषय शोधायचा. प्रत्येक व्यक्ती, वस्तू, घटना त्याच्या लेखी एक चित्र असायचं. मग तो ती अनेक अंगानं पाहायचा, त्यात प्राण ओतायचा आणि आपल्या बोटांच्या जादूनं ते चित्र चैतन्यमय करायचा. एकदा काहीतरी विलक्षण घडलं.

त्या चित्रातल्या लावण्यवतीनं बोलायला सुरुवात केली. 'मी एवढी सुंदर नाही, पण तुमच्या कॅमेऱ्यानं मला असं दाखवलं. जगातल्या मोठ्या स्पर्धेत मानांकन मिळवून देणाऱ्या चित्राचा विषय मी ठरले. मी खरंच भाग्यवती आहे.' एवढं बोलून ती थांबली. तो बोलेल, काहीतरी खूप छान, तिचं कौतुक करणारं, स्तुती करणारं... पण तो फक्त हसला. तिला आश्चर्य तर वाटलंच, थोडा रागही आला. 'तुम्हाला बोलता येत नाही?' तो त्यावरही पुन्हा हसला. आता मात्र तिला गप्प बसणं अशक्य झालं. रागानं त्याचे खांदे घुसळत ती म्हणाली, 'तुमच्या लेखी बाकी सर्व माणसं क्षुद्र आहेत का?'

'प्लीज, एक मिनिट –' ती भांबावून तशीच उभी राहिली. कपाळावर केसाची बट सरकलेली, रागानं अपऱ्या नाकाच्या टोकावर उभा राहिलेला घर्मबिंदू, त्याला घुसळण्यासाठी पुढं किंचित वाकली असता खांद्यावरून घसरलेली, पण मर्यादा न सोडलेली ओढणी, विलग झालेल्या खालच्या ओठावरची नाराजी... सगळं सगळंच त्यानं झटकन् चित्रांकित केलं. 'थँक्यू' तो पुटपुटला आणि ती नकळत बोलून गेली, 'जाऽ! तुम्ही भारी वाईट्ट आहात...' आता मात्र तो दिलखुलास हसला आणि त्या 'वाईट्ट' माणसाची आणि तिची गट्टी जमली.

अशी मैत्री केव्हा, कशी, का जमते याला गणित नसतं. जे तो हिशेब मांडतात, ते लग्न करतात, संसार करतात आणि डोळ्यांतली कविता वाचायचं विसरून बँकबॅलन्स बघत राहतात.

तो त्यातला नव्हता. त्याच्या रक्तातच कला होती. भन्नाट जगणं होतं. नक्षत्रगीतांचा अर्थ लावणं होतं. उधळणं होतं, हरवणं होतं. एकच गोष्ट मातीतली होती; त्याच्या माँच्या नजरेतला, तुपात भिजलेल्या वातीचा स्निग्ध प्रकाश! तो त्याचा प्राण होता.

बाकी सगळं बदलणारं. निसर्गाचं रूप, ऋतू, माणसं, त्यांचे व्यवहार आणि एखाद्या लावण्यवतीचं रूपसुद्धा! त्यामुळे तो सर्वांत असून नसायचा. हे जग

नाशिवंत आहे, या ठाम सिद्धांतावर अढळ श्रद्धा ठेवून स्वत:ला एकटा, एकाकी ठेवायचा. असाच त्याचा एक एकांत तिनं उष्टवायचा ठरवलं. आता तो एकटाच होता – तळ्याकाठची कमळं टिपत. पाण्याची खोली मोजत. ओणवलेल्या आकाशाचं पाण्याशी नातं काय याचा शोध घेत. कमळ, पाणी आणि तळं... तो, त्याची माँ आणि ती...!

अरे, पण मनात विचार येताच ती कशी तळ्यात डोकावली? कमळाशेजारी दिसणारा हा चेहरा तिचाच तर! आपल्याला भास तर होत नाही? आपण स्वत:च्याही नकळत तिच्यात इतके गुंतलो?

यालाच प्रेम म्हणतात का? मग आईच्या मायेखेरीज आणखीही कशाची आपल्याला गरज आहे तर! त्याच संभ्रमावस्थेत त्यानं नजर उचलून बाजूला पाहिलं. आणि खरंच ती! आणि ती दोघं हसतच सुटली.... जराशानं त्याच्या बाजूला सरकत तिनं विचारलं, 'आपण लग्न कधी करायचं?' प्रश्न अनपेक्षित होता. तो भांबावून म्हणाला, 'लग्न? ते कशाला?'

'कशाला? काय वेड्यासारखं विचारतोस? म्हणजे आपण नेहमीच एकमेकांजवळ राहू.'

'लग्नानं माणसं जवळ येतात?' तिची नाजूक निमुळती बोटं हातात घेत तो म्हणाला, 'हे तुझे हात भांडी घासतील, स्वयंपाक करतील, दमली-भागलेली तू अशी राहणार नाहीस – हट्टी, अल्लड, लाडिक बोलणारी, ओठांचा चंबू करणारी, उगाचच हसणारी आणि डोळ्यांच्या कृष्णमंडलात फक्त मलाच साठवणारी... मला तू अशीच हवी आहेस. आईला सून हवी आहे – वंशसातत्यासाठी. मला तू हवी आहेस माझी कलाकृती म्हणून!' तिनं आश्चर्यानं त्याच्याकडे पाहिलं.

घरी गेल्यावर आई म्हणाली, 'मी थकले रे आता. तू लग्नाचा विचार कर. घराला मालकीण आण.'

'कशाला? आज तू राबतेस, काळज्या वाहतेस, थकतेस – उद्या ती. हे रहाटगाडगं असंच चालू रहायचं...'

'म्हणजे? तू लग्न करणार नाहीस?'

'घर नावाच्या चौकटीत एक देह मला बंदिस्त करायचा नाही. तुला मी आहे ना? मी तुझं सगळं करीन.'

आणि त्यानं शब्द पाळला. घर सोडून तो कुठंच गेला नाही. आईसाठी त्यानं मोठं घर बांधलं. दगडी. भक्कम. किल्ल्यासारखं. तिथंच घर, तिथंच स्टुडिओ, तिथंच आर्ट गॅलरी. त्याचं जग त्या दगडी वास्तूत बंदिस्त झालं.

पूर्ण पंचेचाळीस वर्षं त्यानं स्वत:ला बाहेरच्या जगापासून अलिप्त ठेवलं. तो बोले पुस्तकांशी, चित्रांशी. घराबाहेर त्यानं मोठं कुंपण घातलं. आवारात कामकऱ्यांसाठी

दोन-दोन खोल्यांच्या चाळी बांधल्या. आईला माणसांची जाग हवी म्हणून सोबतीला कुत्रा आणला. 'दोस्त!' आईला तुडुंब प्रेम दिलं. इतकं, की तिला जगाचा कठोर स्पर्शच होऊ नये. आई-मुलाचं ते जग प्रेममय होतं. तिथं तिसऱ्याला प्रवेश नव्हता.

तो दगडी भक्कम बुरूज ढासळलेला लोकांनी एकदाच पाहिला. जिच्यासाठी त्यानं आयुष्यभराचं एकाकीपण स्वीकारलं होतं, जिच्या अस्तित्वासाठी तो श्वास झाला, ती प्रेमरूपी, वत्सल माता त्याला सोडून गेली तेव्हा.

तिला 'सोडून' तो आला आणि रिकामा रिकामाच झाला. त्यानं स्वत:तच स्वत:ला कोंडून घेतलं. त्याचा कॅमेरा अबोल झाला. जगण्याचे संदर्भ संपले. समोर कागद आणि पेन. तो लिहीत गेला – 'I shade my tears' ...तेव्हा एकदाच तो अश्रूंचा पूर लोटला आणि मग डोळे कोरडे पडले. कागदाचा टीपकागद झाला. शब्द संपले. जगण्याचा हेतू संपला. आता अस्तित्व उरलं ते शारीर जाणिवांपुरतं.....

हा बंगला, लक्षावधी रुपये मिळवून दिलेली ही चित्रं... हे कुणासाठी? कशासाठी? एक दिवस उठायचं अन् पुढच्या मार्गानं चालू लागायचं. सोबत कुणीच नाही.

'कस्त्वं कोऽहं कुत आयात:
का मे जननी को मे तात:?
इति परिभावय सर्वमसारं
विश्वं त्यक्त्वा स्वप्नविचारम् ।।.....'

पायाशी बसलेल्या 'दोस्ता'नं विचित्र आवाजात तक्रार नोंदवली. भूक! त्याला भूक लागली होती. माणसाच्या सोबत अखेरपर्यंत भूक असते. काम-क्रोध-मोह-मद-मत्सर सगळ्यांचा त्याग करता येतो; भुकेचा नाही. ती जाता जात नाही आणि जाते तेव्हा आपल्याला सोबत घेऊन जाते.

तो उठला. पोऱ्या अंगाचं मुटकुळं करून बसला होता. धनी उठल्याबरोबर त्याच्याही डोळ्यांत टुकटुकी आली. टेबलावर त्यानं समोरासमोर दोन बशा मांडल्या. एक धन्याची, एक त्याच्या लाडक्या दोस्ताची. ब्रेड आणि मटण. दोघं जेवले. तो आरामखुर्चीत कलंडला. दोस्तानं पायाशी अंग सैल सोडलं. पोऱ्या कोपऱ्यात लवंडला.

मागच्या चाळीतून आरडाओरडा ऐकू आला. तो दचकून उठला. 'काय आहे रे?'

'त्या विरूची आई त्याला बडिवती.'

'का?'

'त्याला म्हने, त्या चित्राच्या कालेजात जायाचं हाय. आई म्हंती की पैसं कुटनं आनू? तर त्यानं म्हने, बाच्या खिशातलं पैसं चोरलं –'

'अरे–' आणि उठलाच तो. खिडकीशी गेला. गजांना डोकं लावलं. 'अग ए माय, इकडे ये. विरूला घेऊन ये.'

आणि मग विरू आला. त्याची माय आली. सोबत शिना, बहादूर आणि लड्डू–

पण आला. त्या सगळ्यांना म्हणे चित्रकला शिकायची होती. कुणाला त्याच्यासारखी फोटोग्राफी आत्मसात करायची होती. अनेक मनसुबे. सिमेटाच्या चाळीतली मुलं. कुणाचा बाप कामगार तर कुणाचा झाडूवाला; पण पोरांच्या हातात कसब. त्या दगडी बुरुजाच्या आतला 'देवऋषी' त्यांनी पाहिलेला. त्याचं हुन्नर, मोठेपण, दिगंत कीर्ती अन ऐश्वर्य मनात ठसलेलं. असं हवं. असं व्हायचं. भांडी घासणाऱ्या अन भाकऱ्या बडवणाऱ्या खडबडीत हाताच्या आणि रापलेल्या चेहऱ्याच्या त्या बायकांनी एवढा पैसा जन्मभरात पाहिला नव्हता, तर या पोट्ट्यांना देणार कुठून?

दोघेही आपआपल्या जागी बरोबरच होते. व्यवहारात पोळलेल्या आयांनी कधी आशा-आकांक्षाच्या सोंगट्या हाती घेतल्याच नव्हत्या, तर स्वप्नातच रंग भरणाऱ्या मुलांनी डोक्यावर ऊन कधी झेललं नव्हतं. दोन अधिक दोनचं उत्तर त्यांना पाचच येत होतं. तर हे जमावं कसं?

धनी म्हणाला, 'माय, त्यांचे पंख कापू नकोस. मी भरतो फी. मी देतो सामान आणून. मी भरून देतो फॉर्म.'

'फक्त त्याचाच?' बाकी तिघांनी आवाज उठवला.

'नाही, तुम्हा चौघांचा.'

आणि त्या चाळीत भर दिवसाच चांदणं पडलं. पांचट ताकाला लोणी आलं. ज्वारीची धाटं मोत्यांनी लगडली. कलावन्तालाही वाटलं, आता जगलं पाहिजे. या मुलांची स्वप्नं खरी करण्यासाठी तरी जगलं पाहिजे. दगडी बुरुजाच्या झरोक्यातून अचानक उन्हाचा कवडसा हळूच आत आला, हसला, नाचला. वस्तूवस्तूंवर सुवर्णकांती चढवून गेला.

त्यानं कॅमेरा उचलला नाही, पण कागदांशी खेळू लागला. त्यातून आकृती तयार होऊ लागल्या – बगळे, मोर, चिमण्या आणि खूप काही.

कधी टेबल-टॉप फोटोग्राफी, फोटो निघतच नव्हते. टेबल-टॉप अनेक वस्तूंनी भरला होता. कापूस, काड्यापेटीतल्या काड्या, गोंद वगैरे. मग त्यातून माणसं आकार घेऊ लागली. बर्फाच्छादित घरं, माणसं, प्राणी... त्या वाड्यात पुन्हा चैतन्य खेळू लागलं. जगण्याला नवा अर्थ आला. 'मी संपेन, पण माझी कला पुढच्या पिढीत जाईल.'

उन्हाळे-पावसाळे आले-गेले. मुलं जाणती झाली. ते समजून घेता घेता कलावन्ताच्या देहावर वार्धक्याच्या खुणा उमटल्या. चिरेबंदी वाडा किंचित खाला लवला.

अशा अवेळी त्याच्या दारात पुन्हा एकदा स्त्रीची सावली दिसली. त्यानं मान वर करून पाहिलं नाही. त्याला त्याची गरज वाटली नाही. बाहेर अंधार दाटून आला होता. खूप उशीर झाला होता, पण दिवा लावावा असंही त्याला वाटलं नाही. एवढ्या दिवसांनंतर तिला ती दु:खद बातमी कळली आणि त्याची बेफिकिरी लक्षात

न घेता ती त्याच्या दाराशी जाऊन उभी राहिली. तिच्या स्पर्शानं पाऊलवाट लाजली; चिरेबंदी वाडा रोमांचित झाला. आता कदाचित काही वेगळं घडू शकणार होतं.

'मी आलेय–' तिनं त्याची तंद्री मोडली.

'ये – उशीर केलास. असं होतं....'

'वाईट झालं –'

'त्यावरही काळानं पडदा ओढलाय.'

तो गप्प. तीही!

'तू पुढे काय ठरवलंयस?'

'चौकटीबाहेर पडायचं'– त्यानं तिच्या आरपार पाहात उत्तर दिलं.

'म्हणजे?' तिला काही कळलंच नाही. हा असं का बोलतो?

'माँ हे माझं अखेरचं छायाचित्र होतं. आता चौकट मोडलीय. समोरची घरं पाहिलीस? त्या घरांतून आता कलावन्त निर्माण होणार आहेत. कुणी चित्रकार, कुणी छायाचित्रकार... ही माझी निर्मिती आहे.'

'आणि मी?'

'तू तुझं आकाश शोधायचं. मी तुला तेव्हाच म्हणालो होतो...'

तेव्हा तो काय म्हणाला होता आणि आता काय म्हणणार होता, याला आता अर्थच नव्हता. संदर्भाचे सर्व रेशमी धागे तुटले होते तर! ती बाहेर पडली – चिरेबंदीबाहेर, चौकटीबाहेर आणि त्याच्या आकाशाबाहेरसुद्धा!

आणि ते चौघे समोर येऊन उभे राहिले. 'आर्टिस्टस् ऑफ न्यू वर्ल्ड. वेलकम्!' त्याचा तृप्तीचा पेला काठोकाठ भरलेला. त्यांचे चेहरे कोरडे.

'आम्ही चौघं चांगल्या मार्कानं पास झालो. तुमच्या पैशाला यश मिळालं.'

'आता मोठे कलावन्त व्हा!'

'कसे? आमच्याकडे पैसे नाहीत. आम्हा मुलांना कोण पैसे देणार?'

'अरे, पैसे पैसे काय? तुम्ही कलावन्त आहात. त्या बळावर जग जिंकाल...' त्याला त्याची माँ दिसत होती. तो बोलत सुटला; तिचे शब्द, तिची स्वप्नं; पण त्यांना कुणाला त्यात रस नव्हता. एकजण उतावळेपणानं म्हणाला, 'पुढं काय?'

'पुढं? ज्याचा त्याचा मार्ग ज्यानं त्यानं धुंडाळायचा. मी तुम्हाला चालायला शिकवलं. वाटेतले खड्डे बुजवले. आता तुम्ही मोठे झालात. तुमच्या पंखांत बळ आलं. आता भरारी तुमची तुम्ही मारायची. आपलं आकाश आपण शोधायचं.' कलावंत म्हणाला.

'मान्य! आम्ही चौघांनी मिळून स्टुडिओ काढायचा ठरवलाय.'

'व्हेरी गुड्! गो अहेड.'

'पण कसं? त्याला लाखो रुपये लागतील. आणायचे कुठून?' आता सगळे

आवाज बंद. कलावन्ताचा चेहरा निर्विकार. नजर गजाबाहेरच्या आकाशात.

'तुम्ही मदत कराल?' एक खोल आवाज.

'कसली?'

'पैशाची. तुम्ही पैसे द्या. आम्ही पाच वर्षांत फेडू.' तो फक्त हसला. पाच वर्षं कुणी पाहिलीत?

'माझ्याकडे पैसे नाहीत.'

'खोटं, खोटं बोलताहात. तुमच्याकडे रग्गड पैसा आहे. पण –'

'मला तुम्हाला ते द्यायचे नाहीत. मला कुणाला आयते घास भरवणं मान्य नाही. तुम्हाला शिक्षण दिलं. जगण्याचा मार्ग दाखवला.'

'हो, पण जर पूर्ण मदत करायची नव्हती तर शिकवलंत कशाला? आता काय कॅमेरा विकून पैसा उभा करायचा?' त्या चौघांचे आवाज तापले होते. हे सगळं अनपेक्षित होतं.

'तुम्ही आमचे गुन्हेगार आहात!' एक निर्लज्ज विधान.

'प्लीज, गेट आऊट ऑफ हिअर. मला वाद नकोय.' त्याच्या शब्दांना धार होती.

मुलं तणतणत बाहेर पडली. दोस्त गुरगुरत दारापर्यंत त्यांना सोडून आला. धन्याला फार आश्चर्य वाटलं. अशी कशी ही कृतघ्न मुलं? यांना हात-पाय हलवायचेच नाहीत. सगळं आयतं हवं. त्यांना बडवणारी त्यांची माय अधिक शहाणी म्हटली पाहिजे. तेव्हाच घराबाहेर पडले असते, उपाशीतापाशी दिवस काढले असते, कष्ट केले असते तर शिक्षणाची किंमत कळली असती. आपण पैसे देत गेलो. चुकलंच ते. आपण मूर्ती घडवायला गेलो आणि.....

बाहेर कुणाचीशी चाहूल लागली. खोलीत अंधार होता. पोऱ्यानं दिवा लावला नव्हता. दोस्त पण कुठे गेला होता कोण जाणे.

'कोण?'

'आम्ही.' तेच उर्मट आवाज.

'काय हवंय?' ती चौघं आत आली. अंधारात बाह्य आकार जाणवत होते. गजातून येणाऱ्या उजेडात हातातल्या काठ्या दिसत होत्या.

'आम्हाला पैसे हवेत.'

'मी मघाच बोललो.....' काठीचा जोरदार तडाखा बसला. त्यानं जोरात किंकाळी फोडली. पोऱ्या आतून ओरडत होता – 'धनी... धनी... धावा... धावा...' दोस्त दाराला जोरात धडका मारत भुंकत होता. दाराला बाहेरून कडी होती. तडाखे वाढत होते, किंकाळ्याही. चाळकरी धावले. कंदील, लाठ्या, काठ्या, बॅटऱ्या, पुरुषांचे दमदार आवाज, बायकांची रडारड.....

कुणीतरी पोलिसांना आणलं. अंधारात ते चौघे पळून गेले. त्यांचे आई-बाप धन्याच्या हाता-पायाशी बसून होते. धनी अंगभर बँडेजमधे पडले होते. विव्हळत होते. दोस्त मूकपणे पायाशी बसून होता.

एक दिवस पोलीस आले. 'कुणी मारलं? ओळखू शकाल?'

'नाही. अंधार होता.'

'मारण्याचं कारण?'

'ठाऊक नाही.'

'कुणी शत्रू?'

'मला मित्र नाहीत, कुणी शत्रू असण्याचं कारण नाही.' पोलीस गेले. माय म्हणाली, 'धनी, खोटं का बोललात? त्या चौघा चांडाळांची नावं द्या. आमी साक्षी व्हातो.'

'माय, मी कुणाला ओळखत नाही. पापाला चेहरा नसतो. मी कलावन्त आहे. मी जगातलं सौंदर्य टिपतो; कुरूपता नाही. परमेश्वरानं त्यांना क्षमा करावी.'

मृत्यूचं टोक धरून तो उभा होता. तो कलावन्त म्हणून जन्मला, कलावन्त म्हणूनच जगला.

आता मृत्यू संभ्रमात पडला होता – मी काय करू? याला स्पर्श करण्याचा मला अधिकार आहे? या माझ्या कृत्यानं मी देहदंड देणारा क्रूरकर्मा ठरणार आहे की याला यातनांतून मुक्ती देणारा शांतिदूत?

तो मात्र हसतच होता. या मार्गानं जाऊन तो त्याच्या प्रिय मातेला भेटणार होता. कदाचित् ती म्हणेल, 'किती उशीर केलास? मी केव्हाची तुझी वाट पाहातेय – एकटी....'

त्या दोघांचं एकटेपण आता संपणार होतं.

■

आत्मबळ

प्रिय नील,

रात्रीच्या तिसऱ्या प्रहरी तुझी पत्रं समोर पसरून मी बसले आहे. नुकताच पाऊस झडझडून गेलाय. बऱ्यापैकी गारवा जाणवतोय. अशा वेळी हलकीशी शाल अंगावर घेऊन मस्त झोप काढायला हवी. पण माझी अवस्था 'संयमी' लोकांसारखी झालीय. म्हणजे ऋषिमुनींची ही प्रात:स्मरणाची वेळ नाही का?

संस्कृतात माणसाला 'भूत' म्हणतात. पण माझी स्थिती मराठीतल्या भुतासारखी झालीय. लेखकाचं मन मोठं वाईट असतं. एखाद्या विचारानं ते पछाडलं की त्यातून सुटका नाही. तो विषय पिंजून काढायचा. त्यातून अनेक प्रश्न. उत्तरं मिळेपर्यंत मनाला स्वस्थता नाही.

खरं तर मी तुझा एवढा विचार का करावा? तू कोण, कुठची, कुणाची कोण? तुझं भूत-वर्तमान मला काहीही ठाऊक नाही. पण तुला प्रथम पाहिली तेव्हाच तू माझ्या मनाला चिकटलीस. तुझा निरागस चेहरा अन् बोलके डोळे माझ्या मनाशी मैत्र जोडून गेले.

मला वाटतं, पूर्वजन्मीचे काही ऋणानुबंध असावेत. त्या संकेतानुसार आपण एकमेकांकडे ओढले जातो. तुलाही तसंच काही वाटलं असावं. नाहीतर वय, परिस्थिती, स्तर हे सगळं क्षणात नजरेआड करून तू माझ्या इतकी निकट आली नसतीस. एक मनाची हाक असते बघ, (पटतंय ना तुलापण?) ती आपल्याला आपोआप ओढून नेते.

खरं तर तुला प्रथम पाहिली तेव्हाच मला तुझ्याशी खूप बोलावंसं वाटलं. अगदी आतड्यानं चौकशी करावीशी वाटली. तुझ्यासंबंधी सारं काही समजून घ्यावंसं वाटलं. तू अशी होस्टेलमधे एकटी का राहतेस? वगैरे.

पण हे प्रश्नही फिजूल आहेत. गर्दीत असून, कुटुंबात असून, आपल्या माणसांसोबत असूनही आपण किती एकटे असतो! सोबत असते ती आपल्या मनाची. छळवादी विचारांची! आपलेच विचार किती प्रश्न निर्माण करून आपला छळ करत असतात!

आत्ताच बघ ना, एवढ्या अपरात्री मला तुझा विचार करायची काही गरज आहे? पण कित्येक वेळा आपणच आपले शत्रू असतो. काय करायचं हे आपलं आपल्यालाच ठरवता येत नाही. तुझ्या पहिल्याच पत्रातल्या लडिवाळ हाकेनं मला आपलंसं केलंय. मी ते स्वत:शीच मोठ्यानं वाचतेय.....

प्रिय ताई,

तुम्हाला ताई म्हणावं एवढी मी मोठी नाही. तशी जवळचीही नाही, पण काही माणसं आपल्याला एकदम आवडून जातात, आपलीच वाटतात. का ते ठाऊक नाही. तुम्ही मला आवडलात. तुमच्या शब्दांमुळं आवडलात. त्यातल्या वात्सल्यामुळं आवडलात. तुमच्या डोळ्यांकडे पाहिल्यावर वाटलं, ही बाई कध्धी खोटं बोलणारच नाही.

ताई, आपल्याला कुणावर तरी खूप खूप प्रेम करावंसं वाटतं. ते माणूस आपलं, आपल्या हक्काचं असावंसं वाटतं. पण तसं कुणी भेटतच नाही हो. सगळे कसे खोटारडे, फसवे असतात बघा. पण तुम्ही तशा नाहीत. तुम्ही एवढं पुष्कळसं प्रेम कसं करू शकता? तुम्ही कुणावर कधी रागावता? नाही ना? निदान माझ्यावर तरी रागावू नका बाई!

मी ना, एक चूक केलीय. म्हणजे, चूक की बरोबर मला नाही ठाऊक. ते तुम्हीच सांगा. ही मोठी माणसं आमच्या प्रत्येक गोष्टीला 'चूकच' म्हणतात. पण नेहमी काय आम्हीच चुकत असतो? मोठी माणसं चुकतच नसतात का हो? कारण तरुण वयात त्यांनी काय केलंय हे आम्हाला कुठं ठाऊकाय? आमचे बाबा तर मला 'गधडी'च म्हणतात.

मी खरंच गधडी आहे का हो? प्रेम करणारी माणसं काय नेहमी गाढव असतात? आता आमच्या आई-बाबांनी प्रेम केलं नाही हा काय आमचा दोष? माझे बाबा प्रेम करणारच कसे? बघावं तेव्हा वसा वसा ओरडतच असतात. आई आपली डोळे टिपत असते. बाबांना वाटतं, मीही असंच 'आदर्श' गृहिणी व्हावं. आय मीन, अंगभर पदर, मोठं कुंकू, मधे भांग, एक वेणी, मान खाली. मला तर वाटतं, संसार नावाच्या तुरुंगात बाबांनी आईला बंदिस्त करून ठेवलंय.

मला असला तुरुंगाधिकारी नवरा नको. मला हसरा, खेळकर, आनंदी आणि थोडासा येडा असा जोडीदार हवा. आता मला काय हवं हे मीच ठरवायचं ना? का तेही या मोठ्या माणसांनी ठरवायचं?

अहो ताई, परवा ना आमच्या बाबांनी चक्क एक स्थळ आणलं. म्हणे, तुला बघायला येणार. बघायला? मी काय सर्कशीतला वाघ आहे? आणि एक यडच्याप आला की 'बघायला!' मी जाम गम्मत केली. त्यानं माझ्याकडं

पाहिलं की मी वेडावून दाखवायची. मग त्यानं माझ्याकडे रागानं बघितलं. मी सरळ डोळे चकणे केले. अश्शी मज्जा आली! तुम्ही एकदा हा प्रयोग करून बघाच... सॉरी! आता कशा बघणार तुम्ही? तुम्ही वयानं केवढ्या तरी मोठ्या. शिवाय लग्न वगैरे झालेल्या. मी काहीतरीच खुळ्यासारखं लिहिलं नाही? जाऊ दे. मला ना तुम्ही मैत्रीणच वाटता. लक्षातच राहात नाही तुम्ही वयस्कर आहात ते. पण यात माझी काय चूक? तुम्ही किती मिळूनमिसळून वागलात त्या दिवशी. अगदी फ्रेंडशिप बँड बांधून घेतलात आमच्याकडून. मग आपण मैत्रिणी झालो ना?

आता एक गुपित सांगू? ताई, माझं ना... माझं ना एका मुलावर जाम प्रेम बसलंय... मी चुकले नाही ना? म्हणजे मी प्रेम करणारच नव्हते, पण ते होऊनच गेलं. आता काय करायचं? आता हे सगळं कसं घडलं ते पुढच्या पत्रात सांगते. तोवर उत्तर पाठवा. ताई, तुम्ही असं कधी प्रेम केलंय का हो?

तुमची
नील

ता.क. मी तुम्हाला नुसतं 'जी' म्हणू?
कळवा.
नी.

पत्र नं. २
प्रिय जी,

तुमचं पत्र नाही. एका दृष्टीनं ते बरंच झालं. नाहीतर तुम्ही प्रेमावर मोठ्ठं – (अगदी 'ठ'ला 'ठ'!) व्याख्यान द्याल. त्याचं पावित्र्य, साधन शुचिता, वडीलधाऱ्यांचे आशीर्वाद, वगैरे वगैरे.

मला सगळं सगळं एकदम मान्य! पण म्हणजे काय प्रेमच करू नये? अगदी 'लक्ष्मी कौस्तुभ–'च्या ललकारीतच लग्न लावायचं? त्यापेक्षा मला 'सावधान' प्रकार अधिक मान्य. म्हणजे वडीलधाऱ्यांपासून सावधान आणि मांडवात शिरण्याआधी पलायन. चक्क 'बंटी और बबली!'

अहो, आमचं प्रेम असंच जमलं. एकदा बसच्या क्यूमधे मी उभी होते, तर माझ्यामागे उभ्या असलेल्या मुलानं माझी ओढणी स्टॉपच्या दांड्याला बांधली. मला ठाऊकच नाही. बस आली. मी पुढे धाव घेतली तर मागे दुपट्टा अडकलेला. जोरात खेचली गेले. वेडीवाकडी आदळतच होते. एवढ्यात बाजूच्या मुलानं सावरलं आणि ज्यानं ओढणी बांधली होती ना, त्याच्या काड्कन कानफटात ठेवून दिली. मी तर घाबरून थरथरतच होते. मग दोघांची

आत्मबळ । १३

फायटिंग झाली. (अगदी तो लांबनाक्या अभिषेक बच्चन करतो ना, तश्शी!) मग मी पळून कशी जाऊ? बस कशी पकडू? मी त्याला चिअरअप् करत होते. त्या टारगट पोराला अभिषेकनं, (होय अहो, याचं नाव अभिषेकच आहे. आहे की नाही गम्मत?) असा बुकलला की यंव! मग स्टॉपवरच्या लोकांनीही त्याला बदडला. मग मी राणी मुखर्जीसारखी त्याच्याजवळ गेले आणि त्याला म्हटलं, (हां, पण माझा आवाज तिच्यासारखा, गळ्यात लोण्याचा गोळा अडकल्यासारखा नाही हं! म्हणजे लतासारखा गोड नाही, पण अगदी वाईटही नाही) 'चल आपण आईस्क्रीम खाऊ?' मी त्याच्या हातावर हळू फुंकर मारली. असा छान हसला तो! तुम्ही काय म्हणाला असतात माहिताय? 'माझ्या अंगावर चांदफुलं उधळल्यागत वाटलं.' (म्हणजे काय कुणास ठाऊक. पण तो असा हसतो ना, तेव्हा कसं छान छान वाटून जातं. अन् खुळ्यागत गिरकी घ्यावीशी वाटते.) तुम्हाला असं कधीतरी वाटलंच असेल की! मला कळवाल?

शप्पथ! मी कुण्णा कुण्णाला सांगणार नाही.

तुमची प्रेमाळलेली,

नीलू

पुन्हा : आता उत्तर पाठवलं नाहीत ना, तर आपली-तुपली कट्टी.

नी.

पत्र नं. ३

प्रिय मावशी,

तुमचं पत्र का नाही? रागावलात? नका ना रागावू! मी अल्लड असेन, पोरकट असेन, पण उद्धट नाही. वाईट तर नाहीच नाही.

तुम्हाला 'जी' म्हटलं ते प्रेमानं. तुम्ही वयानं, अधिकारानं मोठ्या आहात. मान्य! माझ्या फ्रेंड, फिलॉसॉफर ॲण्ड गाईड! मग फ्रेंडशिपमधे रागावतात का? तुम्हाला आवडत नसेल तर...

माझे बाबा, माझ्यावर खूप रागावलेत. त्यांचं म्हणणं एकच, 'हे झक मारायचे धंदे तुला सांगितले कुणी?' प्रेम करणं म्हणजे काय झक मारणं? आमच्या बाबांनी आईसाठी अशी फायटिंग न करताच तिनं बिचारीनं त्यांच्या गळ्यात माळ घातली. आता रडतेय. सांगतेय कुणाला?

म्हणजे मी कधी रडणारच नाही अशी गॅरंटी नाही देत. प्रेम करायचं, खच्चून करायचं. मग कधीतरी भांडणं, केव्हातरी रडणं हे होणारच. पण अभि माझे डोळे पुसेल, समजूत घालेल. आणि मी मारली होती तशी हळू

फुंकरसुद्धा घालेल.

मावशी, तुमच्या डोळ्यांवर अशी कुणी... आय मीन, तुमच्या डोळ्यांची अशी कुणी पापी घेतली होती का हो?.....

एव्हरी थिंग इज फेअर इन् फ्रेंडशिप. नो रागवारागवी प्लीज!

तुमची फ्रेंड,
नील

पत्र क्र.४

प्रिय मावशी,

सप्रेम नमस्कार.

तुम्ही उत्तर पाठवत नसतानाही मी तुम्हाला पत्र का पाठवत राहिले मला कळत नाही. कदाचित, (तुमच्याच शब्दांत सांगते), मनच्या मनचं कुणाला तरी सांगावंसं वाटतं. पण वाट्टेल त्याच्यापुढे नाही सांगता येत. कुणीतरी जवळचं, विश्वासाचं माणूस हवं – आपल्याला समजून घेणारं, धीर देणारं.

तुम्ही तशा आहात. दुसऱ्याला मानसिक बळ देणाऱ्या. मायेचा हात देणाऱ्या. मला द्याल? मी खचलेय. थोडी घाबरलेय. मला घरच्यांनी अगदी वाळीत टाकलंय. एवढी मी चुकले का हो?

चुका कुणाच्या हातून होत नाहीत? आईच्या, बाबांच्या हातून झाल्या नसतील? मग मलाच का असं धारेवर धरतात? केवळ लहान म्हणून?

मला चुकूनही, क्षणभरही वाटत नाही, मी चूक केलीय. आम्ही लग्न करणार आहोत. अभिनं मला वचन दिलंय. शपथा वगैरे सगळं भंपक. आम्ही एकमेकांवर प्रेम करतो. एकमेकांच्या सोबतीनं जगणार आहोत. तो खूप मोठा श्रीमंत नसेल, पण पोटापुरतं मिळवतो ना! आणि मीही नोकरी करतेय.

आम्ही गरिबीतच छान संसार करू. संसार पैशांवर होत असेल. मी नाही म्हणत नाही. पण पैशावर प्रेम नाही विकत घेता येत. पटतं ना तुम्हाला? आणखी एक महत्त्वाची गोष्ट –

ऐकताय ना? मी तुम्हाला म्हणून सांगते. मला दोन महिने उलटलेयत...

नीलंजना

पत्र क्र. ५

ती. मावशी,

असं घडलं, घडून गेलं खरं. हे खूप काही वाईट झालं का? खरं सांगू; मला वाटत नाही काही वाईट झालं म्हणून. प्रेम केल्यावर स्पर्श आलाच. तो अनेक तऱ्हेनं अनुभवायचा असतो. मी अभिला 'नाही' म्हणू शकले नाही.

आणि का म्हणू? आपलं माणूस सर्वस्वानं आपलं व्हावं ही उत्कट इच्छा असतेच. हे काही, 'दे दान - सुटे गिरान' नव्हे. हे देणंच, पण सर्वस्वानं. घेणंही पूर्णत्वानं. आम्ही विचार केलाच नाही. भरभरून दिलं-घेतलं.....

मावशी, चुकलं का हो? नक्की काय न् कुठे चुकलं ते सांगाल? 'नाति चरामी!' म्हणून एकमेकांच्या आयुष्यात आलेले स्त्री-पुरुष हेच करतात ना? पण त्यावर सरकारी मुद्रा उमटवलेली असते.

'I here by'....वगैरे म्हणून शपथ घेतलेली असते. एका कागदाच्या चिटोऱ्यावरची शपथ. ती लगेच पवित्र होते. कशी? उत्तर नाही. नाहीतर कुठल्या तरी भटजींनी वाईट गळ्यानं ओरडून,

'शुभमंगल ऽऽऽ' असं ठणकावून सांगितलं आणि परातभर तांदूळ नासवले की झालं सगळं पवित्र. यातून आपण कधीच बाहेर पडणार नाही का? लग्नानंतर पहिल्याच भेटीत कुठल्यातरी अनोळखी पुरुषाच्या मिठीत शिरायचं..... सिंपली हॉरिबल! सवयीनं प्रेम होतं म्हणे! सवयीनं भाकरी करता येते तसं?

मी ॲबॉर्शन वगैरे करून घेणार नाही. अभि बाहेरगावी गेलाय. तो आला की सगळं सांगणारच आहे. मला खात्री आहे, त्याला आनंदच होईल. त्या आदिवासी बायका बघा, पहिली मुलं घेऊन स्वत:च्या दुसऱ्या लग्नाला जातात. त्या आपल्यापेक्षा पुढारलेल्या विचारांच्या. आपल्या मानेभोवती रूढींचं जोखड.

मी खूप बोलले का? माझी बाजू समजावून सांगितली, माझी मतंही. तुमचं मत सांगाल? मी चुकले असेन तर तसंही सांगा. माझा तुमच्यावर विश्वास आहे.

रागावला नाहीत ना? नाहीतर रागवा, माझी चूक दाखवा, पण अबोला धरू नका. मला तुमच्या आधाराची फार फार गरज आहे.

माझ्या जागी तुम्ही असतात तर काय केलं असतंत?.....वाट पाहाते.

तुमची (पत्राची वाट बघणारी),

नीलू.

XX XX XX

तुझी पत्रं वाचून होईतो पहाट झाली. पहाटेची झुळूक अंगावरून पुढे गेली, मनावरचं मळभ न पुसता. वुईमेन्स होस्टेलच्या वार्षिक उत्सवात तुला प्रथम पाहिली. तुझे टपोरे भावदर्शी डोळे माझ्याशी संवाद साधून गेले. तू माझी स्वाक्षरी घेतलीस, पत्ता-फोन नंबरसुद्धा! आणि तुझी ही पत्रं; तुझं

अल्लड रूप, आनंदी वृत्ती दाखवणारी. तुझ्यातला पोरकटपणा आणि बोलघेवडेपणाबरोबर थोडा उथळपणाही जाणवून देणारी.

मी हेतुत:च उत्तर पाठवलं नाही. तू मला चिकटली आहेस हे पहिल्याच पत्रात मला लक्षात आलं. मी, म्हणजे 'जलदा शिवेश्वर,' तुझ्या डोक्यातही नसावी. मी म्हणजे तुझ्या स्वप्नाळू कल्पनांना पूर्तता देणारी एक काल्पनिक शक्ती! एक मानसिक आधार! असंच ना? मला सांग, ही पत्रं तू मला लिहिली आहेस? ही तर तू तुझी तुलाच लिहिली आहेस. मी एक जवळची नसलेली, पण जवळीक वाटावी अशी; लागेबांधे नसलेली व्यक्ती. पटलं तर गळ्यात पडायचं, नाहीतर अलगद बाजूला करायचं. खरं ना?

नील, कोणतीही गोष्ट घडण्यापूर्वी तू मला सांगितलं किंवा विचारलं नाहीस. तेव्हा फिलॉसॉफर आणि गाईड या शब्दांना अर्थ नाही. फ्रेंडची व्याप्ती किंवा संकोच किती ठरवायचा हे स्वत:च्या इच्छेवर अवलंबून असतं. प्रेमाच्या बाबतीत अगदी तसंच असतं बघ. सफल झालं तर उत्कट; विफल ठरलं तर कवडीमोल.

तुझ्या आणि अभिच्या प्रेमाबद्दल बोलणारी मी कोण? कारण प्रेम होत असतं. मात्र लग्नाला एक सामाजिक बंधन असतं. नियमांची एक चौकट असते. त्यामुळंच तुझे आई-वडील भांडूनही एकत्र आहेत. तुम्ही दोघं नुसतंच प्रेम करता. तुझ्या भाषेत म्हणते 'खच्चून'! आणि हे कुठेतरी खच्चून तुटलं, मग?

मग तुझ्या पोटातल्या गर्भाचा बाप कोण? तुमच्यावर मी अविश्वास दाखवत नाही किंवा मला प्रेमाची ॲलर्जीही नाही. तुझ्या वयात मलाही अशाच कल्पनेच्या भराऱ्या मारायला आवडायचं. पण माझी पिढी पंखातलं बळही आजमावत असे.

कोणत्याही परिस्थितीत मी मातृत्व कलंकित मानत नाही. बाळाला जन्म देणं हे एक स्त्री म्हणून तुला मिळालेलं वरदानच आहे. पण तो 'वर' शाप व्हायला नको असेल तर काही संकेत तुला मानावेच लागतील. नील, तू मंगळावर किंवा गुरूवर वस्ती करणार नाहीयस. मग ज्या इथल्या समाजात जगणार आहेस, वागणार आहेस, व्यवहार करणार आहेस, त्यांचे नियम नकोत पाळायला? निकोप समाजाची ती गरज असते.

सगळं वाईटच होणार असं नाही मी म्हणत. अग वेडे, मी तुझी फ्रेंड आहे ना? मग विश्वास ठेव, तुझ्या भल्यासाठीच मी हे सांगते आहे. ऐक माझं – तू आणि अभि लवकरात लवकर मला भेटा. मी तुझ्या आई-वडिलांशी बोलेन. त्यांची समजूत काढेन. आहे या स्थितीत ते नकार देणार नाहीतच,

पण यदाकदाचित् तसं घडलं तरी आपण आपल्या विचारांशी ठाम असलं पाहिजे.

तू सर्वांत आधी अभिषेकशी बोलून घे. तुम्हा दोघांचा विचार पक्का झाला की मला भेटा. आपण तिघं एकत्र तुझ्या आई-बाबांसमोर जाणं योग्य. तू कच खाऊ नकोस. भीतीनं अधिक गुंता होतो. मन निर्भय ठेव. स्वत:वर विश्वास ठेव.

आपण ताबडतोब लग्न उरकून घेऊ. काळ्या मण्यांनी आपलं भविष्य ठरवणं योग्य नव्हेच; पण जनरूढीचं त्याला सँक्शन आहे. निदान लोक तुझ्याकडे बोट दाखवून अपशब्द बोलणार नाहीत.

अभिषेकला सख्ख्या नात्यातलं कुणी नाही असं तू एका पत्रात लिहिल्याचं मला आठवतं. मी आहे ना! त्याला माझ्याबद्दल विश्वास दे. माझं-तुझं नातं समजून दे. मी तुझी 'फ्रेंड' असेन अन् त्याची मावशी. त्याच भूमिकेतून तुझ्या घरच्यांशी बोलेन. अभिषेक एव्हाना यायला झाला असेल. आला की कळव. पत्र मिळायला दोन-तीन दिवस तरी जातील, पण फोनवर हे सगळं कसं बोलू? तू फोनवर कळवलंस तरी चालेल. जमलं तर त्याला बोलायला सांग. मला आवडेल.

आता तुला 'तिसरा' चालू असेल. तुझ्यात शारीरिक फरक पडेल. तो हळूहळू जाणवू लागेल. समाजात कुत्सित नजरेचे, विकृत मनोवृत्तीचे लोक अधिक असतात. ते तुला सुखानं जगू देणार नाहीत.

आणि समज, काही नको ते घडलंच; तर मी तुला वाऱ्यावर सोडणार नाही. आपण एकत्र बसून निर्णय घेऊ. तुझ्या प्रेमाचं मोल काय आणि मातृत्वाचं महत्त्व किती हे तू ठरवायचंस. नुसत्या जन्म देण्यानं मातृत्व सिद्ध होत नाही. मुलाला वाढवणं, घडवणं, दिशा देणं हे महत्त्वाचं. या बाबतीत तू उगाच भावुक होऊ नयेस. पाप-पुण्याच्या कल्पना मी तुझ्या डोक्यात भरवत नाही. लक्षात ठेव, अंतरातल्या परमेश्वराला स्मरून विवेकानं घेतलेला निर्णय नेहमीच शहाणपणाचा ठरतो आणि आमची यडाबाई थोडी शहाणी पण आहे; नाही का?

माझी भूमिका तुला कठोर वाटली तरी समजून घे. आहे त्या स्थितीत मातृत्व जपायचं असं ठरवलंस तरी मी तुला टाकणार नाही.

अभिषेक चांगला मुलगा असेलच. सगळं चांगलं होईलही. पण 'होईल', 'असेल' अशा अधांतरी भविष्यावर आयुष्याचे निर्णय कधीच घ्यायचे नसतात. आयुष्याला जुगाराचं रूप देऊन चालत नाही. (बोअर झालीस?)

तर नीलोबा, आता काळजीत वेळ घालवायचा नाही. झटपट निर्णय

घ्यायला हवा. मग आहेच, जन्मभर खच्चून प्रेम, थोडंसं भांडणं आणि अधेमधे रडणंसुद्धा!

मी वाट बघतेय - तुम्हा दोघांची.

तुला जीव लावणारी
तुझी,
(थोरली मैत्रीण)
जी – (जलदा)

प्रिय थोरली मैत्रीण,

तुम्हाला काय म्हणू तेच कळत नाही. एवढे निश्चित, तुम्ही माझं सर्व काही आहात. माझं श्रद्धास्थान!

अभि काल रात्री आला. उद्या आम्ही (बाहेर) भेटतोय. मी सगळं स्पष्ट सांगेन. तशीच तुमच्या घरी घेऊन येईन. तो 'हो' म्हणेलच. मग तुम्ही दोघं जे ठरवाल ते मला मान्य.

खरं सांगू, खूप भीती वाटते हो! काही विपरीत तर घडणार नाही? खूप काही वाईट...? अशा वेळी मुली काय करतात? मी काय करू? तुम्ही आहात - नक्की. मला तुमची खूप गरज आहे.

नील

प्रिय,

मी सुखात आहे की दुःखात? प्रश्न सुटलाय का? मी जिंकले का? ठाऊक नाही. काहीच कळत नाही.

'काय म्हणावे या स्थितीला?
झपूर्झा गडे झपूर्झा.'

या ओळींचा अर्थ आज मला कळतोय. सोबत अभिचं पत्र. ते मिळाल्याबरोबर त्याला फोनवर कळवा. लगेच निर्णय घेऊ. त्याला सविस्तर सांगितलंय. पत्रातून तुमच्या लक्षात येईल.

त्याचं पत्र मी वाचलं नाहीय. माझं पत्र त्याच्या पत्राला तो जोडणाराय.

आता भेटू.

तुमची यडाबाई
नील

प्रिय मावशी,

नमस्कार.

माझं पत्र बघून तुम्हाला आश्चर्य वाटेल. होय, तोच मी. अभिषेक! ज्याच्या संदर्भात खूपसं काही तुमच्यापर्यंत पोहोचलंय, ज्यानं तुम्हाला फक्त

चिंतेतच टाकलंय तोच मी! म्हणजे सिनेमातला नव्हे, खराखुरा.

प्रथमदर्शनी तुम्हाला वाटेल, काय हा निर्लज्ज मुलगा! करूनसवरून वर सफाईचं पत्र लिहितोय. प्लीज, गैरसमज करून घेऊ नका. एकूण जे कथानक (?) तुमच्यापर्यंत पोचलंय, त्यातून तुमच्या मनापुढे माझी जी धूसर प्रतिमा तयार झाली असेल ती व्हीलनची; खरं ना? अशा वेळी मुलीचा बाप हा न्यायाधीश आणि संबंधित तरुण हा गुन्हेगार असतो.

तुमच्या दृष्टीनं कदाचित मी गुन्हेगार असेनही. मी गुन्हा केला नाही, चूक केलीय. चूक लहानसहान नाही. मी मनावर ताबा ठेवायला हवा होता; कबूल! पण तीन महिने ऑडिटसाठी बाहेर जाणार होतो आणि त्या आधी झालेल्या भेटीत..... तुम्ही समजू शकाल.

आधीच सांगतो, तुमच्याबरोबर मी नीलूच्या आई-वडिलांना भेटायला येईन. कालच परतलो. तुम्हा सर्वांसमोर नीलूला मागणी घालेन. त्यांनी नाही म्हटलं तरी हे लग्न होणारच, असं स्पष्ट सांगेन. पळून जाणं वगैरे स्टंट मी करणार नाही. आता खात्री देतो, नीलूच्या आई-बाबांसमोर तुम्ही 'माझ्या मावशी' असाल. ॲम् आय राईट?

आता एक नाजूक बाब सांगू? हे फक्त तुमच्याच पुढे. वडीलधाऱ्या म्हणून. 'माझ्या' म्हणून.

मुलंच फक्त उतावळी असतात? चूक करतात? संयम पाळत नाहीत? आजच्या मुलींचे कपडे, त्यांचा बोल्डनेस, लाडिक बोलणं मुलांना टेम्प्ट करत नसेल? आम्ही कुणी ऋषिमुनी नव्हे. त्यातून नीलूसारखी गोड छोकरी जन्माची जोडीदारीण म्हणून मिळणार असेल, तर थोडी 'चूक' करायला काय हरकत आहे? त्यातूनही सांगतो मावशी, इनिशिएटिव्ह माझा नाही... (सॉरी, फार मोकळा बोललो का? फक्त माझी बाजू मांडण्यासाठी; जबाबदारी टाळण्यासाठी नव्हे.)

आजकालची मुलं चुकतात, घसरतात, पण सावरतातही. खूप काही वाईट घडलेलं नाही. तिचा पहिलावहिला अनुभव मी काळवंडू देणार नाही. पत्र मिळताच फोन करा. लगेच संध्याकाळी नीलूच्या घरी भेटू.

रविवारी वैदिक पद्धतीनं देवळात लग्न उरकून घेऊ. पुढे रजिस्टर करूच, पण त्याकरता आता वेळ घालवणं नको. रजिस्टर लग्नानंतर मित्रांना पार्टी देऊ ना! नो लपवाछपवी. ही घाई फक्त नीलूसाठी. पाहा पुन्हा चुकलो; आमच्या दोघांसाठी.

तुमच्या समंजसपणाचा मी अंत बघतोय. पण सगळेच डोक्यात राख घालणारे असतील तर आम्ही आधारासाठी कुणाकडे बघायचं? सो, माय

स्वीट मावशी, 'माफ किया बेटा' म्हणा ना! फोनची आणि तुमचीही वाट बघतोय. तर आता भेटतोय.

तुमचा भाचा,
अभि

पुन्हा : नीलूची 'प्रगती' बाबांना नाही सांगितली तरी चालेल.

∎

(सारस्वत चैतन्य)

कालिदास शाकुन्तल जगलाच नाही!

मनमोहिनीचं पत्र आलंय. तिची पत्रं अशीच असतात. धरण फुटल्यावर चौअंगानी पाणी फुफाटत वहावं तशी. ती लिहीतच सुटते. किती न् काय काय सांगू असं तिला होतं आणि एकदा का मनात दबलेलं असं भसाभसा कागदावर सांडलं की ती एकदम गप्प होते. कदाचित् मोकळी होत असावी, कदाचित् थकूनही जात असावी.

आत्ताचं पत्रही तसंच होतं –

'.....खूप सांगायचंय, खूप बोलायचंय आणि खूप खूप ऐकायचंही आहे. केव्हा येतेस? नव्हे येच. तिकडे जेवत असशील तर हात धुवायला इकडे ये. म्हणशील ही यडी की खुळी? काही पण म्हण, पण ये. माझा जीव गुदमरलाय. मी मरू का?.....'

हे नेहमीचंच. कडकडून लिहायचं अन मग उतू जायचं. आजपर्यंत ती अशी अनेकदा मेलीय. तरीही तिच्या असल्या पत्रानं मी अस्वस्थ होते. बॅग भरायला घेते. घरातल्यांचे शंभर प्रश्न. कुठं निघालीस? एकदमच काय झालं एवढं? तू जाऊन तिचे प्रश्न सुटणार आहेत का? वगैरे.

मला कशाचंच उत्तर देता येत नाही. कुणी कुणाचे प्रश्न सोडवू शकत नाही. तिचे प्रश्न सोडवण्याचं कोणतंही सोल्यूशन माझ्याजवळ नाही. 'मी,' हेच तिच्या दु:खावरचं सोल्यूशन आहे. पण हे इतरांना समजावं कसं?

गेली चार दशकं आमची मैत्री आहे. शाळेत असताना अगदी रोज भेटत असू. एक वेळ देवावरचं फूल चढवणं चुकेल, पण आमची भेट काही चुकायची नाही. रोज संध्याकाळी आम्ही समुद्रावर फिरायला जायच्या. समुद्राच्या फेसाळत्या लाटा पाहात तासन्तास बसून रहायच्या. मग मनी विचारायची, 'छबे, तू मला जन्मात विसरणार नाहीस ना?'

'जन्माचं मी आत्ताच काय सांगू? भविष्यात काय घडणार आहे हे कुणी पाहिलंय?'

‘छबे, तू अशी का बोलतेस?’

‘अशी म्हणजे?’

‘म्हणजे आचरटासारखी. सर्वसाधारण मैत्रिणी कशा बोलतात?’

‘कशा?’

‘ते पण मीच सांगू? त्या म्हणतात, ‘नाही ग; मी तुला जन्मात विसरणार नाही.’ मग गळ्यावर हात ठेवून शपथा वगैरे घेतात. पण तू –’

‘मी तशी मिडिऑकर वागणार नाही. आणि मने, तू माझ्याकडून भलती अपेक्षाही करू नकोस. मी अगदी डाऊन टु अर्थ बोलले.’

‘म्हणजे?’

‘म्हणजे जमिनीवर पाय घट्ट रोवून. याचाच अर्थ व्यवहारी आणि सत्य तेच बोलले. समजलं?’

मनीला काय समजायचं कोण जाणे, पण ती झटक्यात उठून चालू लागायची. मग मी पण पाय ओढत, वाळू तुडवत तिच्यामागून जात राहायची. किनाऱ्याच्या दुसऱ्या टोकाला जाईपर्यंत आम्ही अबोलपणी चालत राहायच्या. आता हात एकमेकींत गुंफलेले, पण मनं दक्षिण-उत्तर भटकणारी. मग खडकावर आल्यावर मनी विचारायची, ‘रागावलीस?’

‘रागावले नाही ग, पण किती पोरकटासारखं बोलतेस. इतकं भावुक असणं बरं नाही. माणसानं सतत स्वप्नात जगू नये.’

‘पण म्हणजे स्वप्नं पाहूच नयेत? या वयात स्वप्नं नाही पाहायची तर मग केव्हा? म्हातारपणी?’ मनीचा स्वर चिडका आणि भावुकही.

‘बरं बाई, चुकलं. मने, तुझी स्वप्नं तरी सांगशील?’ आता मनी एकदम खूष. गालाचा गुलाबजांबू व्हायचा. माझे दोन्ही हात हातात घेऊन म्हणायची, ‘छबे, हा वाडा पाहिलास? नबाबांचा.’

‘अग, आपण रोजच बघतो की!’

‘हे बघ छबे, मी स्वप्न सांगतेय ना? मग मधेच चरबटपणा करून नकोस. तू पण पंधरा वर्षांचीच आहेस हे लक्षात ठेव. आता फक्त गप्प बस आणि ऐक.’

‘तर आपण असा वाडा – म्हणजे मोठा बंगला बांधायचा. बाहेर सुरेख बाग करायची. त्याची देखभाल मी करीन हं! आता तुला आणि मला स्वतंत्र खोल्या. तुझ्या खोलीत तुझ्या आवडीची सगळी पुस्तकं. डाव्या बाजूला रेडिओग्रॅम. तुझ्या आवडीची गाणी ऐकायला. मधे मोठा हॉल. तिथं वर्षातून दोनदा छान छान कार्यक्रम ठेवायचे. एरवी आपण गप्पा मारायला त्या हॉलमधे बसायचं. तिथं मोठी पेंटिंग्ज लावायची – एन. एस्. बेंद्रे, माधवराव सातवळेकर वगैरे. बगीच्यात पंचवीस प्रकारचे गुलाब लावायचे. खिडकीशी रातराणी. झोपाळ्यावर बसलो ना, की

वाऱ्याच्या झुळकीसरशी त्याचा मस्त सुगंध यायला हवा.

'आपण स्वयंपाकाला बाई ठेवू, पण स्पेशल डिश मी करत जाईन. मी आईकडून सगळं शिकून घेणाराय. आणि अग, हॉलमधे झुंबरं लावू –'

'आता आकाशात झुंबरं लागलीयत. आपण उठायचं का?'

'जा बाई! तू अशीच. कध्धी म्हटल्या कधी आम्हाला पुरतं बोलूच द्यायची नाहीस. पण छबे, माझी स्वप्नं कशी देखणी आहेत, नाही?'

'मने, तुला एक ठाऊक आहे?'

'काय ग?'

'स्वप्नं अंधारात अवतरतात. चांदण्यांची सोबत घेऊन येतात आणि प्रकाशाची चाहूल लागली की नाहीशी होतात.'

'होऊ देत. पण माझी स्वप्नं दिवसाच खरी होणार आहेत....'

शाळेचे दिवस संपले. आम्ही कॉलेजात जायला लागलो आणि सहाच महिन्यांत मनीचं लग्न झालं. मनीचं आणि माझं घर काही झालं नाही, पण तिच्या स्वप्नातला बंगला मात्र भाग्यानं तिच्या पदरात टाकला. तिनं अपेक्षिलं होतं ते ते सगळंच. फक्त मी तिथं नव्हते.

तिचा नवरा बिल्डर होता. घरात कशाला काही कमी नव्हतंच. ती मधुचंद्र साजरा करायला स्वित्झर्लंडला गेली. तिथलं वर्णन करणारी तिची दोन लांबलचक पत्रं तिच्या सुखाची साक्ष देत होती. मी म्हटलं चला, निदान तिच्या स्वप्नाला कुठं तडा गेला नाही. पण राहून राहून एकच आश्चर्य वाटायचं, पंधरा दिवसांच्या या पहिल्यावहिल्या एकांतात हिला चार-चार पानी पत्रं लिहायला सवड कशी मिळाली? पुन्हा वाटलं, मनातलं कुणाला तरी सांगावं असं तिला नक्कीच वाटलं असेल. आणि ती 'कुणाला तरी' म्हणजे मीच; दुसरं कोण?

मनी भारतात परतली. तिथून आल्यावर तिला माहेरची आठवण आली. राहवेना. मग सरळ चार दिवसांकरता माहेरी आली. आल्या आल्या फोन, 'मी आलेय. लगेच भेटायला ये. कित्ती कित्ती सांगायचंय.'

'मी उद्या येऊ?'

'उद्या? मग उद्यापर्यंत मी काय वाऱ्याशी बोलू?'

'मने, लग्न झालं तरी तुझ्यात काही फरक पडला नाही. नवऱ्याला पिडत असशील अगदी.'

'पिडायला तो भेटला पाहिजे ना?'

'म्हणजे?'

'तू ये तर! मग बोलू? मी कॉलेजातून सरळ मनीच्या घरीच गेले. मनीभोवती

माणसांचा गराडा होता. ही कोण आतेबहीण, ती मामेबहीण, ही सासरची कुणीतरी जेवायला बोलवायला आलेली. तो दूर उभा असलेला नोकर, साहेबांच्या मित्राकडून आमंत्रण घेऊन आलेला. मनी सलग दहा मिनिटं काही माझ्याशी निवांत बोलू शकली नाही. हे सगळं मोठेपण तिच्या अंगावर आलं होतं. साधीभोळी, बाळबोध कुटुंबातली मनी कुठं हरवल्यागत झाली होती. तिची राहणी, भाषा, चालचलणूक सगळंच बदललं होतं. ही मनी कुणी वेगळीच होती. आतून खंतावलेली अशी मी घरी परतले. मनी अशी का झाली? ती सुखी आहे का? की तिनं हा मुखवटा धारण केलाय?

एक दिवस मनीचं झंझावाती पत्र आलं – *'छबे, आहेस तशी उठून ये. सबब सांगू नकोस. मी वाट बघतेय. तुझ्याशी बोलायचं राहूनच गेलं –'* मी थोडाही विचार न करता मनीच्या घरी जायचं नक्की केलं. आश्चर्य म्हणजे स्टेशनवर मला घ्यायला मनी न येता तिचा नवरा आला. म्हणाला, 'तुमच्या स्वागतासाठी बाईसाहेबांची जोरदार तयारी सुरू आहे.'

मनीनं खरंच जंगी स्वागत केलं; पण याही वेळी मनी एकटी अशी भेटलीच नाही. तिच्या नवऱ्यानं सगळं टाईम-टेबल आखलं होतं.

सकाळी बागेत चहा. मग फेरफटका. नंतर व्हरांड्यात खुर्च्या टाकून गप्पा मारत ब्रेकफास्ट. दुपारी हॉटेल 'चिरायू'त खाना. थोड्या विश्रांतीनंतर चित्रपट. संध्याकाळी तिच्या मैत्रिणींशी क्लबवर गप्पा – चहापान. रात्री जेवल्यावर आईस्क्रीमचा आनंद घेत वाद्यसंगीत ऐकणे. मग आपापल्या खोल्यांत वाचन – विश्रांती किंवा गुड्नाईट!

दीड दिवस असाच गेला आणि स्टेशनवर निरोप घेताना मनी म्हणाली, 'पुन्हा सवड काढून ये.'

'पण तू असे कार्यक्रम आखू नकोस बाई!'

तिनं नवऱ्याकडे पाहिलं. तो हसून म्हणाला, 'मुद्दाम तुमच्यासाठी वेळ काढला. आय होप, यू एन्जॉईड द हॉली डे.' मी हसून मान हलवली. दुसरं काही शक्यच नव्हतं.

मनीचं काय? तिला स्वत:चं असं काही अस्तित्व होतं? एक लक्षात आलं, लग्नाला वर्ष उलटलं तरी मनीची काही 'गडबड' नव्हती. हे दोघांचं प्लॅनिंग होतं की त्याच्या इच्छेबरोबर ती फरफटत होती? एकदा तिच्या घरीही जाऊन आले. आई फारशी बोलली नाही. बाबा मात्र हसून म्हणाले, 'आमची मनीमाऊ एकदम खुषीत आहे. केवळ तिच्या रूपामुळं एवढं श्रीमंत घर मिळालं हो! नाहीतर हे स्थळ झेपण्यातलं नव्हे.' मनीला खरंच सगळं झेपलं होतं का?

मनी माझ्या डोक्यातून जात नव्हती. तिचा नवरा हौशी होता. सगळं वैभव हात जोडून उभं होतं. मनीही अंगानं ऐसपैस झाली होती, पण एक गोष्ट मला प्रकर्षानं जाणवली होती; मनीच्या भावगर्भ टपोऱ्या डोळ्यांतलं स्वप्न आता कुठेच दिसत नव्हतं. ती कशी रिती रिती झाल्यासारखी वाटत होती.

आणि आज पुन्हा तिची हाक आली होती. मला अस्वस्थ करून गेली होती. गाडीची वेळ न कळवताच मी निघाले आणि थेट तिच्या दारात जाऊन उभी राहिले. 'आलीस? किती बरं वाटलं ग! दमली असशील ना प्रवासामुळं? तू फ्रेश होऊन ये तोवर मी बाईंना झकास कॉफी करायला सांगते. नाहीतर तू जेव गड्या. भुकेली असशील. नाहीतर असंच कर ना, तू आधी लेमन ज्यूस घे आणि मगच अंघोळीला जा. छे! मला काहीच सुचत नाहीय.'

'मने, नाहीतर मी असं करू का?'

'कसं?'

'मी आधी हे करते आणि मग ते करते.'

'शी! छबे, तू म्हणजे अगदी ही आहेस बघ!'

ह ची बाराखडी पूर्ण झाली आणि आम्ही दोघी हसायला लागलो. हसता हसता मनीच्या गालावर खळ्कन आसवं ओघळली. मी एकदम गप्पशी झाले. मुकाट बाथरूमची वाट धरली.

दिवसभर मनी इकडचं तिकडचं, लहानपणचं काही काही बोलत राहिली. नवऱ्याची मात्र कुठं चाहूल लागली नाही. आम्ही जेवत असता एकदा फोन आला. तो त्याचाच असावा. कारण त्यानंतर मनीचं जेवणातून लक्षच उडालं. ती बोलली नाही काहीच, पण तिच्यातला फरक जाणवण्यासारखा होता.

मनी बोलत का नाही हेच मला कळेना. नवरा बाहेरगावी गेला होता. नोकराचाकरां-खेरीज अन्य कुणी घरात नव्हतं आणि बोलायचंय म्हणून तिनं मला मुद्दाम बोलावून घेतलं होतं. मग ती अशी मिठाची गुळणी घेऊन का बसली होती? तिच्या कलानं घ्यावं म्हणून मीही गप्पच होते.

रात्री थोडा वेळ खोलीत रेंगाळून मनी उठली. 'झोप तू. दमली असशील. उद्या बोलू.' असं म्हणून ती तिच्या खोलीत निघून गेली. मी दिवा मालवला तेव्हा पावणेबारा झाले होते. मनीच्या खोलीत दिवा जळतच होता.

केव्हातरी अपरात्री मी दचकून उठले. 'कोण?' मी अंथरुणावर उठून बसले. उशीलगतचा दिवा लावला.

'मी मनी –'

'काय ग? किती वाजले?'

'दीड –'

'दीड वाजला? आणि भुतासारखी तू संचार करते आहेस?'

'छबे, जरा उठतेस का? मला बोलायचंय तुझ्याशी.'

'बोलायचंय? एवढ्या अपरात्री?'

'हो ग! उद्या सकाळी हे आले की आपल्याला बोलताच येणार नाही?'

माझ्या डोळ्यांवरची झोप साफ उडाली. तोंडावर पाण्याचे हबके मारून मी नीट जागी झाले.

आम्ही दोघी चालत चालत बागेतल्या स्वीमिंग पूलजवळ आलो. स्वच्छ चांदण्यात ते निळंशार पाणी मोठं मोह पाडणारं होतं. सरळ त्यात उतरावं आणि तळाला पद्मासन घालून बसावं. आत डोकावणाऱ्या चांदण्या खुशाल उचलून आणाव्यात आणि केसात माळाव्यात; इतकं ते पाणी नितळ दिसत होतं. मी बोलून गेले, 'किती भाग्यवान आहेस, मने!'

'भाग्यवान तर खरंच; पण ते नसतं मिळालं तर मी अधिक सुखी झाले असते.'

'असं का म्हणतेस? सगळं तर तुझ्या मनासारखं मिळालं.'

'त्यापेक्षा अधिक. पण छबे, मन हे मोठं चमत्कारिक रसायन आहे बघ. त्याला नेमकं काय हवं असतं ते कधीच मिळत नाही.'

'म्हणजे हे सगळं वैभव, हा ऐषाराम तुला नको होता? मने, तू अगदी असमाधानी आहेस बघ.'

'शक्य आहे. पण छबे, तूच सांग, माणूस नुसत्या भाकरीवर जगतो का ग?' मी हसले. मनीची ही भाकरी खरोखरच फार महागडी होती. आता काय हवं होतं तिला? एक विचार डोक्यात आला आणि मी बोलून गेले, 'तू डॉक्टरकडून तपासून घेतलंयस?'

'मला काय झालंय? मी आणि माझा नवरा दोघंही निरोगी आहोत. तुझ्या मनातली शंका मला कळली. माझा नवरा निर्व्यसनी, सज्जन आहे. दिसायला मला हवा तसा – तू पाहिलंयस त्यांना. पण छबे, एक गोष्ट सांगते ती नीट ऐक. मला कधीच सुखाचा संसार करता येणार नाही. माझं दुःख फक्त तूच समजू शकशील.

'छबे, कॉलेजच्या पहिल्या वर्षात आपण शाकुन्तल शिकलो. आठवतं?'

'अग पण मने, शाकुन्तलचा आणि तुझ्या दुःखाचा संबंध काय?' मी नवलानं विचारलं.

'छबे, माझा नवरा बिल्डर आहे. दगड-माती-विटा याचाच विचार करत असतो. सारखे हिशेब. मला आश्चर्य वाटतंय की तो अजून अन्न खातो; नोटा खात नाही. सारखं पैसा, पैसा आणि पैसा.'

'मने, त्यानं जर असा ध्यास घेतला नाही तर तू एवढ्या ऐश्वर्यात लोळू शकशील का ग? मिळवतो ते तुझ्यासाठीच ना?'

'मला नको आहे हे. माझ्या संसाराच्या कल्पना वेगळ्याच होत्या. शाकुन्तल वाचल्यापासून मला वाटायचं, अशा शब्दसृष्टीच्या ईश्वराबरोबर आयुष्य घालवावं.

'मला तो दुष्यन्त डोळ्यांपुढे दिसतो. उमदा, देखणा, मुत्सद्दी, तरीही सौंदर्याचा आस्वाद घेणारा आणि कमनीय बांध्याची ती शकुंतला. राजाच्या विरहानं ती एवढी कृश झाली की तिची कंकणं घसरून खाली आली. तिनं पत्र लिहिलं तेदेखील

कमलदलावर. हाऊ रोमँटिक!'

हे सगळं कल्पनेनं उभं करणारा केवढा थोर!

'अग, पण कालिदासाची बायको सुखी, समाधानी होती का?'

'परमेश्वर नेहमी विजोड जोडाच एकत्र आणतो. आता बघ, आम्ही स्वित्झर्लंडला हनिमूनला गेलो. तर हा गेल्या गेल्या कानाला सेल लावून बसलेला. मीटिंग्ज, डिस्कशन्स. मग मला न्यायचंच कशाला बरोबर? मी पहिल्या रात्री स्वच्छ आणि स्पष्ट सांगून टाकलं त्याला –'

'काय सांगितलंस?'

'तुझी कामं जर अशीच चालणार असतील तर आपण नकोच संसार करायला. चोवीस तास काम-काम-काम! तू पैसेच मिळवत बस. मला तुझ्यात इंटरेस्ट नाही.'

'असं स्वच्छ सांगितलंस? स्वित्झर्लंडमधे, पहिल्या रात्री?'

'अफ्कोर्स!'

'शाब्बास ग तुझी! मग तो काय म्हणाला?'

'तडकला ग! म्हणाला, 'मला जेव्हा भिकेचे डोहाळे लागतील तेव्हा बिझनेस बंद करतो आणि बागेत तुझ्यामागे पळापळी करतो – हिंदी पिक्चरमधल्या हीरोसारखी.'

'असं सांगायला मी बिनडोक नाही. तू थोडं कामातलं लक्ष कमी कर. आपल्याला एक बायको आहे हे लक्षात घे. तिची काही स्वप्नं असतील..... तुझा बंगला बघितला, हनिमूनचं प्लॅनिंग ऐकलं तेव्हा मला वाटलं तू कालिदासासारखा असशील.'

'कोण कालिदास?' त्यानं चिडून विचारलं.

'अरे, कवि कुलगुरू कालिदास! शाकुन्तलचा दुसरा आणि तिसरा अंक वाच. मी तर वेडीच झाले –'

'ते दिसतंच आहे. नीट कान उघडे ठेवून ऐक, मी कवी नाही. साधा बिल्डर आहे. खूप पैसा मिळवून माझी माणसं सुखात ठेवायची एवढंच माझं मर्यादित स्वप्न आहे.'

'हाऊ प्रोझेक!' तो खाड्दिशी दार लावून निघून गेला की! मी म्हटलं गेलास उडत. आता तो आणखीच तिरसटासारखं वागतो. माझं काही चुकलं का ग?'

'छे:! भलतंच. खरं तर तुझ्या या तडफदारपणाबद्दल तुला नोबेल पुरस्कार द्यायला हवा.'

'छबे, अशी कुचकं बोलू नकोस. सरळ सांग ना! खरं तर चूक त्याची. त्यानं माझी समजूत नको काढायला?'

'मूर्ख कोण?' म्हणून हाक मारली तर, 'ओऽऽ' म्हणून पुढे होशील. मने कधीतरी सत्यसृष्टीत जगायला शीक. तुला जर कालिदासासारखा शब्दसृष्टीतला ईश्वर हवा होता तर या रुख्यासुख्या बिल्डरशी कशाला ग लग्न केलंस?'

'मला वाटलं होतं, या ऐश्वर्यात रसिकताही असेल. याला पाहिलं तेव्हा मला

दुष्यंतराजाच दिसत होता. वैभवात लोळणारा, तरीही रसिक. धनुष्य-बाण हातात असला तरी प्रेमाची हळुवार भाषा जाणणारा. तसं प्रेम मिळवण्यासाठी मी पुढचा विरहही सहन केला असता. पण इकडे सगळाच खडखडाट.'

'मी ही अशी – कवितेत रमणारी, चांदणं पांघरणारी, वाऱ्याशी बोलणारी, ताऱ्यांशी गुजगोष्टी करणारी. शाकुन्तलच्या पाचव्या अंकातले हंसपदिकेचे आर्त स्वर ऐकून डोळे टिपणारी, मी-मी एक.....'

'बेअक्कल!' नवऱ्याशी कसं वागावं, व्यवहार म्हणजे काय, कवितेचं जग आणि व्यवहारी जग याची एवढीही जाण नाही तुला? तेव्हा एक कळत नव्हतं, अल्लडपणा होता असं म्हणू. पण लग्न झाल्यावरही..... कुठला पुरुष असा मूर्खपणा सहन करील? नशीब समज, त्यानं आजवर हे सहन केलं. त्याच्या कामात तो बुडालेला असतो बिचारा. तुझे फालतू लाड करायला त्याला सवड हवी ना! बघेल बघेल आणि एक दिवस माहेरी पोहोचवून देईल. दुसरं लग्न करणं त्याला कठीण नाही.'

'पण इतकं वाईट वागेल का ग तो?'

'वाईट तू वागतेस. मने, तू वाईट आहेस असं मला म्हणायचं नाही, पण दुसऱ्यांनी तुझा खुळेपणा तरी किती सहन करायचा? आणि काय म्हणून?'

'तुझी आई बिचारी अशी का गप्प झालीय ते आत्ता मला कळलं. तू मुळी कुणाचं काही ऐकायलाच तयार नसशील तर, कोण डोकंफोड करणार? थोडा विचार कर, मने.

'तुला तुझी स्वप्नं आहेत; त्याला त्याची नसतील? खूप पैसे मिळवून सुखी आयुष्य जगायचं, मुलाबाळांना, बायकोला आनंदात ठेवायचं, कशाची कमतरता भासू द्यायची नाही – ही त्याची स्वप्नं असू शकतात. तो तुमचा विचार करतो; तुम्ही त्याचा नको विचार करायला?

'कालिदास राजा होऊ शकला नाही आणि राजा कवी होऊ शकला नाही. प्रत्येकाचं जग वेगळं, प्रत्येकाचं वेड निराळं. ज्याला त्याला आपल्या विचारानं आयुष्याचा मार्ग आखायचा असतो.

'कालिदासानं शाकुन्तल लिहिलं. त्या त्या रसात रंगून-बुडून, देहभान हरपून, तहान-भूक विसरून, रात्रीचा दिवस करून त्यानं एका अतीव सुंदर कलाकृतीला जन्म दिला. हे सर्व करताना तो स्वत: दुष्यंत होत होता, कण्वमुनी होत होता आणि शकुन्तलाही होत होता. शकुन्तलेशी लडिवाळ चाळा करणारं हरिण होत होता अन हंसपदिकेचं आर्त गाणंही होत होता. शब्दांना आकार देत होता आणि आकारात चैतन्य ओतत होता. निसर्गातलं सौंदर्य तो होता आणि विरहातली वेदनाही तोच होता.

'एक नवी कलाकृती निर्माण करता करता तो स्वत:ला कुठेतरी संपवत होता.

आपल्याला एक बायको आहे, तिच्याशी आपण रममाण झालं पाहिजे, आपण वर्णन केलेला शृंगाररस प्रत्यक्षात अनुभवला पाहिजे, असला खुळा विचार करत तो बसला असता तर त्याच्या हातून एवढी जगद्विख्यात कलाकृती निर्माण झाली नसती.

'त्या निर्मितीच्या काळात तो व्रतस्थ राहिला असेल. आजूबाजूचं जगच काय, पण स्वत:लाही तो विसरला असेल.

'तुझा नवरा तेच करतोय. आपल्या कामात मन एकाग्र करतोय. त्याला त्याच्या क्षेत्रातला कालिदास व्हायचं असेल. अजून वेळ गेली नाही. त्याला समजून घे. त्याच्याशी एकरूप हो. तुझ्या अंगणात आनंदाचं झाड तू लावायचं आहेस. चूक तुझीच आहे. ती तूच सुधारायला हवीस. 'सॉरी' वगैरे नाटकं करू नकोस. त्याच्याशी प्रेमानं वागलीस की जिंकशील.

'लक्षात घे मने, कालिदासानं निर्मिती केली. त्यानं मातृवेणा सहन केल्या. त्या त्या रसात रंगले ते दुष्यंत आणि शाकुन्तला. त्यानं निर्माण केलेली पात्रं; तो स्वत: नव्हे. काव्य एकट्यानं अनुभवायचं असतं आणि व्यवहार सर्वांबरोबर जगायचा असतो. आणखी काय सांगू?' मी गप्प झाले. तीही.

पहाटे उठले ते आज परतायचं ठरवूनच. जामानिमा आवरून मनीचा निरोप घ्यायला वळले तर ती दारात. 'हे काय? तू कुठं निघालीस तयार होऊन?'

'अग, आत्ताच्या फ्लाईटनं तो यायचाय ना! त्याला रिसीव्ह करायला जातेय. वाटेत तुला सोडेन ना!' मी मनीकडे पाहिलं. लग्नानंतर प्रथमच ती मला एवढी प्रसन्न दिसली.

■

('आनंद गंधाली')

शक्तिदाता

रिक्षावाल्याचे पैसे चुकते करून मी मागे वळले, तर इरावती उभी असलेली दिसली.

'अग, तू कशी इकडे?'

'तुम्हाला निरोप द्यायला आले, मावशी.'

'मग माझ्याबरोबरच नाही काय यायचं?'

'त्यांना आवडलं नसतं. शिवाय मला तुमच्याशी थोडं बोलायचं आहे.'

'पण आता तर माझी लक्झरी येईल. ५.०५ची वेळ आहे ना?'

'नाही, मावशी. मी घरी खोटं सांगितलं. ७.०५ची वेळ आहे. पूर्ण दोन तास आहेत. तेवढ्यात मला तुमच्याशी बोलता येईल.'

इरावतीचं बोलणं मला कोड्यात टाकणारं होतं. खरं तर परवा रात्री सुमतीकडे आल्यापासून मी चक्रावलेच होते. सुमतीच्या मुलाच्या लग्नाला एक वर्ष पूर्ण होत होतं. या निमित्तानं तिनं, लग्नाला येऊ न शकलेल्या आम्हा काही जवळच्या लोकांना घरी मेजवानीला बोलावलं होतं. रात्री गझल गायनाचा कार्यक्रम होता. त्यामुळं बाहेरगावाहून आलेल्या आमच्यासारख्या मंडळींना मुक्काम करणं भागच होतं. रविवारी दुपारची मेजवानी असल्यानं मी शनिवारी रात्रीच जाऊन थडकले. कितीतरी वर्षांच्या साठलेल्या गप्पा आणि नव्या सुनेच्या नवलाईच्या गोष्टी ऐकायला मीही इच्छुक होतेच.

सून-मुलगा येऊन मावशीला नमस्कार करून गेली. मी म्हटलं, 'सुमे, छान आहे ग सून! कशी रेखीव, नाजूक चैत्रगौरीसारखी वाटली.'

सुमतीनं फक्त सुस्कारा टाकला.

'तुला नाहीतरी सगळ्यांचं कौतुक करायची भारी सवय.' तिनं नाखुषीनं शेरा मारला. मी गप्प राहिले. काहीतरी बिघडलंय खरं. पण अशा गर्दीत विचारणार काय? पुन्हा आपणहून विषय काढणंही बरं नव्हे. मात्र मी बारकाईनं न्याहाळत होते, इरावती तोंडदेखलं हसत होती, रीत म्हणून या-बसा करत होती. पण ती कुणातच नव्हती, कशातच नव्हती. दोघं नवरा-बायकोही फारसे समोरासमोर येत नव्हते. नमस्कारापुरते एकत्र. एरवी दोघं संबंध नसल्यागत वागत होती.

असं का? एवढा मोठा बंगला होता. वैभव नजर दिपवणारं होतं. एकुलत्या एक मुलाची कौतुकाची बायको. सुमतीनंच पाहून पसंत केलेली. मुलगीही चांगली शिकलेली. दिसायला मुलापेक्षा उजवी. मग बिनसलंय कुठं?

तरी मी सुमतीला विचारलंच, 'तिचे आई-वडील नाही आले?'

'कशाला? लग्नात आमची अब्रू काढली तेवढी खूप झाली. हे एवढे जज्ज. मोठमोठी माणसं भेटायला आलेली, पण या बाईला वागायची रीत कशी ती नाही. कुठला लग्नातला जुना शालू नेसून उभी होती. मुलीला तर, पाच तोळे सोन्यात उभी केली. तू सांग, कसं दिसलं असेल चार लोकांत?'

'पण सुमे, तू घातलंस ना मनासारखं? शेवटी तुझी सून. देवदयेनं तुला कमी नाही. तू कर तिला हवं तेवढं.'

'मी सजवली ग! पण त्यांना रीत नको?'

'अग, गरिबांना नाही परवडत. तुझ्या तोलामोलाचं सर्वसाधारण लोकांना कसं झेपेल? मुलीला रूप आहेच, तू गुण बघ.'

'तेही उधळलेत. बघशील उद्या.' विषय तेवढ्यावरच राहिला. रात्री बारावर एक वाजेपर्यंत तयारीच चालली होती. आहेराच्या साड्या, सुनेसाठी घेतलेली पैठणी, एवढंच नाहीतर पुढल्या वर्षी पाळणा हलेल तेव्हा नातवाच्या बारशाला काय काय करायचं त्याचीही तिनं तयारी करून ठेवली होती.

अशा श्रीमंती गोष्टीत मला फारसा रस नव्हता; पण सुमतीला बरं वाटावं म्हणून मी सगळं पाहात होते, हो हो करत होते. पण या सर्व प्रकारात सून किंवा मुलगा कुठेच नव्हते. जज्जसाहेब आरामखुर्चीत बसून चिरूट ओढता ओढता बायकोकडे प्रेमानं पाहात होते. 'सुमीचं हे असं आहे. मनात आलं की ते करायचंच. पुन्हा शिस्तीत. जरा इकडचं तिकडे होता कामा नये. आपण तर तिला वचकून असतो बुवा! काय कॅप्टनसाहेब, खरं ना!' त्यावर सुमती केवढी तरी लाजली. ती दोघं एकमेकात खूष होती. त्या खुषीत मुलगा-सून यांना भागीदार करून घेण्याची त्यांना गरजही भासत नव्हती.

मला एवढंच जाणवलं, अजून सुमतीचाच संसार चालू आहे. मुलाला-सुनेला संसाराचा पट मांडायला संधीच मिळाली नाहीय.

दुसरा दिवस थाटात पार पडला. सुमती नव्या नवरीसारखी मिरवत होती. तिची जरीकाम केलेली साडी, ठसठशीत दागिने, मेजवानीतले पदार्थ सगळ्यांवर स्तुतीचा वर्षाव होत होता. कुणीतरी लोचटपणे म्हणालंदेखील, 'तुमच्याच लग्नाचं पहिलं वर्ष वाटतंय बाई!'

'काहीतरीच काय!' सुमतीनं वरवरची नापसंती व्यक्त केली.

रात्री कार्यक्रम आटोपून मंडळी पांगली. मी आडवी झाले. बघते तर काय,

कोपऱ्यात इरावती डोळे मिटून पडली होती.

'हे काय? ही इथंच झोपली वाटतं?'

'त्यांना काय! नाजूक ना! जरा श्रम सोसत नाहीत. अडचण आली असेल –
' मी गप्पच राहिले. झोपेचं निमित्त करून डोळे मिटून घेतले. इरावती सारखी कुशी
परतत होती. बराच वेळ ती जागीच असावी.

इरावतीच्या संसारात काहीतरी फार मोठं बिघडलं होतं. कालपासून मी पाहात
होते. समारंभात तर ती पूर्ण अलिप्त होती. तिचा चेहरा ओढलेला, गंभीर वाटत
होता. कसलातरी विचित्र ताण तिला व्यापून राहिला होता. मी फार अस्वस्थ झाले.

दुसरे दिवशी सकाळी साबुदाण्याची खिचडी करायची होती. कुणा कुणाचे
उपवास होते. सुमतीनं विचारलं, 'कूट कशात आहे ग?'

'त्या छोट्या डब्यात –'

'छोट्या डब्यात? तुला बोलले ना, जास्तीचा करून ठेव? मी कुठे कुठे
बघणार? दोन दिवस येता ते पाहुण्यांसारखे. आपलं घर मानायचंच नाही. शी:!
आणि फ्रीजमधलं दही काढून ठेव.'

'मी विसरले विरजायला –' ती पार घाबरली होती.

'विसरलीस? नुसत्या झोपा काढायला सांगा. म्हातारी झालीस ग विसरायला?
आम्हाला कसं सगळं लक्षात रहातं? प्लीज, बाहेर जा. मला आणखी चिडायला
लावू नकोस. खिचडी झाली की गिळायला या –'

'अग, किती बोलतेस, सुमे. विसरली असेल.'

'तू नको आणखी तिची बाजू घेऊस. धनंजयनं आधीच 'होय बा' म्हणायला
सुरुवात केलीय, आता तू. प्रत्येकाला तिचीच बाजू खरी वाटते. मेली नाटकी –'
सुमीचा पट्टा चालूच होता. ती बिचारी एक नाही की दोन नाही. मुकाट बाहेर जाऊन
खाली मुंडी घालून बसली होती. केव्हा एकदा संध्याकाळ होते आणि मी जायला
निघते असं मला झालं होतं.

मी चार वाजता जायला निघाले. सुमतीनं परत आहेर म्हणून भारी साडी दिली.
लाडू बांधून दिले. मला सगळ्याचंच ओझं वाटत होतं; पण इथं काही बोलायची
इच्छाही होत नव्हती. धनंजयनं, इरावतीनं नमस्कार केला. 'कधी दोघं या रे मुंबईला.'

'येऊ, मावशी.' धनंजय म्हणाला. इरावती कसनुसं हसली. मी बाहेर पडले.
'पुन्हा ये ग. घाईत निवांत बोलताच आलं नाही आणि साडी दिलीय ती नेस.
मैत्रिणीची आठवण –' सुमी आणि जज्जसाहेब बंगल्याच्या चौकटीतच उभे होते.
इरावती-धनंजय आत निघून गेले होते. या चार माणसांचा एकमेकांशी जणू काही
कसलाच संबंध नव्हता.

बंगला नजरेआड झाला. माझ्या डोळ्यांपुढे इरावतीच होती. नाजूक, देखणी. विचारांच्या ओझ्याखाली वय, आनंद विसरलेली. काय घडलं असेल? ही मुलगी अशी आयुष्यातून निपटल्यासारखी का? सुमीच्या अति मालकी हक्कामुळं? सुमी म्हणजे मालकीण. बाकी सगळे गुलाम. बाळू, स्वयंपाकाची तुंगाबाई तशीच इरावती. त्यामुळं धनंजयही दु:खी दिसत होता. त्याचा आईशी संवादच संपला होता. सुमतीच्या प्रचंड सावलीत दोघं खुरटून गेली होती.

मी रिक्षातून उतरले तेव्हा कल्पनाही नव्हती, की इथं मला इरावती गाठणार आहे. एकापरीनं ते बरं झालं. मलाही तिच्याशी अगदी आतड्यानं बोलायचं होतं.

दोघी समोरच्या हॉटेलात शिरलो. अंगणात खुर्च्या टाकल्या होत्या. एका छत्रीखाली जाऊन बसलो. तिथून येत्या-जात्या गाड्या दिसत होत्या. आमचा थांबाही नजरेच्या टप्प्यात होता.

'इरावती, बोल बेटा. तू फार दु:खी आहेस. मला कळत होतं. तुझ्याशी बोलावंसं आतून वाटत होतं. पण काय करू? त्या गडबडीत ते शक्य नव्हतं. उगीच आले असं वाटलं –'

'असं नका म्हणू. मी तुमची वाट पाहात होते. मी तुमच्याबद्दल खूप ऐकलंय. धनंजयही नेहमी सांगतो. म्हणून अशी घरी न सांगता तुम्हाला भेटायला आले. खूप बोलायचंय, मावशी. मला बोलू द्या. मला तुमचा खूप आधार वाटतो –' तिनं सुरुवात केली.

'इरावतीची कहाणी फार वेगळी आहे, मावशी. तुम्ही ती समजू शकाल असा विश्वास वाटला म्हणून मी बोलायचं धाडस करतेय –

'.....गरिबी हे नुसतं दु:ख नाही, तो शाप घेऊन मी जन्माला आले. माझ्या वाढत्या वयाबरोबर आईची चिंताही वाढत गेली. किती वेळा ती ऐकवायची, 'कशाला आलीस आमच्या पोटी? होतं ते दु:ख कमी वाटलं म्हणून देवानं तुला पाठवून दिली.'

'मी हा जोगवा मागायला गेले नव्हते. तिच्यापोटी मी जन्माला यावं हा नियतीनं दिलेला शाप. दुसरं काय?' इरावती बोलत होती. मी गप्प बसून त्या बावीस वर्षांच्या मुलीचं तत्त्वज्ञान ऐकत होते. गरिबीनं तिला केवढं शहाणं केलं होतं!

'हे स्थळ आलं तेव्हा आई हरखून गेली. मी नर्व्हस होते. कारण मुलगा शब्दही बोलत नव्हता. बोलत होती ती आईच. मला तर वाटायला लागलं, हा मुका आहे की काय? शेवटी मीच विचारलं, 'तुम्हाला काही विचारायचंय?' तो फक्त हसला. निर्मळ, निरागस. आई झटकन म्हणाल्या, 'त्याला हे बघणं, प्रश्न विचारणं आवडत नाही. त्याला तो शिकलेल्या मुलीचा अपमान वाटतो. त्यानं प्रथमच सांगितलं, 'जी पहिली मुलगी बघेन तिच्याशीच लग्न करेन.'

'आणि आमचं लग्न ठरलं. तेव्हाच साखरपुडा झाला. आठ दिवसांत लग्न लागलं आणि या घराची लक्ष्मी म्हणून मी गृहप्रवेश केला.'

'तुला कसली शंका आली नाही?'

'आली. त्याचं हसणं इतकं स्वच्छ होतं..... पहायला आलेला मुलगा असं लहान मुलासारखं हसत नाही.'

'तरी तू –'

'हो. मी होकार दिला. कारण मी आई-बाबांना जड झाले होते. मला माझा प्रश्न सोडवायचा होता. मी तो वेगळ्या पद्धतीनं सोडवला.'

मला एकाएकी घाम फुटला. या तरुण मुली आयुष्याचा कसा आणि काय विचार करतात? गंजिफाचा खेळ? आकर्षक, सुंदर, पण दान शेवटी नियतीच्या हाती.

'त्या नको म्हणत असताही आम्ही - खरं तर मीच, हनिमूनचा बेत ठरवला. केरळला जायचं नक्की केलं. त्या खूप चडफडल्या. त्याला एकट्याला जायची सवय नाही, आईशिवाय तो कधी राहिला नाही, वगैरे.'

मीच त्यांना सांगितलं, 'मी आहे ना सोबत. आता लग्न झाल्यावर बायकोची सवय होईल त्याला.' प्रवासात आमची खरी ओळख झाली.

'तो फार चांगला आहे. सज्जन, सरळ, हुशार. फक्त 'आई' या नात्यापलीकडं तो काही जाणत नव्हता. त्या बाबतीत त्यांनी त्याला कायमचाच दुबळा करून ठेवलाय. आपल्या नजरकैदेत वाढवला.'

'पहिल्या एकांतात मला जाणवलं, तो स्त्री-पुरुष संबंधाला घाबरतो –'

'त्याच्यात उणेपण आहे?'.....

'मला वाटतं, त्याच्यात आत्मविश्वास नाही. तो स्त्रीचं शरीर ओळखत नाही. पुरुष म्हणून या बाबतीत तो अनभिज्ञ आहे.'

'मग तू राहिलीस कशी? तेव्हाच त्याला सोडून –'

'मी कुठं जायला हवं होतं? कुणाच्या आधारावर? आईचं घर मला बंद होतं. अन्य कुणाकडे कामाची बाई म्हणून जाण्यापेक्षा हक्काच्या घरी राहणंच योग्य ना? आणि खरंच तो चांगला आहे. दोन दिवसांनंतर तो जरा रुळला. परिचय अधिक वाढल्यावर जरा धीर करून म्हणाला, 'इरावती, मला समजून घे ग! मला आजवर अशी..... अशी मैत्रीण असते हे माहीतच नव्हतं. तू चांगली आहेस –'

'तुला आवडले?'

'.....'

'बोल रे!'

'इरू, तू मला आवडतेस –' तो त्याचा थरथरता स्पर्श, पहिला स्पर्श आणि ते भित्रे डोळे..... मावशी, माझ्या पोटात गलबलून आलं.....' इरावती या क्षणीदेखील

ते आठवून हमसाहमशी रडू लागली. मी तिला रडू दिलं. ते सर्व ऐकताना मी अशी गळपटले होते, की गप्प रहाण्यापलीकडे काही करूच शकत नव्हते. तेवढ्यात कॉफी आली. कॉफीचे दोन घोट घेऊन ती थोडी हुशारली.

'त्या रात्री तो माझ्याशेजारी झोपला. मध्येच रात्री उठून बसला. म्हणाला, 'तू मला सोडून जाणार नाहीस ना? प्रॉमिस?'

'प्रॉमिस! पण तूही एक वचन दे. मला पुढे शिकायचंय. आणखी तीन वर्षं. शिकू?'

'जरूर.'

'तीन वर्षांनंतरही आपल्याला एकत्र रहावंसं वाटलं तर –'

'म्हणजे तू मला सोडून जाणार?'

'नाही राजा, पण समज, तीन वर्षांनंतर तुला जर दुसरी कुणी आवडली तर मी आनंदानं बाजूला होईन.'' त्या दिवसापासून मी त्याची फ्रेंड, फिलॉसॉफर आणि गाईड आहे. सहा महिन्यांपूर्वी आम्ही ते गाव सोडलं. आईच्या हुकूमशाहीपासून मला त्याला दूर करायचं होतं.

'तेव्हापासून आईंनी माझ्याशी शत्रुत्व सुरू केलंय. करू देत. त्यांना मी वाईट म्हणणार नाही. माणसाला राज्य करायला आवडतं. त्यासाठी त्याला गुलाम हवे असतात. धनंजयला गुलामगिरीतून सोडवून एक 'स्वतंत्र माणूस' म्हणून मला जगायला शिकवायचंय.'

'तो उत्तम लेक्चरर आहे. अभ्यासू वृत्तीचा आहे. बाहेर त्याचा लौकिकही चांगला आहे. फक्त तो आईला घाबरतो. तिचा तो पिंजऱ्यातला पोपट आहे. ती त्याला डाळिंबाचे दाणे घालते, लाड करते, बोलायला शिकवते. तो तेवढंच बोलतो.

'मी त्याला 'त्याचे' शब्द बोलायला शिकवतेय. त्याचं त्याला जगायला शिकवतेय. त्याच्या पंखात शक्ती आहे हा विश्वास त्याच्यात निर्माण करतोय.'

'आणि तुझं काय, इरू?'

'मी फक्त शिकतेय. त्याला घडवतेय. मावशी, त्याला घडवता घडवता मी घडते आहे. मावशी, स्त्री-पुरुषाचं हे सहजीवन. निखळ मैत्री. कदाचित् आणि दोन वर्षांनी तो आत्मविश्वासानं भरलेला स्वयंपूर्ण पुरुष होईलसुद्धा! पण तेव्हाही मी त्याची पत्नी-प्रेयसी होऊ शकणार नाही. कदाचित् मावशी, मी कुठल्याच पुरुषाची पत्नी होऊ शकणार नाही. पुरुष हा माझ्या लेखी फक्त एक प्रयोग करण्याचा विषय, घडवण्याचा विषय –'

'तू वेडी आहेस. असा विचारही करू नकोस. तू तुझ्या नवऱ्याला छान समजून घेतलंयस. तुझ्या प्रयत्नाला यश आलं तर खूप प्रेमानं, सुखानं संसार कराल. एकमेकांसाठी, एकमेकांत जगायला शिकाल. निकटचा सहवास प्रेम करायला

शिकवतो. हा नुसता प्रयोग नाही, इरू. हा केवढा मोठा त्याग आहे. तुझ्यासारखी मनस्वी मुलगीच हे करू शकते. शाब्बास बेटा!'

तेवढ्यात माझी लक्झरी बस आली. इरावतीनं मला वाकून नमस्कार केला. 'सुखी हो! यशस्वी हो!' मी आशीर्वाद दिला.

'मी पत्र पाठवेन. मला विसरू नका. मला तुमच्या शब्दांची फार फार गरज आहे हो! जगात मला दुसरं कुणी नाही. फक्त तुम्ही आहात. तुम्ही.....'

माझी लक्झरी सुरू झाली. इरावतीची आकृती अस्पष्ट होत होती. मी खिडकी बंद केली. पडदा ओढून घेतला. केवढं मनोबल! केवढी उंच झेप! आणि मी तिला आशीर्वाद दिला.....!

कोण मी?

माझे हात मला दुबळे, क्षीण झाल्यासारखे वाटले. 'इरावती, हे सगळं सहन करण्याची मला शक्ती दे!' मी स्वतःशीच पुटपुटले आणि ओंजळीत तोंड लपवलं.

∎

(गावकरी)

पण यात माझं काय चुकलं?

'गोविंदाग्रजांच्या काव्य-प्रतिभेचा आपण विचार केला. आता आपण त्यांची एखादी कविता –'

'मॅडम, 'प्रेम आणि मरण'–' समोरून दोन-तीन आवाज आले. मी हसले. प्रेम आणि मरण आवडावी अशा स्वप्नाळू वयातल्याच त्या मुली होत्या. खरं तर कुठल्याही वयाला मोहात पाडेल अशीच ती कविता आहे.

मी पान उघडलं आणि तास संपल्याची घंटा वाजली. मुलींचे चेहरे विरजले.

'शीः! नक्को तेव्हा घंटा वाजते.' हेही त्यांचं वय बोलत होतं. मी वर्गाबाहेर पडत असतानाच शिपायानं माझ्यात हातात चिठ्ठी दिली –

'मी वाट पहातेय. लगेच ये. बोलायचंय.'

कावेरी सराफ.

कावेरी सराफ..... कोण बरं? ती, कॉलेजमधली तर नव्हे? पण ती मला का भेटायला आली असेल? कॉलेज सुटूनही आता दहा-बारा वर्षं उलटली. आम्ही आयुष्याच्या मार्गाला लागलो. जुने संदर्भ काळाच्या ओघात अस्पष्ट झाले, काही पुसले गेले.

मुळात कॉलेजात असताना तरी आमचे काय संबंध होते? माझ्या स्वभावात – विचारात न बसणाऱ्या मुलींतली ती होती. टॉमबॉयसारखी. कॉलेजात केव्हाही उगवायचं. वाटलं तर वर्गात बसायचं नाहीतर समोरच्या कॅन्टीनमधे वेळ काढायचा. उगाच मोठ्यानं हसून सर्वांचं लक्ष वेधून घ्यायचं.

आमच्या वर्गात तो एकच ग्रुप असा होता, की ती मुलं-मुली मिळून असायची. नुसत्या मुली दिसल्या, की त्या त्यांच्या लेखी काकूबाई असायच्या. त्यांची टिंगल करायची. प्राध्यापकांना नावं ठेवायची, वर्गात मागून येऊन बसायचं आणि कंटाळा आला की मिळून सर्वांनी बाहेर पडायचं, असा तो खुशालचेंडू ग्रुप होता. घरी रिकामं बसण्यापेक्षा कॉलेजमधे अडकवलेलं बरं, हा सुज्ञ विचार करून आई-वडील कॉलेजच्या फीचा भुर्दंड सोसत असावेत. अशा मुलीबरोबर कॉलेजच्या पाच वर्षांत मी सलग पाच वाक्यंही बोलले नसेन. मग तिचं माझ्याकडे काय काम असावं?

ॲडमिशनसाठी वशिला, नाहीतर कुणासाठी ट्यूशन. विचार करत मी स्टाफरूममधे पाऊल टाकलं.

बाकीचे प्राध्यापक वर्गावर गेले होते. एक-दोघी एका टोकाला बसून चहा घेता घेता हळू आवाजात बोलत होत्या. बाकी सामसूम. कावेरी मात्र अशा आरामात बसली होती, की जशी काही ती स्टाफमधलीच होती आणि ते तिच्या स्वभावाला धरून होतं.

अजूनही ती तशीच होती. वयोमानानुसार आणखी थोडी ऐसपैस झाली होती. डोळ्यांत तोच उडता चंचलपणा, केस दोन-तीन रंगात रंगवलेले आणि काय शोभेल याचा विचार न करता घातलेला पंजाबी ड्रेस. खरं तर तिनं भेटायला येणं मला मुळीचच आवडलं नाही. पण ती आली होती. बोलणं भाग होतं.

'ओळखलंस?' तिनं विचारलं.

'हो.'

'आश्चर्य वाटलं ना मला बघून?'

'वाटलं खरं, पण तसंच काही काम काढलं असशील, म्हणून –'

'करेक्ट! काम आहे आणि महत्त्वाचंही आहे. आपण इथंच बोलूया की बाहेर पडूया?'

मी विचार केला, ही बया केव्हाही कशीही वागेल. तेव्हा सार्वजनिक ठिकाणी अनवस्था प्रसंग ओढवण्यापेक्षा इथं बंदिस्त जागी बरं. शिवाय स्टाफरूम तशी रिकामीच होती. आमचं बोलणं षट्कर्णी होण्याची शक्यता कमी.

'तुला पन्हं आवडेल? आमच्या कॅन्टीनमधे चांगलं मिळतं.'

'चालेल. अगदी ताक पिण्यापेक्षा बरं!' ती तिरकसपणे बोलली. मी दुर्लक्ष केलं. पन्हं येईपर्यंत आम्ही एकमेकींना निरखत इकडचं तिकडचं बोलत होतो.

'तू अजून तशीच आहेस ग! काही बदल नाही.'

'आणि तू?' मी पुढचे शब्द गिळले. उगीच कटुता नको. मला आठवलं; एकदा वर्गात अगदी गंभीर विषय चालू असताना तिनं शिटी वाजवली. प्राध्यापकांनी सत्तर मुलांतून तिला नेमकी ओळखली. 'तुम्ही, अहो, खाली मान घालून बसलेल्या, कृपा करून वर्गाबाहेर जा.'

'पण मी काय केलं?'

'काय केलंत ते तुम्हाला ठाऊक आहे. जा बाहेर.'

'कमालाय! नाहीतरी बोअर झालेच होते –' बाहेर पडता पडता ती म्हणाली. संतापानं लाल झालेले प्राध्यापक एकदम ओरडले, 'थांबा' ती थांबली. 'या संपूर्ण वर्षात बोअर व्हायला पुन्हा माझ्या वर्गात बसू नका. जी मुलं शिकायला येतात त्यांचं नुकसान करू नका.' वर्षभरात ती पुन्हा त्या विषयाच्या तासाला कधीच दिसली नाही.....

तेवढ्यात पन्हं आलं. ते सावकाश घोट घोट घेत ती म्हणाली, 'आता आपण कामाचं बोलू. तसं काम नाहीच. एक घटना तुझ्या कानावर घालायचीय. खरं तर यापूर्वीच हे सगळं तुला कळायला हवं होतं.'

'का?'

'कारण या सर्व घटनेला तू जबाबदार आहेस.'

'मी? मी काय केलं? कसली घटना? मला काहीच कळत नाहीय.'

'आता कळेल. कळायला हवं?'

मी पुरी वैतागले. एक तर कावेरी सराफ या मुलीचा माझा कधीही, कसलाही संबंध आला नव्हता. कुठल्यातरी घटनेबद्दल ती सांगायला आली होती. कशासाठी? आणि तेही इतक्या वर्षांनी! आजवर ही कुठं होती? आणि आत्ताच हिला मला भेटण्याची गरज का वाटली? प्रश्न विचारण्यापेक्षा ती काय सांगते ते ऐकणं बरं म्हणून मी किंचित् सरसावून बसले. खरं तर आता मलाही उत्सुकता लागली होती. एखाद्या रहस्यकथेचं कथानक उलगडावं अशा थाटात तीही पुढे होऊन बोलू लागली –

'तुला ती गुंजाळ आठवते?'

'कोण?'

'आपल्या कॉलेजमधे क्लार्क होती ती –'

'बरं, तिचं काय?'

'तिचं काही नाही, तिची मुलगी योगायोगानं तुझी स्टुडंट आहे. ती परवा पुण्यात भेटली. तुझा विषय निघाला. तेव्हा कळलं की तू या कॉलेजात आहेस. म्हटलं हे बरं झालं. खरं तर त्या घटनेला अनेक वर्षं झाली, पण तुझा पत्ताच ठाऊक नव्हता ना! पत्ता मिळाल्यावर मात्र ठरवलं, आता मुंबईला गेल्यावर पहिली गोष्ट म्हणजे तुझी भेट घेणं. ही हकिकत तुला सांगणं आणि –'

'कसली हकिकत? काय ते एकदा सांगून टाक ना बाई!'

'तुला आठवतो, आपल्या वर्गातला सुद् ?'

'काय सुद्? हे काय नाव आहे माणसाचं?'

'अग, असं काय करतेस? अग 'सुद्' म्हणजे सुदर्शन सदावर्ते.'

'नावाची असली चमत्कारिक रूपं करून आपण एका वेगळ्या स्तरावरचे लोक आहोत हे सिद्ध करणारी माणसं मला कधीच आवडली नाहीत.'

'न आवडू देत ग! तेव्हा तरी तुला तो कुठे आवडत होता?'

'ओ यू शट् अप्! कोण कुठला मुलगा, मला आवडण्याचा किंवा न आवडण्याचा प्रश्न कुठं होता? वर्गात नव्वद ते शंभर मुलं. कुणाकुणाचे चेहरे लक्षात रहाणार? आणि तुला ठाऊक होतं, मी किती धावपळीत असायची. मुलांशी मैत्री, गप्पाटप्पा,

हॉटेलात जाणं वगैरे फालतू गोष्टींना मला वेळच नसायचा.'

'होय तर! तुझी स्पेशल कॅटॅगरी होती ना! सर्वांपासून दूर. आपण म्हणजे कुणी खास. तू काही कमी शिष्ठ नव्हतीस.'

'बरं बाई तसं म्हण हवं तर. पण त्यामुळं तुझं काही नुकसान झालं नाही ना?'

'माझं नाही, पण त्याचं झालं ना?'

'कुणाचं?'

'सुदूचं?'

'सुदूचं? नुकसान? म्हणजे? मी नाही समजले?'

'तुझ्या अनेक ॲक्टिव्हिटिजमधे नाटकात काम करणंही होतं?' तिनं उलट तपासणी करावी अशा थाटात विचारलं.

'हो.'

'शेवटच्या वर्षात तुम्ही अत्र्यांचं नाटक बसवलं होतंत – करेक्ट?'

'हो.'

'त्यात तू नायिका होतीस.'

'होते.'

'तुझ्याबरोबर नायकाचं काम कुणी केलं होतं आठवतं?'

'नायकाचं काम....? हां, आठवलं. कुणीतरी.... चेहरा आठवतो, नाव नाही आठवत.'

'नाही आठवणार ग! स्वत:ला फार समजत होतीस ना! आणि सगळ्या प्राध्यापकांनीही तुला डोक्यावर चढवून ठेवलं होतं. कुणाकडे फिरकून बघायची नाहीस.'

'तू काय उणं-दुणं काढून भांडायला आलीयस, कावेरी?'

'भांडण नव्हे. जे घडलं ते तुला कळलंय की नाही मला ठाऊक नाही; पण माझं जे नुकसान झालंय –'

'तुझं नुकसान? कावेरी, मी कधी तुझ्याशी बोलायला तरी आलेय का ग? कुठल्या तरी ऐतिहासिक घटना सांगून कशाला संतापतेस? आपण एवढ्या वर्षांनी भेटलो. चार चांगल्या गोष्टी बोलू या ना!'

'चांगल्या गोष्टी? तू काय चांगलं केलंयस म्हणून मी साखरपेरणी करू?' तिचा आवाज तापत होता. असं काय आकाश कोसळलं होतं म्हणून तिनं एवढं संतापावं? पन्ह्याचा शेवटचा घोट घेऊन तिनं ग्लास टेबलावर आपटला.

'तुला ठाऊकाय, सुदू तुझ्यावर प्रेम करत होता.'

एक क्षणभर मला काहीच कळलं नाही. कळलं तेव्हा आश्चर्याचा धक्काच बसला.

'काय, काय म्हणालीस? तो कोण सुदू का फुदू माझ्यावर प्रेम करत होता?

त्याला मी काय करू? कॉलेजात असे डझनभर प्रेमवीर असतात. त्यांना तेवढाच उद्योग असतो. प्रेम करत सुटायचं. एकीनं नाही म्हटलं की दुसरी, मग तिसरी....'

'स्टॉप दॅट नॉन्सेन्स. सुद् तसा नव्हता.'

'हे तुला काय ठाऊक?'

'कारण मी त्याच्यावर प्रेम करत होते.'

'शाब्बास ग तुझी! सुद् माझ्यावर प्रेम करत होता आणि तू त्याच्यावर प्रेम करत होतीस आणि तुझ्यावर कोण प्रेम करत होता? ग्रेट! कॉलेजमध्ये शिकायला येत होतात की प्रेमं करायला?'

'ते तुला कसं कळणार? प्रेम ठरवून करायचं नसतं, ते होतं. तुझ्यासारख्या कोरड्या बाईला –'

'गप्प बस एकदम. मला नावं ठेवण्याचं कारण नाही. तुमची प्रेमप्रकरणं आणि आम्हाला त्रास.' माझं बोलणं तिच्यापर्यंत पोहोचलंच नसावं. ती बोलत होती, 'तो फार चांगला मुलगा होता. हसरा, आनंदी. बॅडमिंटन छान खेळायचा. नाटकात कामं करायचा. कविता करायचा –' बोलता बोलता तिचे डोळे भरून आले. मी वरमले. हे काहीतरी भलतंच प्रकरण दिसत होतं. कावेरीच्या खांद्यावर हात ठेवून मी म्हटलं, 'तुझं प्रेम होतं ना त्याच्यावर? मग लग्नाचं नाही विचारलंस?'

'काय विचारणार? बोलायला गेले तर तुझाच विषय काढायचा. त्या नाटकापासून त्यानं तुझा ध्यासच घेतला होता. तुझे लांबसडक केस, बोलके डोळे, तुझा अभिनय, तुझा आवाज –'

'प्लीज, स्टॉप इट्. बिलीव्ह मी, मला या प्रकारातलं काहीच ठाऊक नाही. मी कुणात कधी गुंतलेच नव्हते.'

'कसं ठाऊक नाही म्हणतेस? त्यानं तुला पत्र लिहिलं होतं. मी ते चोरून वाचलं होतं.....'

'बाई ग, मला खरंच ठाऊक नाही. नाटकानंतर अनेकांनी मला पत्रं लिहिली. तो ढीग मी तसाच्या तसा प्राचार्यांकडे पाठवायची. अशा फालतू गोष्टीत लक्ष घालायला मला सवड नव्हती.'

'सवड नव्हती म्हणे. तुझ्या लेखी फालतू असणाऱ्या गोष्टी ह्या इतरांच्या दृष्टीनं जीवन-मरणाच्या ठरू शकतात.'

'भले! एखादी मुलगी आवडली की लागले हे प्रेमवीर तिच्यामागे. अशा एकतर्फी प्रेमवीरांनी दुसऱ्यांना सतावण्याऐवजी जीव द्यावा. नसता वैताग!' माझा संयम संपला होता.

'त्यानं जीवच दिला.' ती थंड आवाजात म्हणाली.

'काय....?' मी नकळत पुटपुटले.

'होय. तू बोलायलाच काय, पण बघायलाही तयार नव्हतीस. मग त्यानं कॉलेज सोडलं. पुढे मुंबई सोडली – तुला विसरायला. कसाबसा ग्रॅज्युएट झाला. घरचं बरं होतं. वडील म्हणाले, घरच्या धंद्यात लक्ष घाल; पण तो आयुष्यातनं उठल्यासारखाच झाला होता. खोलीत सगळे नाटकातले फोटो लावून ठेवले होते.

'तेव्हा मी त्याला बोलले, हे वेड सोड म्हणून. मग त्याला म्हटलं की मी त्याच्यासाठी प्रयत्न करीन म्हणून. नको म्हणाला. म्हणाला, 'ती फार चांगली मुलगी आहे. वेगळी. तिला तिच्या योग्यतेचाच मुलगा हवा. मी तिला काय देणार? फक्त प्रेम! ती माझ्याकडे बघतसुद्धा नाही. तिचा अभ्यास आणि ती. वाचताना किती एकाग्र असायची! शेजारी बसलो तरी तिला कळायचं नाही. ती पुस्तकं वाचायची आणि मी तिला वाचायचो....'

मी एकदम ओरडले, 'पण हे तू मला आत्ता का सांगतेस? मला कोण तो मुलगा डोळ्यांपुढेही येत नाही. या सर्व प्रकारात माझा काय दोष?' मी कमालीची अस्वस्थ झाले होते.

'तुझा दोष नाही ग; पण त्यानं आत्महत्या केली हे तर खरं! एका रात्री उठला आणि सरळ रेल्वेच्या रूळावर जाऊन पडला. संपला ग! दोन तुकडे झाले. मुंडकं एकीकडे आणि –'

'एकदम गप्प बस. तू मला इमोशनली ब्लॅकमेल करायला बघतेस. ज्या मुलाकडे मी नीट पाहिलंही नाही, चार वाक्यं कधी बोलले नाही, अशा कुठल्यातरी मुलानं माझ्या ध्यासानं जीव दिला त्याला मी काय करू? माझी सुख-दु:खं घेऊन माझी मी जगते आहे. हे काहीतरी सांगून तू माझं आयुष्य का नासवतेस? मला का शापतेस?'

'मी तुला शापत नाही, पण मला हे दु:खाचं ओझं सहन होत नाही. सुदूचं मरण मी ॲक्सेप्ट करू शकत नाही. तू जर त्याच्याशी लग्न केलं असतंस –'

मी तोल जाऊन ओरडले, 'प्लीज, प्लीज, तू निघून जा. कुणाच्यातरी मृत्यूचं खापर तू माझ्या डोक्यावर ठेवू नकोस. तुझं एवढं प्रेम होतं ना, तू त्याचा मृत्यू ॲक्सेप्ट करू शकत नाहीस ना, मग तू पण जीव दे. जा, गाडीखाली पड.....' मी आकांतानं ओरडले आणि टेबलावर डोकं टेकून ओक्साबोक्शी रडू लागले.....

'आर यू ऑल राईट मिस्?' प्रिन्सिपल अय्यर मला विचारत होते. मला पंख्याखाली एका बाकावर झोपवलं होतं. पाच-सहा कलीग्ज माझ्याभोवती उभे होते. कुणीतरी तोंडावर, डोक्यावर पाणी मारलं असावं. मी उठून बसले. ओशाळले. कुणीतरी कॉफी मागवली होती. दोन घोट घेतल्यावर जरा सावरले. या गर्दीत कावेरी

कुठेच दिसत नहती.

मी घरी आले तरी उठावं, काही करावंसं वाटत नव्हतं. कुणीतरी मुलगा माझ्यावर प्रेम करत होता त्याला मी काय करणार? माझ्या ध्यासानं तो मेला म्हणे – याला तरी मी काय करणार? कावेरीचं प्रेम सफल होऊ शकलं नाही, यात तरी माझा काय दोष? आणि आता हे सगळं सांगून तिनं काय मिळवलं? हे सांगायचंच होतं तर तो जिवंत असताना तिनं का नाही सांगितलं?

आणि समजा सांगितलं असतं; तरी त्याचा काय उपयोग होता? मी काय त्याच्यावर प्रेम करणार होते थोडीच? असं कुणी दडपण आणून प्रेम करता येतं? लग्न होऊ शकतं?

माणसं असं का वागतात? आपलं अस्तित्व दुसऱ्यावर का लादतात? तेव्हा मी सगळंच उडवून लावलं असतं. मला तो उल्लूपणा वाटला असता आणि आता पूर्ण दहा वर्षांनंतर ही बाई माझा पत्ता शोधत येते काय आणि थोडाही विचार न करता मला आरोपीच्या पिंजऱ्यात उभं करून निघून जाते काय! शी:!

या एवढ्या मोठ्या दु:खाचं मी आता काय करू? कुणाचं तरी आयुष्य संपवायला, नकळत मी कारणीभूत झाले हे सत्य कसं स्वीकारू? .....झिडकारू? विसरू? प्रश्न, प्रश्न, प्रश्न! प्रश्नांना उत्तरं नव्हतीच. काहीतरी भयानक घडून गेलं होतं आणि अत्यंत विचित्र प्रकारे आता माझ्यापर्यंत येऊन पोहोचलं होतं. कावेरी अचानक वावटळीसारखी आली आणि माझ्या आयुष्यात प्रचंड वादळ उठवून गेली. या सर्व प्रकारात मी कुठेच नव्हते; तरीही कारण नसताना अपराधी ठरले होते.

मनात उठलेल्या भोवऱ्यात मी तीन-चार दिवस भोवंडत होते आणि केव्हातरी त्यातून उठले. हे सर्व दूर लोटायचं ठरवून उठले. ही असली एकांगी, एकेरी प्रेमप्रकरणं दुसऱ्याचं जगणं अशक्य आणि असह्य करून टाकतात. मला ते होऊ द्यायचं नव्हतं. मी कॉलेजला जायचं ठरवून टाकलं.

सगळा जामानिमा आवरून वेळेवर कॉलेजात हजर झाले. दारातच प्राचार्यांनी स्वागत केलं, 'कशा आहात?'

'एकदम ठीक. थँक्यू, सर!'

'दॅट्स गुड्!' एवढ्यात बेल वाजली. मी पाय उचलले. अगदी नॉर्मल वागायचं असा मी निश्चय केला होता. मुलांच्या उत्साही जगात ते शक्यही होतं.

मी नेहमीच्या मूडमधे वर्गात शिरले. पुस्तकातच नजर ठेवून वाचायला सुरुवात केली –

'मुरली' या कवितेत –

'मॅडम, आपण 'प्रेम आणि मरण' घेतली होती,' समोरची मुलगी म्हणाली.

मला ते ध्यानात होतं, पण हेतुत:च मी दुसरी कविता निवडली होती. आता टाळणं कठीण दिसत होतं. मुलांची आवड लक्षात घेणं भागच होतं. 'सॉरी' असं म्हणत मी त्या कवितेचं पान उघडलं. खरं तर ती संपूर्ण कविता मला पाठ होती; पण आज मी ती वाचणार होते. आता माझीच कसोटी होती.

"निष्प्रेम चिरंजीवन ते।
जगि दगडालाही मिळते।। धिक् तया।।
क्षण एक पुरे प्रेमाचा।
वर्षाव पडो मरणांचा।। मग पुढे।।"....

नकळत माझा स्वर उंचावला होता. थोडा कातर होत गेला होता. का? कावेरी भेटून गेली आणि मला एकदम प्रेमाचा अर्थ उमगला का? आजवर मी भावनाविरहित दगड होते का? प्रेम म्हणजे काय हे न समजताच त्यावर मी भाष्य करत होते का? आणि ज्या संकटाला मी घाबरत होते तेच नेमकं समोर आलं. स्वत:वर काबू ठेवत मी वाचू लागले –

".....तो योग। खरा हटयोग। प्रीतिचा रोग।
लागला ज्याला। लागते जगावे त्याला।। ते असे।।"

'मला वाटतं यावर काही स्पष्टीकरण नको.'

'का?' एक उनाड प्रश्न. मी प्रश्नकर्त्याचा शोध घेण्याचा प्रयत्न केला. ते चेहरे माझ्याकडेच, उत्सुक तरीही निर्विकार.

'कारण जीवनातलं एक कठोर सत्य कवीनं अतिशय सुंदरपणे मांडलं आहे. सुभाषितांसारखी चिरंतन वाटावीत अशी सत्यभाषितं गोविंदाग्रजांच्या कवितेत विखुरली आहेत –'

मी अथक बोलत होते. कुठे थांबावं हे कळतच नव्हतं आणि मी बोलत राहिले. माझ्याशी, माझ्यासमोर बसलेल्या विद्यार्थ्यांशी, कावेरीशी आणि मरणाला मिठी मारणाऱ्या त्या त्या न आठवणाऱ्या तरुणाशीसुद्धा!

मी खरंच अपराधी होते, की तो दुबळ्या मनाचा, एकांगी विचाराचा तरुण? की ही अशी चूड लावून गेलेली कावेरी?

आता मी काय करू? प्रचंड व्यथेची सोबत घेऊन जगू? मूर्खपणा म्हणून हे सारं झिडकारू? की त्या कोवळ्या, संपून गेलेल्या प्रेमाची समाधी बांधू?..... अरे, मी काय करू? कुणी उत्तर द्या!

आता माझ्या डोळ्यांपुढे रेल्वेचे रूळ दिसत होते. गाड्यांचा प्रचंड धडधडाट, कर्णकर्कश शिट्ट्या, लोकांचा ओरडा, पळापळ.....रेल्वेलाईनच्या एका बाजूला उडालेलं मुंडकं – अनोळखी, माझ्याकडे पाहणारं आणि आता ओळख देणारं. हसत होतं का ते.....?

मी तोंड फिरवलं. पुस्तक मिटलं. आता आवाज स्थिर ठेवून मोठ्यानं म्हणू

लागले. म्हणजे मी म्हणत होते, पण त्या समोरच्या मुलांना काही ऐकू येत नव्हतं. माझे शब्द गोठले होते का? ते फक्त माझ्याच मनात घुमत होते का?

आता मी सर्व शक्तिनिशी आणखी मोठ्यानं म्हणू लागले –

"तो योग। खरा हटयोग प्रीतिचा रोग।
लागला ज्याला। लाभते मरणही त्याला। हे असे॥....." ∎

(तारका)

नाचू कीर्तनाचे रंगी

राधा-कृष्ण मंदिराचं आवार टाकोटाक भरलं होतं. प्रत्येक नवं येणारं माणूस गर्दीवर नजर टाके आणि जागा मिळेल तिथं बसून घेई. सत्यवतीही आपल्या इमारतीतल्या इतर बायकांसोबत आली होती. खांबाला टेकून एका बाजूला बसून राहिली होती. तिला कीर्तनात मोठा रस होता म्हणून नव्हे, तर घरात एकटं बसून काय करायचं म्हणून. त्यातून शेजारणीनं खूपच आग्रह केला.

'चल ग –'

'मला नाही इच्छा.'

'इच्छा आणि अनिच्छा. घरी तरी काय मोठं घडणाराय? तिथं देवाच्या दारी –'

'त्या देवानं काय माझं भलं केलंय म्हणून त्याच्या दारात जाऊ? आयुष्याचं वाटोळंच केलं ना?'

'असं बोलू नये ग! जो तो आपल्या कर्माची फळं भोगतो.'

'होय. ते कर्म माझ्याशीच उभा दावा धरून उभं आहे.'

'हे बघ, घरात बसून हाच विचार करणारायस ना, त्यापेक्षा चार लोकांत बसलीस तर काय बिघडेल?'

शेवटी सत्यवती सर्वांबरोबर पाय ओढत निघाली. तिचं मन कशातच नव्हतं. चालता चालता कानी पडेल ते ऐकत होती.

'बुवा व्यासंगी आहेत म्हणे आणि वाणी पण मोठी रसाळ.'

'शास्त्रोक्त संगीताचा अभ्यासही केलाय म्हणतात.'

'हे म्हणत होते, बुवा देखणा आहे. आजच्यापरिस उद्या बायकांची गर्दी असेल.'

'काहीतरीच भाऊसाहेबांचं. आपण काय तोंड बघायला जातो थोडंच!'

'बघायला नव्हे, पण डोळ्याला बरं दिसलं तर पाहातोच ना!' सगळ्या खुसखुसल्या.

'काय बाई तरी एकेक. निर्लज्ज मेल्या!'

सत्यवती ऐकत होती आणि नव्हतीही. ती कुणातच नव्हती. घरी एकटं बसायचं

त्याऐवजी इथं गर्दीत. पण बाहेरची गर्दी तिचं एकटेपण मिटवू शकणार होती थोडीच?

'बुवा आले'ची कुजबुज झाली. सगळे डोळे मूर्तीच्या दिशेने वळले. मूर्तीला नमस्कार करून बुवा गर्भागारातून बाहेर आले.

ते रूप मोठं प्रसन्न होतं. लखलखीत गौर वर्णाला उठाव देणारं दुबोटी गंध. शुभ्र मलमली धोतर, वर बंद गळ्याचा पांढरा कोट, काळी टोपी, करवत, काठी, रेशमी उपरणं.

बुवांनी सभागृहाला विनम्र अभिवादन केलं आणि पायाला घुंगूर बांधून, हातात चिपळ्या घेतल्या. पेटी-तबलेवाल्याकडे एक नजर टाकून त्यांनी इशारा केला. परमेश्वराचं चिंतन करण्यासाठी डोळे मिटले, क्षणभरच आणि डोळे उघडून भोवती पाहिलं. त्याच वेळी खांबाला टेकून बसलेली सत्यवती त्यांच्या दृष्टीस पडली. पांढरं शुभ्र कपाळ. त्यावर वैष्णवी काळं गंध. शुभ्र साडी. अलंकारविरहित. त्या स्त्रीला निसर्गानं मात्र हात सैल सोडून लावण्य दिलं होतं.

बुवांनी नजर आवरली, पण एक अस्पष्ट असा नि:श्वास बाहेर पडला. त्यात करुणा अधिक होती. सत्यवती मात्र का कुणास ठाऊक अस्वस्थ झाली. पुरुषी नजरांचे अर्थ तिला अनोळखी नव्हते. ही दृष्टी स्वच्छ होती, निर्मळ होती, पण तिच्या ठायी रेंगाळली होती खास. तिनं मान खाली घातली.

कीर्तन सुरू झालं. पूर्वरंगानं वातावरण गंभीर झालं. बुवा शंकराचार्यांच्या चर्पटपंजरीचा दाखला देत होते –

'या मिथ्या जगाचा मोह धरू नका. हे माझं, ते माझं म्हणत एक दिवस सर्व इथंच ठेवून जायचंय. कुणीही 'माझं' नसतं.

'अरे, कोण तुझी पत्नी आणि कोण तुझा पुत्र. जिनं तुला जन्म दिला ती माता तरी तुझी कोण आणि पिता तरी कुठला? या सर्वांचा त्याग कर आणि वेड्या त्या गोपालाचं - श्रीकृष्णाचं – नामस्मरण कर –

"भज गोविंदम् भज गोपालम् मूढमते।"

हे तत्त्वचिंतन कुणासाठी? फक्त आपल्यालाच उद्देशून तर नव्हे? सत्यवती विचार करत होती. हे बुवा तरी कुठले आणि त्यांचं कीर्तन तरी कुठलं सत्य? सर्वच मिथ्या. आपण, आपलं वैधव्य, आपला दावेदार नवरा आणि आपल्याला पोरकं करणारी सासू. ते भोगही मिथ्याच का?

तर मग आपण वयाच्या विशीपासून पन्नाशीपर्यंत हे पांढरंफटक कपाळ घेऊन हिंडतोय ते खोटंच? आपल्या आयुष्याची परवडही खोटी? गिळलेले अपमान, दारिद्र्याचे चटके, ऐन तारुण्यातलं एकाकीपण आणि डसलेल्या त्या विषारी नजरा... हे सगळंच खोटं? अरे, मग सत्य काय? फक्त, 'भज गोविंदम् भज गोपालम् मूढमते।' एवढंच जर सत्य असेल तर मग हा विश्वाचा पसारा मांडलाच

का? इकडे सामूहिक नामस्मरण सुरू झालं होतं. टाळ्यांच्या गजरानं सत्यवती भानावर आली. नकळत सुरात सूर मिसळून म्हणू लागली –

"हरे राम, हरे राम, राम राम हरे हरे।
हरे कृष्ण, हरे कृष्ण, कृष्ण कृष्ण हरे हरे।।"

'बोला, श्री गोपालकृष्ण महाराज की, जय!'

सर्वांनी बुवांपाठोपाठ जयजयकार केला. सगळे कसे पावन, पवित्र झाले. सत्यवती सर्वांत होतीही आणि नव्हतीही. चावी दिलेल्या यंत्राप्रमाणे तिच्या हातून गोष्टी घडत होत्या.

रस्त्यात बायका एकमेकींना सांगत होत्या. 'किती छान झालं नै कीर्तन?'

'आता बाई गर्दी वाढतच जाणार. आपण लवकर येऊन जागा पकडू या.' सत्यवतीनं कुठलीच प्रतिक्रिया व्यक्त केली नाही; पण दुसरे दिवशी ती हाकेसरशी बाहेर पडली.

आता सर्वांना ती चटकच लागली होती. पाच वाजले, की पावलं मंदिराकडे वळायची. सुरेख निरूपण, विचार करायला लावणारा पूर्वरंग आणि खिळवून ठेवणारा उत्तररंग. रंगत जाणारी कथा, त्याला गाण्याची सुरेख साथ. अगदी बैठकीतल्या गाण्यासारखी दाद मिळायची. बुवा हसून तिचा स्वीकार करायचे. त्यांची आवाजावर हुकुमत होती. दाद घेणाऱ्या नेमक्या जागा ठाऊक होत्या. रसिकही तयार कानाचे होते.

कीर्तन उत्तरोत्तर रंगतच गेलं. बुवा आता सगळ्या गावाचेच झाले होते. उणीपुरी चार महिन्यांची संगत-सोबत एक आत्मभाव निर्माण करून गेली होती. बुवांना रोजची मेजवानीची आमंत्रणं असायची. त्यानंतर मोठा आहेर असायचा. बुवा कशाला, कशाला म्हणायचे नाहीत. प्रेमाचा आहेर ते मनोभावे स्वीकारायचे.

बुवा सत्यवतीच्या इमारतीतही पायधूळ झाडून गेले, पण आपलं पांढरं कपाळ घेऊन सत्यवती समोर गेली नाही. तिनं निग्रहानं स्वत:ला दूर ठेवलं. कुणी टोकलंदेखील, 'न येईना. स्वत:ला फारच समजते.'

'नशिबात हवं ना दर्शनसुख! असा अशुभ चेहरा समोर न आलेलाच बरा.' बायकांची पोटदुखी वेगळीच होती. त्या चेहऱ्याला महत्त्व आलं असतं. हे त्या पण जाणून होत्या.

बुवांना सगळं गाव भेटलं. सत्यवती दिसली ती फक्त खांबाला टेकून बसलेली – पांढरंशुभ्र कपाळ, पांढरी साडी. डोळ्यांत भाव दाटलेले. पाहाणाऱ्यानं समजावं.

बुवा शहाणे होते. स्वत:च्या व्यवसायाला बांधील होते. सर्वांना 'आपले' वाटूनही ते फक्त कीर्तनरंगी रंगणारे होते.

पाहता पाहता, चातुर्मासिसमाप्ती येऊन ठेपली. हे तर व्हायचंच होतं. आज इथं

तर उद्या तिथं. बुवा पायाला भोवरा बांधून फिरत होते.

आजच्या कीर्तनानंतर बुवांनी तशी घोषणा केली. सभामंडप एकदम स्तब्ध झाला. कल्पना असूनही ते ऐकणं सर्वांनाच अवघड वाटत होतं.

सत्यवती देवळाबाहेर आली. हळू पावलं टाकत घराकडे निघाली. पाय नेत होते म्हणून ती चालली होती एवढंच. गेल्या चार महिन्यांतला अंगवळणी पडलेला कार्यक्रम आता संपणार होता. उद्याचा शेवटचा दिवस. मग सगळेच दिवस सारखे. फक्त तारखेची पानं उलटायची. वेगळं काही घडणार नव्हतं.

घरात शिरता शिरता शेजारच्या वाड्यातलं किनऱ्या आवाजातलं हदग्याचं गाणं तिच्या कानावर आलं. एकजण सांगत होती आणि बाकीच्या एका सुरात साथ देत होत्या. कोवळे लवचिक आवाज. त्यातून शब्द बोलके झालेले. ऐकणाऱ्याला थेट भिडणारे. सत्यवती दाराशीच थांबली. वाऱ्याबरोबर गाणं तिच्यापर्यंत पोचत होतं. तिला आणखीच अस्वस्थ करत होतं. तिला वाटलं, आपणही असंच लहान व्हावं फुलाफुलांचा घेरदार परकर घालावा. केसात सुगंधी शुभ्र फुलांचे सर गुंफावेत. हातातल्या बांगड्यांचा किणकिणाट करत फेर धरावा. आपणही म्हणावं –

‘चिकणी सुपारी, कात जो केवड्याचा
हाति पक्की पानें, चुना मोतियांचा
रुमालात बांधोनि राधा निघाली
अशा कृष्णजींच्या महालात गेली...’

असे कृष्णजी! कसे? श्यामल नव्हे....लख्ख गौर वर्ण.

पांढरा लांब कोट, शुभ्र तलम धोतर.

तरतरीत नाक, मोठ्ठं कपाळ, त्यावर दुबोटी उभं गंध. रुंद जिवणीवर अलगद विराजलेलं प्रसन्न हसू. डोक्यावर फुलांचा मुकुट, भक्तांनी प्रेमानं घातलेला. कपाळाच्याखाली बुक्का. गोरेपण खुलवणारा. डोळ्यांतल्या कृष्णमंडलाशी नातं सांगणारा.....

आपण इतकं बारकाईनं निरखत होतो? का? उद्या चातुर्मासातला शेवटचा दिवस. समारोपाचं कीर्तन. मग?......

मुली गातच होत्या –

‘कृष्णाजी, कृष्णाजी शेज का हो निराळी?
का तोडिली माझी मोत्यांची जाळी?’
‘अग राधिके, आज का रुसलीस?
पलंगास्थळी जाऊनि बैसलीस?
पलंगास्थळी शेज चाफेकळ्यांची,
मला येईना आण तुझ्या गळ्याची.....’

सत्यवतीला एकदम घशाशी दाटल्यासारखं झालं. आपल्याला कुणी असं कधी विचारलंच नाही. चाफेकळ्यांची सुगंधी शेज – असते? अशीही शृंगाराची तऱ्हा त्याच्याशी लग्न न करताही राधिकेच्या वाट्याला आली.

ती जड पावलांनी कॉटजवळ आली. हातांनीच पलंगपोस सारखा केला आणि उशीवर डोकं टेकलं. मनानं ती केव्हाच राधा-कृष्ण मंदिरात पोचली होती.....

फुलांचा सुगंधी कोट घातलेले बुवा कथानकात रंग भरत होते –

"आणि रुक्मिणीदेवीनं धावा केला, हे प्रभुराया, कृष्णा, धाव रे. या तुझ्या प्रियेची सुटका कर. नाहीतर माझे प्राण मला त्यजून जातील. त्या दुष्ट शिशुपालाच्या हाती लागण्यापूर्वी हे देवाधिदेवा, वेगानं या आणि रथातून मला आपल्यासवे घेऊन जा....."

सत्यवतीच्या मिटल्या डोळ्यांपुढे तो सुवर्णरथ पुढे सरकत होता. आत कृष्णाजी स्वत: रथ हाकत होते. आपल्या प्रियेला भेटायला ते उत्सुक होते. त्यांच्या अंगावर मोगऱ्याच्या सुगंधी फुलांचा झगा होता आणि डोक्यावर फुलांचा मुकुट. कपाळावर दुबोटी उभं गंध, त्या खाली नजर लागू नये म्हणून बुक्क्याचा काळा ठिपका.

भरजरी बुट्ट्यांच्या शालूतली सत्यवती अधिऱ्या मनानं पुढे झाली. कृष्णाजींनी हात पुढे केला –

......बुवांची कथा रंगात आली होती. 'सज्जनहो, ती रुक्मिणी कशी? आमचे पंत म्हणतात, पंत म्हणजे कवी मोरोपंत, हातात छडी घेऊन उभे असलेले तात्या पंतोजी नव्हेत –'

श्रोत्यात हलकीशी खसखस. बुवा पुन्हा श्रोत्यांचं लक्ष कथेकडे वळवतात.

'आणि ती रुक्मिणी कशी? रुक्मिणी म्हणजे कुणी रंगी-चिंगी नव्हे की इंदु-बिंदु नव्हे. रुक्मिणी म्हणजे साक्षात लावण्यखणी. कृष्णदेवांच्या ध्यासाने पोळलेली –'

"चिंताज्वरांत रात्रो माझा नाहींच लागला डोळा ।
जीयासाठी कंठीं शतवार प्राण जाहले गोळा ।।"

'म्हणजे कसे? आपल्या प्रियेला विचारा......'

बुवा चिपळ्या वाजवतात. त्यातून जणू हास्यध्वनी उमटतोय. तबलजी तो ध्वनी तबल्यातून बोलका करतात. बुवा 'वा'ची पसंती देतात. एक नजर माता-भगिनींवर टाकतात. 'काय, सत्य आहे ना?' बायका 'इश्श' म्हणत जमिनीला नजर लावतात. सत्यवतीची नजर थेट बुवांकडे. ती त्या कथेतलीच झालीय. अनेक अव्यक्त भावनांचा मनात कल्लोळ उठलाय.....

हे सगळं असं खरंच घडलंय? मग आपल्या बाबतीत का नाही घडू? आता तिच्या भोवतीची सभा, तो मंडप, मंदिरातल्या मूर्ती सगळंच विरघळत गेलं. समोर

तिचे कृष्णदेव आणि ती. आणि ती म्हणते.....

ती काय म्हणते तेच बुवा सांगतायत. फक्त नाव बदलून. ते म्हणतात.....
ते आपल्याचकडे पाहात म्हणतायत का?

'रुक्मिणीदेवी बरं का, कृतककोपानं म्हणाली, 'तुम्हाला नाही बरं कळायची स्त्रीच्या मनातली कळ'– अरे तो नटखट, अवघ्या जगाची कळ सोसणारा आणि सांभाळणारा, त्याला काय आपल्या प्रेमविव्हल प्रियेच्या मनाची कळ उमजली नसेल?

'आणि तो भक्तजन तारक, देवाधिदेव रथातून किंचित् पुढे झुकता झाला आणि त्या कोमलांगी, मीलनोत्सुक प्रियेला झडकरी उचलता झाला.....अरे, आहात कुठे? तो सगळा अनुपम देखावा डोळ्यांपुढे आणा –'

पुरुषांच्या चेहऱ्यावर हसू. स्त्रिया लाजून स्वत:तच लपलेल्या. सत्यवतीच्या डोळ्यांत रुक्मिणीचा अवघा प्रेमभाव सजीव झालेला. तेवढ्यात बुवा किंचित् हसून लवंग-खडीसाखर तोंडात टाकतात आणि चिपळ्यांचा ठेका धरत म्हणतात – 'राम रामा, हरे हरे रामा – पायातले घुंगरू झंणत्कारत गोलाकार फेरी मारत गातात आणि गात-गात तालात फेरी घेतात. खडीसाखरेची गोडी जिभेवर घोळवत म्हणतात – 'रघोत्तमा रामाऽऽ!' चेहऱ्यावर खट्याळ हसू. त्यात सभा जिंकल्याचा आनंद केशर काडीगत विरघळलेला.

पुन्हा त्या रामाचं नामसंकीर्तन बाजूला ठेवून बुवा कृष्ण-रुक्मिणीच्या कथेकडे वळतात. अवघा सभामंडप त्या नादब्रह्मात समरसून गेलेला. कृष्ण देव खराच, पण मानवी भावभावनांचा खेळ मांडणारा, आपलाच वाटणारा, आपलं मन बोलणारा. जेवढं कथानक जबरदस्त तेवढीच बुवांची रसीली वाणी ताकदीची. कीर्तन संपलं तरी माणसं बुवांभोवती रेंगाळतच होती. पायांना स्पर्श करत होती. बुवा तृप्त हसत होते. हात जोडून प्रत्युत्तर देत होते..... चित्र अंधारात विलीन झालं. सत्यवती भानावर आली. अंथरुणावर उठून बसली. बेचैन, अधिरी, उत्सुक, धास्तावलेली. उद्या शेवटचा दिवस. पुन्हा वर्षभर हे दर्शन नाही. हा मनाचा आनंद नाही. काय करावं तिला कळेना. पहाटे केव्हातरी डोळा लागला.

दुसरे दिवशी काही निश्चय करून ती कामं आवरत होती. संध्याकाळी बाहेर पडण्यापूर्वी तिनं आठवणीनं बटवा बरोबर घेतला.

आज कीर्तनाकडे तिचं लक्षच नव्हतं. बुवांचंही नव्हतं का? बोलताना मधेच ते सभामंडपावर नजर टाकत होते. आपण बसलेल्या खांबाशी त्यांची नजर रेंगाळत होती का? बुवा समारोप करत होते –

'चार महिने आपण मला प्रेम दिलंत. घरची आठवण होऊ दिली नाहीत.' देता,

किती घेशील दो करांनी' – अशी स्थिती केलीत. असाच लोभ ठेवा मंडळी आणि निरोप द्या –'

आरतीचं ताट फिरत होतं. सत्यवतीनं चांगला बंदा रुपया टाकला. पण तो खणखणला नाही. त्याच्याभोवती तिनं चिठ्ठी गुंडाळली होती. आरती फिरवणाऱ्यानं ते ताट तसंच बुवांसमोर धरलं. नाणी झोळीत टाकता टाकता बुवांनी कागद गुंडाळलेलं नाणं हाती घेतलं. नाणं झोळीत टाकून कागद उलगडला. वाचला. नजर मंडपावर फिरली.

'कसली चिठ्ठी?' आरती फिरवणाऱ्यानं सहज विचारलं.

'भक्तांचं मागणं. आणखी काय असणार?' बुवांनी उडवाउडवीचं उत्तर दिलं. डायरीतला कागद काढून उत्तर लिहिलं –

'कृष्णालाही मरण चुकलं नाही. प्रत्येक गोष्टीला मरण अटळ आहे. माझं कीर्तन संपलं. त्यासवे कीर्तनकार संपला. आता मी एक साधा संसारी गृहस्थ आहे. तुमच्या भावनांचा मी आदर करतो, पण तुमची स्वप्नं पुरी करू शकत नाही. स्वप्नं झोपेत सोबत करतात. उजेडाला ती घाबरतात. उजेडात टिकतं ते सत्य, व्यवहार. मला क्षमा करा.

'कृष्ण आणि रुक्मिणीची कथा मंदिरात ऐकायची आणि विसरायची.....'

बुवांनी प्रसाद म्हणून दोन केळी घेतली, वर चार सुगंधी चाफे. भक्तांनीच दिलेले. त्यासोबत चिठ्ठी. एका लहानग्याला बोलावलं. त्याच्या हाती ते देत म्हणाले, 'त्या खांबाशी उभ्या आहेत ना, त्या माईंना नेऊन दे. देशील?'

पोरगं सत्यवतीच्या दिशेनं धावलं. तिनं धडधडत्या हृदयानं तो प्रसाद घेतला. झपझप पावलं उचलली. घर गाठलं. दाराची कडी काढली. दिवा लावला. चष्मा लावून चिठ्ठी वाचू लागली. एकदा, दोनदा – अक्षरं संपत नव्हती.

'कृष्ण आणि रुक्मिणीची कथा मंदिरात ऐकायची आणि विसरायची..... आणि विसरायची....'

■

(लोककल्याणी)

अंतर्नाद

दारात कुणाचीशी सावली दिसली. आबासाहेबांनी हातातलं रजिस्टर बाजूला ठेवून वर पाहिलं. राजेश्वरी दारात उभी होती. एकटी. हातात फक्त एक बॅग. 'राजी तू?' एवढं म्हणून आबासाहेब लेकीकडं पाहातच राहिले.

आत्ता पंधरवड्यापूर्वी तिचं मोठ्या दिमाखात त्यांनी लग्न लावून दिलं होतं. मुलगा त्यांच्या तोलामोलाचा होता. शिकलेला, बंगला, दारात गाडी. कुठं नाव ठेवण्याजोगं काही नव्हतंच. पुन्हा एकुलता एक असल्यानं घरी त्रास होण्याची शक्यता नव्हती. चौकशी करूनच मागणी घातली होती. राजेश्वरीनंही काही नाराजी दाखवली नव्हती. मग लग्न, मानमरातब, देणं-घेणं सगळं अपेक्षेपेक्षाही अधिक केलं होतं. तरी आता.....

आबासाहेबांच्या लक्षात आलं, राजेश्वरी अजून दारातच अवघडलीशी उभी आहे. ते गडबडीनं म्हणाले, 'ये बाळ. बस. तू एकटीशी आलीस?'

'एकटीच –' आबासाहेबांनी आपल्या मुनिमाकडे पाहिलं, 'तुम्ही निघालात तरी चालेल. कामाचं उद्या बघू.' मुनिमानी कागदपत्रं आवरली. किंचित् थांबून म्हणाले, 'त्या शांतिलाल कार्पोरेशनला काय कळवू?' मुनिमांच्या ध्यानात आलं, आबासाहेबांचं चित्त थाऱ्यावर नाही. ते मुकाट बाहेर पडले.

'काय झालं?' आबासाहेबांनी लेकीला विचारलं.

'काही झालं नाही, पण त्या घरात माझं पटणार नाही.'

'मी बोलून बघू?'

'नको. मलाच जायचं नाही. काही वेगळं घडणारही नाही. आबा, या विषयावर चर्चा नको. मला मनस्ताप होईल.' आबासाहेब गप्प झाले. त्या दिवशी आणि पुढेही. त्यांना कळेना की असं काय भयंकर घडलंय. विशेष म्हणजे, मुलाकडचेही गप्प होते.

दोघांच्या अनुमतीनं विवाहविच्छेद झाला. विषय इथं संपत नव्हता. मनात स्वत:शीच तर्कवितर्क करून आबासाहेब दमले. प्रश्न एकच होता, आता पुढे काय? ही काय जन्मभर कुंवारच राहाणार होती? लग्नाचं विचारायचं कसं? हिला

मुलगा नक्की कसा हवाय? आणि आधीच्या प्रकरणाचं कारण तरी काय सांगायचं? त्यांनी थोडा काळ मधे जाऊ दिला. मग एक दिवस वृत्तपत्रातली जाहिरात लेकीला दाखवत ते म्हणाले, 'मला स्थळ चांगलं वाटतं. शब्द टाकू?' तिनं जाहिरात वाचली. अगदी खालच्या स्वरात म्हणाली, 'ठीक.'

आबासाहेबांनी नि:श्वास टाकला. चला, निदान होकार तर दिलाय. प्रयत्न करायला हरकत नाही आणि प्रचंड वेगानं ते पुढच्या कामाला लागले.

आश्चर्य म्हणजे सगळ्याच गोष्टी झट् की पट् होत गेल्या. आता देणं-घेणं, थाटमाट नव्हताच. मुलाकडच्यांनीच पुढाकार घेतला आणि साधेपणानं लग्न पार पाडलं. आबासाहेबांनी बरीच मोठी रक्कम लेकीच्या नावे ठेवली.

लग्न आटोपलं तरी ते स्वस्थचित्त नव्हते. राजी आणि चंद्रमोहन लग्नानंतर फिरून आल्यावर तिचा संसार सुरू होणार होता. चंद्रमोहनला ही मुलगी आवडली होती. तिच्या देखणेपणानं पहिल्या लग्नाचा टिळा पुसला गेला होता. पटलं नाही म्हणून तुटलं एवढंच त्याला कळलं होतं. घरापासून दूर गेल्यावर पहिल्या एकांतात तो तिला न दुखवता विचारणारच होता; पण तिचं अस्तित्वच असं वेड लावणारं होतं, की त्याची जीभ पुढे रेटत नव्हती.

पहिली भेट! बाहेर जाणवेलसा गारवा. शरदातली चांदणीरात्र. तो उतावीळ होता नी ती तटस्थ. अविचल. शेवटी त्यानं सुरुवात केली, 'राजेश्वरी, तू काही बोल ना!'

'काय?'

'इकडचं तिकडचं. तुझ्याबद्दल. घरच्याबद्दल. मला तू खूप आवडलीस. कुणालाही आवडावीस अशीच तू आहेस.' त्यानं हळूच तिच्या दंडाला स्पर्श केला. हात खाली सरकला. बांगड्या किणकिणल्या. तिनं नजर उचलून त्याच्याकडं पाहिलं. पहिली नजरभेट. जवळून. तीही जोडीदाराची. का कोण जाणे त्याची नजर आपोआप खाली वळली. तिच्या अंगावरून खाली घसरली.

तिच्या सुवर्णकांतीची झळाळी आणि सौंदर्याची आभा त्याला स्तिमित करून गेली. ती देखणी होतीच, पण तिचा खानदानी रुबाब त्याच्या मनात दरारा निर्माण करून गेला. काळेभोर करवंदी डोळे असे तीक्ष्ण होते की त्याला वाटलं, ते आपल्याला विचारतायत, मला स्पर्श करण्याची तुझी योग्यता आहे? बोल?

त्याच्या हृदयाचा ठोका चुकला. हात सैल पडले. तिला तिथंच टाकून पळून जावंसं वाटलं. त्यानं जागीच अस्वस्थ हालचाल केली. 'हे वैभव आपल्याच हक्काचं आहे; पण ते आपल्याला पेलेल?' त्याच्या दुबळ्या मनानं त्याला प्रश्न केला. तो स्वत:शीच दचकला. हे काहीतरी विचित्र घडत होतं.

राजेश्वरी सगळं शांतपणानं टिपत होती. खरं तर त्या क्षणालाच सगळं संपलं होतं. 'पहिल्या अनुभवा'ची पुनरावृत्ती! पण तिनं स्वत:शीच काही निश्चय केला. हा

डाव ती पुन्हा एकदा हरली होती. पण आता मात्र ती पटावरून उठून जाणार नव्हती.

राजेश्वरीनं शांतपणे कपडे बदलले. अलंकार काढून ठेवले आणि पलंगावर आडवी झाली. तो केव्हातरी तिच्या बाजूला येऊन झोपला. रात्र कुंवारच राहिली.....

पहिली रात्र, पहिला महिना आणि पुढचे कित्येक दिवस त्या दोघांच्या आयुष्यात आले आणि ओरखडाही न काढता निघून गेले; दोन प्रवासी दोन अंथरुणावर झोपतात तशी ती दोघं परकी परकीशीच राहिली. त्याच्या कोणत्याच वागण्या-बोलण्याला तिची साद नव्हती; विरोधही नव्हता. एखाद्या शिल्पासारखी ती तटस्थ होती.

हे भयप्रद होतं. परिचयाच्या पहिल्या क्षणी ती जेवढी परकी होती तेवढीच पुढेही. फक्त दिवस-रात्रीची पानं उलटल्याची नोंद होत होती.

ती शुद्ध होती, पवित्र होती आणि कोरीही. प्रत्यक्ष नवऱ्यालाही तिला स्पर्श करायला भय वाटावं. नेमकं काय ते त्यालाही कळत नव्हतं, पण तिच्या तेजाचं भय वाटत होतं. ती त्याला विरोध करत नव्हती. 'हे तुझं हक्काचं आहे. तू घेऊ शकतोस.' ही समर्पणाची भावना तिच्या हालचालीत होती. त्याला वाटायचं, ही अशी सती जाणाऱ्या स्त्रीसारखी का?

एक फार मोठी दरी दोघांत निर्माण झाली होती; काही न घडताच. या बाईला पत्नी कसं म्हणायचं? स्वीकारायची कशी? आणि झिडकारायची तरी कशी? त्याला तिच्याठायी रुजता येईना; तिच्या नजरेत हरवता येईना. तो स्वत:तच भ्याला होता. या तेजस्विनीच्या सहवासात फार काळ राहिलो तर आपल्यात न्यूनगंड निर्माण होईल या कल्पनेनं तो दचकला अन् पिसाटासारखा बाहेर धावत सुटला. तिच्या नजरेपासून दूर, अस्तित्वापासून दूर! आपण क्षुद्र आहोत असं जिथं वाटणार नाही तिथं जायचं, असं त्यानं ठरवलं आणि त्याचा दडपलेला श्वास मोकळा झाला.

त्यानं बदली मागून घेतली. निदान काही काळ तरी तिच्यापासून दूर राहता येईल. मनाचा गेलेला तोल सावरता येईल.

तो दूर गेला खरा, पण मन तिथंच घोटाळत राहिलं. शरीर दूर नेता येतं; मनाचं काय करायचं? अनेक प्रश्नांचा भुंगा त्याला पोखरत होता. पत्नी कुणाला म्हणायचं? फक्त देवाण-घेवाण करणारी स्त्री म्हणजे पत्नी? तर मग तिनं कधीच 'नाही' म्हटलं नव्हतं. ती जागरूक होती. बांधील होती. तत्पर होती. पण त्या कशातच 'ती' नव्हती. एक अलग, स्वयंपूर्ण, स्वतंत्र स्त्री!

त्याला भास व्हायला लागला; ती आपल्यावर नियंत्रण ठेवते आहे. आपल्याला दुरूनच शोषून घेते आहे, अस्तित्वरहित करते आहे. एका विचित्र दहशतीनं तो हादरला होता.

अशी तीन वर्षं निघून गेली. ती त्याच्या आई-वडिलांना सांभाळत होती. घरातलं हवं-नको पाहात होती. माहेरून तिनं गडगंज आणलं होतं. आता पैशाची

विवंचना नव्हती. पण ती रिकामी बसली नाही. ब्रेल लिपीचा अभ्यास करायला सुरुवात केली. आपल्या नजरेचा धाक ज्यांना वाटणार नाही अशा लोकांत तिनं स्वत:ला जोडून घेतलं.

आणि एक दिवस नवऱ्याला कळवून टाकलं, 'दोन्ही घरांच्या प्रतिष्ठेच्या दृष्टीनं आपलं नातं राहणं जरुरीचं आहे. पण मी तुम्हाला 'मोकळं' करते आहे. तुम्ही तुमचा विचार करावा. मला पेलणारा पुरुष अजून मला भेटलेला नाही.....'

तिच्या पत्रानं त्याच्या मनाच्या चिंध्या झाल्या. केवढा दंभ! केवढा अहम्! आपण काय नामर्द आहोत? तिला पेलणारा म्हणजे? स्वत:ला समजते कोण ही?

आता आपण काय करायचं? या पत्रानं तिनं आपली वाट अडवून टाकली आहे. आपण दुसरं लग्न करू शकत नाही आणि हिच्याशी संसार करू शकत नाही. तो सैरभैर झाला.

अशा मोडलेल्या अवस्थेतच तो त्याच्या हाताखालच्या स्त्रीत गुंतत गेला. ती चारचौघींसारखी होती. प्रेम करणारी, संसाराची स्वप्नं बघणारी, आपल्या माणसाबरोबर सुखानं जगण्याची इच्छा बाळगणारी. एक लहानसं घरकुल. दोघांचं. दोघांसाठी. त्यात एक उमलतं फूल. दोघांच्या प्रेमाचं प्रतीक असणारं.

त्याला तिचा आधार वाटला. आपण सर्वसाधारण आहोत; आपल्याला अशीच सोबत हवी याचं त्याला भान आलं होतं. प्रश्न लग्नाचा होता. 'ती मला सोडायला तयार नाही. मी काय करू?' त्यानं हताश होऊन विचारलं, 'अरे, पण तिचे-तुमचे संबंधच नसतील तर त्या नात्याला अर्थ तरी काय? मी विचारू का त्यांना?'

'नको –'

'मग मी काय करू? अशीच राहू?'

'तू पण मला सोड.....'

'काय बोलताय? मी तुमच्याखेरीज अन्य कुणाचा विचारही करू शकत नाही.' शलाकानं ओंजळीत तोंड लपवलं. कितीतरी वेळ ती नुसती हुंदकत होती. आणि मग तिनं स्वत:शीच काही ठरवलं. चंद्रमोहनला न सांगताच ती त्याच्या घरी जाऊन पोहोचली.

राजेश्वरीनं दार उघडलं. समोर कुणी परकी स्त्री. तरुण. दोघींनी एकमेकींना न्याहाळलं, अंदाज घेतला.

'ये.' राजेश्वरीनं कोचाकडे बोट दाखवलं. शलाका अवघडलीशी बसली. काही क्षण आले, पाय न वाजवता निघून गेले.

'माझं नाव शलाका –' तिचा आवाज जड होता, किंचित कापरा. 'मी –'

'माझ्या ध्यानात आलं. पुढे बोल.' राजेश्वरीच्या आवाजात जरब होती. 'चंद्रमोहननी पाठवलं?'

'नाही. मीच आले.'

तिला निरखून पाहात राजेश्वरी म्हणाली,

'तुला दिवस गेलेत?'

'..........'

'कितवा?'

'दोन महिने झाले.' तिनं घाबरत राजेश्वरीकडं पाहिलं. तिच्या चेहऱ्यावरची रेषही हलली नव्हती....

'तू या आधी मला भेटायला हवं होतंस?'

'तुम्ही परवानगी दिली असतीत?' तिनं प्रथमच विचारण्याचं धाडस केलं.

'कशाची? मूल होण्याची?'..... राजेश्वरीच्या आवाजाला कडवट धार होती. किंचित थांबून म्हणाली, 'यांच्या घराला वारस हवा आहे. तो आता तू देऊ शकशील.'

'आणि आमचं लग्न?'

'याचा विचार तू आधी करायला हवा होता. आधी मूल आणि मग लग्न – असंच ना! आता मी बोलेन आणि तू ऐकायचंस.

'आता हे मूल आपण होऊ द्यायचं. अंहं! मधे बोलायचं नाही; फक्त ऐकायचं. तसंच वागायचं – तुला वागावं लागणार आहे. कारण तू निर्णय घ्यायला उशीर केलायस.

'आपण लवकरात लवकर परदेशी जाणार आहोत. तिथं चांगल्या हॉस्पिटलमधे तू प्रसूत होशील. मग महिन्यानं आपण परत येऊ. बाळ माझं असेल; तू त्याची दुधाची आई! हे आपल्या तिघांच्या दृष्टीनं सोईचं आणि आमच्या घराण्याच्या दृष्टीनं हिताचं असेल.'

'मला तुझा पुरुष नको आहे. तो माझा कधीच नव्हता. तो जन्मभर तुझा प्रियकर राहील आणि माझा पती.'

'ते कसं शक्य आहे?' किंचित चिडून पण विस्मयानं शलाका म्हणाली.

'कठीण आहे, पण अशक्य नाही. तू त्याच्यावर प्रेम करतेस ना? कर. जरूर कर. पण मग लग्नाचा व्यवहारी आधार कशाला हवा? तो मला मिळालाय. माझा नवरा तू घेतलास, आता माझं घर तू तोडू नकोस. तुझ्या मुलाला मी माझ्या नवऱ्याचं नाव आणि घराण्याची प्रतिष्ठा देईन. उत्तम संस्कार करेन आणि वैभव देईन. तू त्याची काळजी करू नकोस.'

'आता मी कसलीच काळजी करत नाही –' शलाका निर्धारानं उत्तरली. राजेश्वरीला हा मोठाच धक्का होता. आजवर तिला कुणीही असं उत्तर दिलं नव्हतं. ती सुंदर होती, कर्तबगार होती आणि धनवान. स्वत:कडे असलेल्या या संपत्तीची

तिला पुरेपूर जाण होती. तिनं आपलं घर नेटकेपणे सांभाळलं होतं. सासू-सासऱ्यांना कशाचीही कमतरता भासू दिली नव्हती.

तिच्या आयुष्याचा तिढा मोठा विचित्र होता. तिच्या रूप-लावण्याला शोभेसा पती तिला मिळाला नव्हता. तिचे गुणही तसेच होते. आपल्यात जर कुवत आहे तर आपण खालच्या पायरीवर का यायचं तिला कळत नव्हतं. वैवाहिक सुख ती का घेऊ शकत नव्हती, हे तिला आणि तिच्या जोडीदाराला कळत होतं, पण इतरांना ही नाजूक बाब समजावून सांगणं कठीण होतं – खुद्द स्वत:च्या माता-पित्यांनासुद्धा! लग्न म्हणजे तडजोड नव्हे आणि बार्गेनिंग तर नव्हेच नव्हे.

जगात विजोड जोडपी नसतात का? असतात तर! जास्त तर तशीच असतात. पण त्यात तिला एकाची भर घालायची नव्हती. आयुष्याविषयीच्या, संसाराबद्दलच्या, जोडीदारासंबंधीच्या तिच्या कल्पना ठाम होत्या. पण त्या पडताळून बघायच्या कशा? सहवासाखेरीज एकमेकांचे विचार, बौद्धिक पातळी, सुख देण्या-घेण्यातली रसिकता कळूच शकत नव्हती. मुरड कुठे न् किती घालायची? आणि का म्हणून? तिनं या विसंगतीमुळंच पहिला विवाहविच्छेद घेतला होता. पुन्हा दुसऱ्या वेळी तीच समस्या उद्भवली. तिला आयुष्याचा जुगार खेळायचा नव्हता. आता हुकमाचे एक्के तिच्या हातात होते. एका फार मोठ्या सुखापासून ती वंचित होती. बाकीची सुखं ती आता हरवू देणार नव्हती. एखाद्या सराईत बुद्धिबळपटूनं समोरच्याचा अंदाज घेऊन, पुढच्या तीन खेळींचा विचार करून प्यादं सरकवावं तशी ती सावधपणे पावलं उचलत होती. हारणं तिला परवडणार नव्हतं.

नवऱ्याचे अन्य स्त्रीशी संबंध तिनं कुरकूर न करता स्वीकारले होते. कारण त्याला हवं ते सुख ती देऊ शकत नव्हती. त्यांचं होणारं बाळही ती आपलं म्हणून वाढवणार होती. वंशसातत्यासाठी ती गरज होती आणि नवऱ्याचं आणि आपलं काहीच नातं नाही हे जगापुढे उघड करणं तिला कमीपणा देणारं होतं. आपल्या समाजात अशा वेळी स्त्री दोषी समजली जाते. तिच्या मानानं पुरुष हिणकस आहे हे मानायला कुणीही तयार होत नाही. ती ते समजून होती.

सुविद्य असूनही ती 'मॉड'नव्हती. घरदार वाऱ्यावर सोडून एक स्वतंत्र स्त्री म्हणून जगणं तिच्या विचारात बसणारं नव्हतं. स्वत:च्या रूप-गुणाची तिला ऐट मिरवायची नव्हती, तसंच तिला स्वत:चं अवमूल्यनदेखील करायचं नव्हतं. जो मार्ग तिला शक्य वाटत होता त्याचं तिनं अवलंबन केलं होतं. तिच्या अंदाजानुसार सगळं घडत गेलं होतं आणि आता समोर बसलेली एक सामान्य स्त्री; तिच्या नवऱ्याची प्रेयसी तिला कचाट्यात पकडत होती. तिला नक्की काय म्हणायचं होतं तेच राजेश्वरीला कळेना. 'तिला कशाचीच काळजी नव्हती.' 'म्हणजे? तुला काय म्हणायचंय?' आता शलाकाची भीती संपली होती. सामान्य घरातली ती साधारण

मुलगी आता ताठ बसली. राजेश्वरीच्या तीक्ष्ण धारदार नजरेला नजर भिडवत म्हणाली, 'तुम्ही सुंदर आहात हे तर देव बोलून गेलाय. श्रीमंत आहात आणि कर्तबगारही. तुमच्या या गुणांचा कुणालाही आदरच वाटेल. पण पुरुषाला स्त्रीची सोबत हवी असते ती पूजा बांधण्यासाठी नव्हे. त्याला समजून घेणारी, त्याच्या सुख-दु:खाशी समरस होणारी, पत्नी असूनही वेळी मातेच्या भूमिकेतून सावरणारी हवी. उणेपणा जाणवून झिडकारणारी स्त्री कितीही थोर असली तरी त्याला आपली वाटत नाही. शेवटी तू-मी हा भेद राहात नाही. लहान-मोठा हा फरकही मिटून जातो. राहतं ते निखळ प्रेम. ते तुम्ही कुणालाही देऊ शकणार नाही.

'तुम्ही प्रलोभनं दाखवून माझं मूल विकत घेऊ पाहता. हा तुमचा क्षुद्रपणा. मी सामान्य असेन, पण माझं मूल मी कुणाला दान करणार नाही. ते माझं आहे. चंद्रमोहनचं आहे. आमच्या प्रेमाचं प्रतीक आहे. माझं मातृत्व कलंकित असेल हा तुम्ही मला धाक घालत आहात. लक्षात घ्या, कायद्यानंदेखील मातृत्व कलंकित नाही.'

'मी त्याला वाढवेन. मोठा करेन. त्याच्या जन्माची कहाणी त्याला समजावून सांगेन. माझं माणूस तर माझ्याबरोबर असेल. चंद्रमोहन आणि मी जन्मभर सुखात राहू.'

'तुम्ही घराण्याची प्रतिष्ठा सांभाळा. जरूर. तुम्ही अंधांसाठी काम करताहात हा मोठाच विनोद. खऱ्या अंध तुम्ही आहात. तुम्हाला जेव्हा तुमचा अंतर्नाद ओळखता येईल तेव्हा तुम्ही खऱ्या अर्थी डोळस व्हाल. 'येते मी. नमस्कार!'

शलाका एकदाही मागे न बघता त्या बंगल्याबाहेर पडली. राजेश्वरी तिच्या पाठमोऱ्या आकृतीकडे पाहात राहिली. बाहेरचा अंधार हळूहळू खोलीत शिरत होता, खोली व्यापून टाकत होता.

∎

(गावकरी)

एका ग्रेट लेखकाची प्रेयसी

तो एक थोर लेखक होता. थोर अशाकरता होता, की तो सामान्यांसाठी लिहीत नव्हता. ज्यांच्यासाठी लिहीत होता, ते त्याचं नाव उच्चारलं की कानाची पाळी पकडायचे आणि आकाशाकडे पहायचे. 'ग्रेट!' एवढा एकच शब्द उच्चारला जायचा.

तो मूर्तिभंजक होता म्हणून ते सगळे त्याला क्रांतिकारी म्हणायचे. तुमच्या आदर्शांवर तो घणाघाती हल्ला चढवायचा, म्हणून त्याला ते सगळे 'संतप्त तरुण' म्हणायचे. तो का संतप्त होता ते सामान्यांना कळायचंच नाही. तो चवीनं दारू प्यायचा अन मजेत मैत्रिणी फिरवायचा. तो राजेशाही जगायचा आणि गोरगरीब, लफंगे-लुच्चे यांच्यावर पोटतिडीकीनं लिहायचा. तो प्रेमात न्हायचा आणि सेक्सवर लिहायचा. मुख्य तर तो आकंठ जगायचा आणि आतड्यानं लिहायचा. चाहते म्हणायचे, तो म्हणजे धगधगता अंगार आहे.

पण लोक किंवा चाहते काय म्हणतात याची त्याला फिकीरच नसायची. आपणाला चाहते आहेत की नाहीत याचीही तो विवंचना करायचा नाही. तो स्वतःत मस्त असायचा. आपल्या खोलीत, आपल्या टेबलाशी. दाराबाहेर झांजबडवे उभे असायचे. ते का झांजा वाजवायचे याचीही तो चिंता करायचा नाही. त्याचं जगणं 'स्व'भोवती असायचं. मात्र ते चमचे म्हणायचे, त्या 'स्व'चं रूप वैश्विक आहे.

त्याची व्यवहारी गणितं तशी अचूक असायची. बड्यांमध्ये त्याची ऊठबस असायची. देश-परदेशात त्याच्या नावाचा दबदबा असायचा. कारण तो उपेक्षितांवर लिहायचा, अन्यायाला वाचा फोडायचा, देश-धर्म यांच्या क्षुल्लक बंधनांच्या पल्याड त्याची नजर असायची.

जे साहित्यात, तेच जगण्यात. त्यामुळं त्याची पावलं वंदनीय असायची. आयुष्याचं गणित त्यानं चढत्या भाजणीनं मांडलं होतं. तो प्रेम अनेकींवर करायचा, पण लग्न एकीशीच. तसा तो स्थिरचित्त होता. जे ठरवायचा ते मिळवायचाच.

त्यानं साहित्यात पाऊल टाकलं ते प्रचंड अनुभव घेऊन, अनेक प्रसंगांतून जाऊन, अनेक घटनांचा तो प्रत्यक्ष साक्षीदार होता आणि मग त्यानं गाठोडं सोडलं. एकेका अनुभवावर एकेक कथा, एकेक कादंबरी.

या वर्षी त्यानं सगळ्या प्रेमकथा लिहिल्या. मराठी भाषेवर आणि भाषकांवर त्याचा विलक्षण परिणाम झाला. ते भेटल्यावर एकमेकांना अभिवादन न करता 'लाडके' – 'प्राणनाथ' असे संबोधू लागले. 'जगाला प्रेम अर्पावे' हे वेगळ्याच अर्थी प्रत्यक्षात येऊ लागलं. पाडगावकरांचे दिवसही एकदम चकचकीत झाले. कारण जो तो देवापुढे हात जोडून –

'प्रेम म्हणजे, प्रेम म्हणजे, प्रेम असतं,
तुमचं आणि आमचं अगदी सेम असतं–'

असा मंत्रघोष करू लागला. देवालयातले पुजारी शांतिपाठाऐवजी प्रेमपाठ म्हणू लागले –

'आपण लैला-मजनू नव्हे
आणि शिरीं-फरहादही नव्हे
आपण आहोत राधा-कृष्ण!
आपलं प्रेम म्हणजे मधुरा-भक्ती
आत्म्याचं मीलन –' वगैरे.

तरुण मुलं तर पॉकेट मनीतून अंक विकत घेऊ लागली. अंकाच्या आवृत्त्या निघाल्या. मराठी दिवाळी अंकांचा सुवर्णकाळ पुन्हा नव्यानं सुरू झाला. कथाकथनाला सुगीचे दिवस आले. ग्रामीणकथा, चावडीवरच्या कथा, स्वयंपाकघरातल्या कथा, स्त्री-मुक्तीच्या कथा यांना पार हद्दपार करून या लेखकाची प्रेमकथा गावोगावी, गल्लोगल्ली 'शीळ' घालू लागली. त्यातल्या हृदयद्रावक शेवटाला तर बायका हुंदके दे देऊन रिस्पॉन्स देऊ लागल्या. 'कथाकथनानं मराठी साहित्याचा घात नव्हे तर उद्धार केला –' असे परिसंवाद रंगू लागले. तिथंही वानगीदाखल कथेच्या अंशभागाचं अभिवाचन होऊ लागलं;

'कुणास ठाऊक मरण कसं वाट्याला येईल, पण मी एवढं निश्चित सांगते, मरताना अखेर तुझंच नाव माझ्या ओठांवर असेल. तुझंच रूप माझ्या मिटल्या पापण्यांआड बंदिस्त झालं असेल. हे प्रिय –' 'नको, नको असं बोलूस. माझ्या हृदयाचे कसे तुकडे-तुकडे होतायत. मरताना तू कुठे, मी कुठे? असं होणारच नाही. 'तू तिथं मी' हे लक्षात ठेव, राधे! आपले अखेरचे श्वासही एकमेकांत मिसळले असतील. मृत्यूलाही आपल्या प्रेमाची धास्ती वाटेल. कारण कवी अनिल म्हणतात,

"हृदयीं हृदयींच्या विश्वि वा
तिथेच तू मम शोध करावा"

अशी स्थिती असणार. आपण मृत्यूच्या हातावर तुरी देऊ.

'अय्या, खर्रऽऽऽ'

'अगदी! तुझी शपथ!'

'त्या ओल्या शपथेवर ती जगत राहिली. पण या खुळ्या स्वप्नांची नोंद घ्यावी असं मृत्यूला वाटलंच नाही. तो आला! 'डुमडुमत डमरू ये'– म्हणत आला. 'शंख फुंकीत' आला. आणि तिचा इवला नाजूक जीव खस्सदिशी ओढून घेऊन निघून गेला. त्या 'प्रीतीच्या फुलाच्या' उशाशी ठेवलेल्या कॅडबरी-पॅक्कडे त्यानं ढुंकूनही पाहिलं नाही. *(रेडा मात्र दोनदा ओरडला.)*

'त्याला कळलं तेव्हा तो शतश: विदीर्ण झाला. असं कसं घडलं? आपल्याला एकट्याला टाकून ती गेलीच कशी? त्या दुष्ट यमाची दोरी तुटली कशी नाही? त्याच्या क्रूर रेड्याला लकवा कसा भरला नाही?'

तो वेडापिसा झाला. स्मशानात जाऊन बसू लागला. यमाला जाब विचारू लागला. यमाच्या पाठोपाठ जाण्यासाठी निघाला. तो जणू 'सावित्री' झाला.

'लौकिक अर्थानं त्याचं जगणं संपलं. ज्या दिवशी तिनं अखेरचा श्वास घेतला, त्याच दिवशी त्याचं चैतन्य तिच्यासमवेत गेलं. उरला तो चैतन्यहीन देह. प्रेम संपलं, उरला तो व्यवहार. काव्य आटलं, उरली ती समीक्षा!'

हृदयाचं पाणी पाणी करणारं हे अभिवाचन ऐकून भले भले समीक्षक डोळ्याला *(चोरून)* उपरणं लावून बसले.

कथेला त्या वर्षीचा उत्कृष्ट कथेचा पुरस्कार मिळाला तर कथनकाराला सुवर्णपदक. आकाशवाणीवर कथावाचन झालं. दूरदर्शनवर नाट्यरूप सादरीकरण झालं. कीर्तनकारांनी उत्तररंगात या कथेला मानाचं स्थान दिलं. वाङ्‌मयप्रेमी मंडळात गरमागरम चर्चा झडल्या. टीकाकारांनी कथेची लांबी-रुंदी आणि उंची-खोली तपासली. कथालेखकाच्या गळ्यात झेंडूचे हार पडले.

काही दिवसांनंतर लेखक महाशयांना कुरिअरनं एक बाळसेदार पाकीट आलं. ते खुषीपत्र समजून त्यांनी मजेत फोडलं. उत्सुकतेनं वाचायला घेतलं. मायना होता –

प्रियतम (अकलेच्या) बोबडकांद्या,

या पत्राची लेखिका म्हणजे तुझ्या सन्मानित कथेची नायिका. यमदेवाला 'डबा ऐसपैस' करून पळून आलेली. जिच्याबरोबर तू शेवटचा श्वास टाकणार होतास ना, तीच! आलं लक्षात?

तसा तू मोठा रसिक! या कथेसाठी आणखी पाच-पंचवीस जणींबरोबर ओल्या शपथा घेतल्या असशील. अरे गोकुळच्या चोरा, तुझ्या कथेसाठी माझं जिवंतपणी श्राद्ध घालून मोकळा झालास की रे! अरे, तुला काही शरम?

तू काळजीनं पोखरला असशील की हिला आपला, एकशे आठावा पत्ता मिळालाच कसा? सोप्पंय! संपादकांकडून! मी तुझी फॅन, (याने कि पंखा!) समजून त्यानं मोठ्या अगत्यानं पत्ता दिला. वर माझ्यासाठी कॉफी मागवली.

त्या कॉफीच्या वाफेवर नजर स्थिर करत मी विचारलं, "यांचं मानधन खूप असेल नै?"

"रग्गड! जसा माल तशी किंमत." तुझा संपादक रोखठोक बोलला.

"मग हा माल मौल्यवान असेल?"

"अहो, मौल्यवान काय अन् बेगडी काय! आजच्या जगात चकाकतं ते सोनं. हा लेखक महाबुद्धिमान! थोरामोठ्यांत ऊठबस. पण लिहील झोपडीतल्या लोकांवर. बाई; प्रेम अस्सल नको – गहिवर अस्सल हवा! हेच या लेखकाचं बलस्थान!" मी कपाळावर हात मारून घेतला. घरी येऊन कथेचं पुन्हा वाचन केलं आणि मला एक वेगळाच साक्षात्कार झाला.

लोक वस्तूंचं मार्केट करतात. तू प्रेमाचं की रे मार्केट केलंस! आजवर मी खुळी म्हणत होते, न करेना लग्न, निदान जीव तर लावतो; पण तू होलसेल डीलर निघालास. चक्क आपल्या दोघांचे डायलॉग्ज वापरून कथेचा चुरचुरीत मसाला डोसा केलास.

लेखकाचं अनुभवविश्व म्हणे! डोंबल त्या समीक्षकांचं! स्वत:चेच अनुभव वेगवेगळ्या नावांचा वापर करून लिहायचे. चिंगीला रंगी म्हणायचं आणि रंगीला मुंगी. नवे डायलॉग्ज! नवं विस्तारलेलं अनुभवविश्व! त्यावर नाव, पैसा, प्रतिष्ठा सगळंच मिळवायचं.

पण बच्चमजी, मी उसासे टाकत बसणारी रडुबाई नाही. आता माझ्या राजेश्वरा, मला एवढंच सांग, या तुझ्या घाऊक कंत्राटात माझं पर्सेंटेज किती?

अरे बावरलास? घामाघूम झालास? पाणी, (W.H.O. फॉरम्युला) पी. तुला हे कबूल करावंच लागेल की यातले सगळे संवाद आपल्या प्रेमानुभवातले आहेत. आता संवाद माझे आणि अनुभव दुसरीचे/तिसरीचे असू शकतील. पण माझा वाटा तुला द्यावाच लागेल. आता इथंही फसवाफसवी करणार असशील तर मात्र तुला जड जाईल. कारण मी तुझ्या मैत्रिणींची यादी तयार करतेय. संपर्क साधतेय. लवकरच मी एक मोर्चा घेऊन तुझ्या फ्लॅटवर येणाराय. तेव्हा सावधान!

अरे राजा, इस्टेटीत बायकोचा वाटा असतो. अवैध संततीचा हक्क असतो. मग फशी पडलेल्या प्रेयसीचा का असू नये? मी पोतं घेऊन येतेय; तू तिजोरी उघडून तयार रहा.

लक्षात ठेव, आजचा कायदा स्त्री-संरक्षणाचा आहे. जय भवानी!

■

(संचार)

अजून बासरी ऐकू येते

मंडळी परतली तेव्हा सांजसावल्या दाटल्या होत्या. एका कोपऱ्यात पणती ठेवली होती. बाजूला 'ती'. तशीच. फक्त आत्ता ती अंघोळ करून धूतवस्त्र नेसून बसली होती. पणतीचा प्रकाश तिच्या चेहऱ्यावर पडत होता, लहान-मोठा होत होता. आणखीच उदासवाणं वाटत होतं.

बाहेरच्या मोकळ्या जागेत कुणीतरी खुर्च्या मांडल्या होत्या. त्यावर मंडळी टेकली. कुणीतरी चहाचे पेले आणले. त्याची निकड होतीच. दोन गरम घोट घशाखाली गेल्यावर जरा हायसं वाटलं. मंडळी उठली. निरोपासाठी आत वळली.

ती तशीच निश्चल. चेहऱ्यावर दुःख गोठलेलं, पण त्याचा उच्चार नाही.

'आम्ही येतो. जपा –'

'पुन्हा येऊ'– तिनं किंचित् मान उचलली.

'थँक्यू –' ती पुटपुटली. घर मोकळं झालं.

जराशानं बाबाला घेऊन शेजारचे काका आले. तिच्या बाजूला तो दबकत बसला. काहीतरी घडलंय एवढंच त्याला कळलं. आईच्या कुशीत शिरत त्यानं हाकारलं. तिनं हळू त्याच्या केसातून हात फिरवला. तिचे ओठ किंचित विलग झाले. पापण्यांच्या थरथरीमागे कढ लपवत म्हणाली, 'मामींकडेच बस. रात्री ये.'

'डॅडी देवाघरी गेले?'

'.....'

'एकटेच? मग आपण –' तिनं चटकन त्याच्या तोंडावर हात ठेवला. मामी घाईत पुढे झाल्या.

'चल राजा. आपण मग येऊ हं. आईला बसू दे शांत.' तिनं त्याच्यावरून नजर उचलली. खिडकीबाहेरच्या गजांतून आकाशाचा वेध घेत राहिली.

घड्याळ मंद गतीनं पुढे सरकत होतं. ७-८-९... एकएक तास संपत होता. ती तशीच, तिथेच. एवढ्यात कुणीसं खांद्यावर हात ठेवत विचारलं, 'आत येतेस?' ती कळसूत्री बाहुलीगत उठली. आत पानं वाढली होती. शेजारणीनं कढी-भात आणून ठेवला होता. 'मला इच्छा नाही.' ती विरक्तपणं म्हणाली.

'नसू दे. सकाळपासून फक्त पाणी गेलंय दोन घोट. असे उपास काढून कसं निभेल? दोन घास खा.' तिला चर्चा नको होती. भात वाढला गेला. समोर सोलकढीची वाटी. त्या फिकट गुलाबी सोलकढीकडं तिनं पाहिलं. तिच्या नवऱ्याला खूप आवडायची. तिनं चटकन वाटी उचलली आणि झपाझप कढी पिऊन वाटी खाली ठेवली. जोरदार ठसका लागला. ती बेसीनकडे धावली. नळ सोडला. त्या आवाजात स्वत:च्या अश्रूंना वाट करून दिली. बांध ढासळला.

तिचे चुलत सासरे पाठीमागे धावले. हुंदक्यांसरशी हिंदकळणारे खांदे बघून तिथंच थांबले. तिनं मोकळं होणं फार फार गरजेचं होतं. तशीच स्वत:त कोंडून पडली तर गुदमरेल. रडू द्या. पोटभर रडू द्या – ते मागच्या पावली परतले.

निघताना बेडरूमशी डोकावले, 'बेबी–' ती उठून बसली. 'उठू नको, बेटा. फार थकलीस. झोप. आम्ही उद्या येऊ.' एक-एक करत मंडळी बाहेर पडली. एकदोघी बायका, तिचा भाऊ सोबत राहिले.

बेडलँपच्या मंद प्रकाशात ती पडून होती. झोप कशी ती येतच नव्हती –

तशा तर या मृत्यूच्या सावल्या गेले वर्षभर घराच्या आसपास सरपटतच होत्या. तिला कळत होतं. किती वेळा त्याला तिनं बजावलं होतं, 'नको जाऊस या पार्ट्यांना.'

'तो कामाचा भाग आहे. मोठी डीलिंग्ज तिथंच होतात.'

'तिथं काय ड्रिंक्स घेतलीच पाहिजेत असा कायदा आहे?'

'अलिखित –'

'डॉक्टरांनी लिखित काय दिलंय ठाऊक आहे ना?'

'ओ स्वीटी, डोन्ट वरी. मी स्वत:ला सांभाळतोय.'

आणि रात्री केव्हातरी ती सिगरेटच्या वासानं जागी व्हायची. तो विचार करत खुर्चीवर बसलेला असायचा. टेबलावर कामाचे कागद आणि समोर सिगरेटची थोटकं.

ती त्याच्या हातातली सिगरेट ओढून घ्यायची. तो भानावर यायचा. 'बेबी, धिस् इज टू मच.' त्याच्या स्वरात वैताग.

'हे टू मच नाही, तू स्वत:ला शिक्षा करून घेतोयस हे टू मच आहे. विचार कर जरा. किती खोकतोयस –' तो उत्तर न देता कॉटवर अंग टाकायचा.

पण या सगळ्याचा परिणाम व्हायचा तो झालाच. आधी हॉस्पिटल, मग ऑपरेशन, मगची शुश्रूषा..... तिनं तोंड बंदच ठेवलं. फक्त त्याला जपायचं. श्रम, पैसा, देखभाल कशातच तिनं कमी पडू दिलं नाही. चेहऱ्यावर कधी कंटाळा नाही.

दिसामाशी तो थकतच होता. तिला ते कळत होतं. डॉक्टरांनीही कल्पना दिली होती, पण कल्पना देणं आणि प्रत्यक्ष त्या प्रसंगाला सामोरं जाणं यात फार फरक होता. सरपटणाऱ्या त्या भयप्रद सावल्या पुढे सरकल्या. त्याच्या शरीरावर पसरल्या..... त्याचे हात सैल पडले. 'बे...बी'– त्याचे अखेरचे शब्द. एवढ्या वर्षांची सोबत

संपवून तो उठून गेला.

कुणाकुणाच्या सोबतीनं ती घरी परतली. एव्हाना दारात गर्दी जमली होती. तिला हाताला धरून आत आणली. गळून थकून ती कोचावर आडवी झाली. तिचे डोळे पुसायला, समजूत घालायला अनेकजणी पुढे आल्या; पण तिचे डोळे कोरडे होते. ज्या क्षणी तिला मृत्यूची चाहूल लागली, त्या क्षणापासून ती आतल्या आत आक्रंदतच होती. आता अश्रू संपले होते. मनाचं वाळवंट झालं होतं.

नातेवाईक, जवळचे-दूरचे, घर भरलं होतं. ती सगळ्यांत होती आणि नव्हतीही. सगळी जाग-जाण मिटल्यासारखी ती बसून होती. हे तिचं निश्चल बसणं भयावह होतं. तिलाही कळत होतं, पण गुदमर मोकळा श्वास अडवत होता.

आणि त्या कढीनं तिला एकदम त्याच्याजवळ नेलं. त्याची आवड, त्याची हौस, त्याचं प्रेम लादणं.... ते सहजीवन एका क्षणात संपून गेलं. एक काठ सुटला, दुसरा पाण्यात वाहून गेला.... तिनं कॉटवरून हळू हात फिरवला. इथं - इथं त्याचा स्पर्श झाला होता. तिथं तो सिगरेट ओढत बसायचा.... आत्ताही असेल तिथं? तिनं डोळे उघडले. पुटपुटली, 'किती रे ओढतोस सिगरेट!'

'डोन्ट वरी, बेबी'....कोण म्हणालं? कुणी तर नाही. आता कुणाला म्हणायचं? कुणाला सांगायचं? कोण उत्तर देईल? समजूत काढेल? हट्ट करेल?

तिनं हताशपणे कॉटवर हात झटकला. हे सगळं सहन करण्यापलीकडचं होतं. आणि ती रात्रभर उघड्या डोळ्यांनी खुर्चीकडे बघत राहिली. न दिसणाऱ्या सिगरेटच्या वलयात नजर गुंतवत राहिली. रात्र-दिवस हा फरकच तिच्यालेखी मिटून गेला होता.

आणि दोन दिवसांनी तिनं अवेळी फोन केला, 'सॉरी अंकल, मी तुम्हाला भलत्या वेळी डिस्टर्ब करते आहे. अंकल मी –'

'बोल बेटा, थांबलीस का? तू मला अंकल म्हटलंस ना? आता मी तुझा काकाच आहे, सासरा नाही. काका हा वडिलांच्या जागी असतो.' तिच्या घशाशी दाटून आलं. नकळत हुंदका आला. त्या एकाकी खोलीत तो घुमल्यागत होऊन रिसीव्हरवर प्रतिध्वनित झाला.

'बेबी, रडतेस तू?'

'नाही, अंकल. तुमच्या शब्दांनी मला भरून आलं.'

'मी यायला हवंय का?'

'प्लीज नको. रात्रीचे अकरा वाजतायत, अशा अवेळी तुम्हाला बोलावण्याइतकी मी निर्दय खासच नाही. पण –'

'बोल, बेटा –'

'अंकल, मला भास होतात –' ती एका श्वासात बोलून गेली.

'कसले?'

'वाटतं, की तो इथंच आहे. कुठंतरी आसपास. त्याचं असणं माझ्या इतकं सवयीचं होतं....'

'आय नो! आय नो!'

'मी झोपले नव्हते, फक्त कॉटवर अंग टेकलं होतं. दुसरं कुणीच नव्हतं खोलीत. मी डोळे मिटून घेतले होते, तर मला स्पष्ट अगदी स्पष्ट जाणवत होतं, तो बाजूला आहे. अगदी जवळ.....

'काका, मी त्याला नाही विसरू शकत हो.....वेडी होईन अशानं. मला भीती वाटते, माझा बुद्धिभ्रंश तर होणार नाही ना? अशी माणसं मरत नाहीत, खूप जगतात. मी अशीच –'

'प्लीज स्टॉप इट्! बेबी, तू खरंच वेडी आहेस का ग? तुझ्यासारखी एक बुद्धिमान अधिकारी इतक्या सहजी बुद्धीचा तोल ढळू देईल? अग, केवढ्या क्रिटिकल कंडिशनमधून तू मार्ग काढलायस. कधी चलबिचल झाली नाही तुझ्यात आणि आता अशी गळून, थकून बोलतेस?

'तुला ध्यानात आलं ना, कार्यालयातली दोन-अडीचशे माणसं तुझ्या सांत्वनासाठी आली. त्यांचे डोळे तुझ्यासाठी ओलावले होते. किती धैर्यानं सगळं निभावलंस तू! माणसं येतात, भेटतात, दुःख हलकं करून जातात. पण त्या दुःखातच बुडालेले आपण आणखी खोल रुतत राहतो. त्यातून वर येत नाही.

'तोच विषय, त्याच आठवणी. त्या आठवणींशी निगडित माणसं. तरीही तू ढासळली नाहीस. तशाही अवस्थेत, 'थँक्यू' म्हणायला विसरली नाहीस. केवढं अचाट तुझं मनोबल! पुरुषालासुद्धा एवढं सहनशील राहता येणार नाही. पण तू ते कृतीनं सिद्ध केलंस. आय ॲम प्राऊड ऑफ यू.'

'थँक्यू, अंकल! आता मी शांत झोपेन.'

'दॅट्स् अ गुड गर्ल. मी येतो उद्या भेटायला. माझ्याकडे काही प्रेअर बुक्स आहेत. त्यांचा खूप उपयोग होतो.

'तुला ती नंदिनी आठवते? तिचे यजमान अपघातात गेले. एका लहान मुलाचा प्राण वाचवता वाचवता ते बसखाली गेले. केवढी लहान होती नंदिनी! पंचविशीच्या आतली. सगळं संपलं. पण ती संपली नाही. ताठ मानेनं उभी राहिली. सगळ्या आपत्तींना तोंड दिलं प्रार्थनेच्या आधारावर! प्रार्थनेत फार मोठं सामर्थ्य असतं. ते आपल्याला जगण्याचं बळ देतं.'

'अंकल, तुमचे शब्द मला प्रार्थना-गीतंच वाटतात.'

'थँक्यू, बेटा; ॲण्ड गुड् नाईट.'

ती झोपली. स्वतःचीच स्वतःला सोबत घेऊन. त्याच्या आठवणींची ऊबदार दुलई लपेटून.

काका येऊन भेटून जात होते. इतरही माणसं धीर देऊन जात होती. आता ते नित्यकर्म झालं होतं. आता बोलताना इतर विषय निघत होते. थोडं बाहेरचं जग आत डोकावत होतं. थोडा अंधार बाजूला होत होता.

एक दिवस काका आले ते बराच वेळ रेंगाळले. म्हणाले, 'आज मी कॉफी करतो.'

'आय ॲम ऑल राईट. मी करते ना!'

'अरे पण, तुझ्या काकाला चांगली कॉफी जमते का बघू!'

त्यांनी कॉफीचे दोन मग्ज् भरले आणि दोघं गॅलरीत येऊन बसली.

'अंकल, मला अजून त्याच्या नसण्याची सवय होत नाही –'

'कशी होईल? इतक्या वर्षांची सोबत अशी सहजी विसरली जात नाही. मी काल येतो म्हणून म्हणालो, पण येऊ शकलो नाही. दुसरीकडे गेलो होतो. तुला माझे मित्र कुलकर्णी आठवतात?

'हो. ते कुलकर्णी काका, तेच ना?'

'होय. त्यांची पत्नी अलीकडेच गेली. तुला सांगतो, त्यांना अजूनही वाटायचं; ती असे ओचे धरून मधल्या वाटेत बाथरूमबाहेर उभी आहे. एवढे वयस्कर गृहस्थ, लहान मुलासारखे ढसढसून रडले. म्हणाले, मी या घरात आता राहूच शकणार नाही.'

'आपल्या माणसाची सोबत किती बांधून ठेवते बघ! तुला तुझ्या नवऱ्याचा भास होतो म्हणालीस. पुढचं सांगू? काही दिवसांनी त्याच्या सिगरेटचा वास आसपास जाणवेल. आपण आपल्या माणसाशी इतके जोडलेले असतो – त्याच्या कपड्यांचा, सेंटचा वास, त्याच्या सिगरेटचा धूर हे सगळं तुला जाणवेल. त्यात घाबरण्यासारखं काहीही नाही. हे भास नव्हेतच. ही तुमच्या एकरूपतेची ग्वाही आहे.

'तुम्ही एकमेकांवर इतकं उत्कट प्रेम केलंय, की प्रत्येक कणाकणात तुला त्याचं असणं जाणवत राहील. कारण तुम्ही दोघं एकमेकांत जगलात.'

'डॉक्टरांनी बजावलं होतं, ही सिगरेट त्याची छाती जाळत जाईल. ती आधी बंद करा. ड्रिंक्स घेणं आवरा. पण त्यानं ऐकलं नाही. त्याचे परिणाम त्याच्याइतकेच आज तूही भोगतेस. पण बेबी, धन्य आहे तुझी, तू त्याची कधी किळस केली नाहीस. कधी कठोर शब्दांत त्याचा धि:कार केला नाहीस. त्याच्या व्यसनांसकट त्याला सांभाळलंस. आईच्या मायेनं त्याची शुश्रूषा केलीस.'

'तरीही अंकल, माझ्या वाट्याला हे एकटेपण आलं.'

'निसर्ग कधी क्षमा करत नाही, बेटा. ती क्षमाशील वृत्ती स्त्रीमधेच असू शकते. निसर्ग हा न्यायदेवतेसारखा असतो. चुकीला प्रायश्चित्त देतोच.

'आता जरा कठोर हो. स्वत:ला सांभाळ. तुझ्या छोट्या बाबाला सांभाळ. आता

तुला आई आणि वडील या दोन्ही भूमिका करायच्या आहेत. आणि डोळे तर अजिबात ओले करू नकोस. आपण दुबळे झालो की दु:ख आपल्यावर कुरघोडी करतं. तुझ्या बाबाला अशी दुबळी आई मोठा करू शकणार नाही. बेबी, तू आता दु:खाची सोबत सोड. कामावर जायला सुरुवात कर.'

'मला आता एवढी जबाबदारी झेपेल?'

'का नाही? काय फरक पडलाय तुझ्यात? चार माणसांत मिसळलीस की आपोआप तुझा आत्मविश्वास तुझ्यात परत येईल.

'आणि हे बघ, तू एकटी नाहीयस. आम्ही सर्व तुझीच माणसं आहोत. अगदी अर्ध्या रात्री तुला गरज वाटली तरी लगेच फोन कर. हा अंकल आहे तुझ्या पाठीशी. आणि..... आणि तुझ्या नवऱ्याचं प्रेम आहे तुझ्या सोबतीला. ते तुला बळ देईल.

'लक्षात ठेव, उत्कट प्रेम माणसाला जितकं सुखं देतं ना, तितकंच छळतंही! त्याला तू किंवा मी काहीही करू शकत नाही. जसा काळ जाईल ना, तसा हा छळच तुला अंगवळणी पडेल. त्याचं रूप बदलेल. या छळणाऱ्या आठवणी तुला जन्मभर प्रेमाची सावली देतील. अग, तो तुला सोडून गेलाच नाही बेटा, तो तुझ्यातच आहे.

बी अ ब्रेव्ह गर्ल!

काका बाहेर पडले. आता अंधार. घरात, बाहेर, पण त्या अंधारात ती एकटी नाही. तो आहे. देहरूपात नाही, पण चैतन्यरूपात आहे. हा प्रीती-भक्तीचा साक्षात्कार आहे!

xxxxxxx

यमुनेच्या तीरावर अजूनही ती बासरी ऐकू येते, त्या वेडावलेल्या ब्रिजबालांचं अस्तित्व जाणवतं आणि एखाद्या वृक्षाखाली उभी असलेली ती विरहार्त राधाही दिसते. कृष्णाच्या स्पर्शानं अधिकच कडद झालेलं यमुनेचं पाणी, राधेच्या भावमुद्रा टिपत, प्रेमाचा एक अनोखा उखाणा आपल्याच हृदयावर कोरून ठेवतं.

कुणी पाहिलीय ती प्रेमदिवाणी राधा आणि तो नटखट कन्हैया? पण ते गीतगोविन्द आजही प्रत्येकाच्या मनीमानसी आहे. आता फक्त नावं बदलीयत, पण प्रेमाची उत्कटता तीच आहे. एका खुळीला तर वृंदावनातल्या झाडांच्या पानांना कृष्णाने पुसलेले लोण्याचे हात जाणवले. तो ओशट स्पर्श घेऊन ती नाचली. म्हणाली, 'कृष्णानं ज्या पानानं हात पुसले होते, त्या पानांचा स्पर्श मी अनुभवला. भगवन्ताचा स्पर्श!' केवढी काव्यमय, रोमांचकारी कल्पना! पण ती आहे.

हा नुसता भास नव्हे; हा आहे मनाचा ध्यास; अस्तित्वाच्या खुणा. त्या आपल्याला जगवतात. जगणं अधिक सुंदर करतात.

■

पान पंचविसावं

मी पंचविसाव्या पानावर उभी आहे. आधीची चोवीस पानं अनंत आठवणींनी भरली आहेत. पण हे वळण अवघड होतं. एका निश्चित निर्णयाप्रत नेणारं. मी योग्य निर्णय घेतला का? ते काळ ठरवेल. पण माझ्याशी मी प्रतारणा केली नाही. अनेक वेळा असं खंबीर व्हावंच लागतं –

.....तो दिवस गझलांचा होता. सगळे गझलप्रेमी चार दिशांतून एकत्र आले होते. वृत्ती तरल झाल्या होत्या. डोळ्यांत आकाशाचे रंग उतरले होते. कविता माणसाला अशीच वेडं व्हायला लावते.

जगजित आणि चित्रा सिंग यांच्या गझलांचा कार्यक्रम होता. नागपूरच्या मस्त थंडीत कॉफीचे गरम घोट घेत आम्ही सर्व उभे होतो. आम्ही म्हणजे परिचित नव्हे, कवितेवर जीव लावणारे. गझलची एक एक ओळ, त्यातल्या नाजूक हरकती, ऊबदार शालीसारख्या अंगाभोवती लपेटल्या होत्या. खालच्या आवाजात, पण मनमोकळ्या गप्पा चालल्या होत्या. मी ऐकत होते. त्या सर्वांत मी तरुण होते. नुकतंच कॉलेज संपलेलं. पण इथं वयाचा प्रश्न नव्हता. त्या गर्दीला एकच चेहरा होता – रसिकाचा!

'आजची संध्याकाळ सार्थकी लागली. काय दर्द आहे या माणसाच्या आवाजात! शब्द थेट मनापर्यंत पोहोचते. मराठीत अशा सुरेख गझलाच नाहीत.' कॉफीची वाफ आणि शब्द थेट माझ्यापर्यंत पोचले. मी वळून पाहिलं. चटकन बोलून गेले, 'माफ करा, मराठीत सारं काही आहे, पण ते वाचायला सवड कुणाला आहे? त्यातून हिंदीला दाद देणं ही व्हाईट कॉलर्ड लोकांची खास फॅशन आहे.'

'अच्छा!' ते गृहस्थ हसून म्हणाले, 'आमचा गुन्हा कबूल! पण तुम्ही एक चार ओळी चटकन सांगू शकाल? मराठीचं प्रेम म्हणून!'

'अलबत!' मी ते आव्हान स्वीकारलंच–

''तू पुन्हा माझ्या जिवाची तार ही छेडू नको
गीत जे अर्ध्यावरी मी सोडिले, छेडू नको!
.....तू स्मृतींच्या सावल्यांचे नावही काढू नको

माझिया वेड्या जिवाची तार ही छेडू नको!.....''

'अरे, क्या बात है! बहोत खूब!!' बाजूनं शब्द आले. माझ्यासकट सर्वांनीच वळून पाहिलं. दाद देण्याची पद्धत ऐटबाज होती. चेहऱ्यावरचा राजस रुबाब अन् शब्दांतली खुल्लम् खुल्ला पावती मोठी आकर्षक होती. मी हसून ती स्वीकारली. पुढे होत तो अदबीनं म्हणाला, 'इतकी सुंदर गझल पेश करणाऱ्याचं नाव कळलं तर बरं होईल.'

मी मिस्कीलपणे उत्तरले, 'शायर जाणून घ्यायचाय की ती पेश करणारीचं नाव?'

तो धीटपणे हसून म्हणाला, 'माझ्या रसिकतेवर आपला विश्वास दिसत नाही–'

पुढची मैफल दाद घेत-घेत रंगली. रात्र उलटली, काही खुणा मागे ठेवून. मग किती रात्री आल्या अन् गेल्या. खुणा अस्पष्ट होत गेल्या. शिल्लक राहिलं ते नाव-पत्ता असलेलं कार्ड. खरं तर अशी कार्डं ड्रॉवरच्या कोपऱ्यात पडून राहतात. अन् मग कधीतरी अडगळ आवरताना केराच्या टोपलीत जाऊन पडतात.

आणि आज अचानक तो माणूस पुन्हा एकदा समोर आला. हास-भास नसताना. जावं पुढे? बोलावं? ओळख द्यावी? पण पुढे काय? एवढी वर्षं ओळख कार्डातच बंदिस्त होऊन पडली होती. या तीन वर्षांत तो कुठे आला शोध घ्यायला? मग आपणच कशाला.....?

मी लगबगीनं नाट्यगृहात शिरले. जागेवर जाऊन बसले. हळूहळू माणसं आत येऊ लागली. मी नजर ताणून मागे-पुढे पाहात होते. अंदाज घेत होते आणि शेजारून प्रश्न आला, 'इफ् आय मिस्टेक नॉट, आपणच त्या गझल-ई-मलिका –'

मी मोठ्यानं हसले.

'ओळखलंत?'

'म्हणजे? गझल अशी सहजी विसरता येत नाही. पण आजचा मामला गद्य आहे. नाटक. तुम्ही मला ओळखलंत?'

'म्हणजे? अरे, तुमचं कार्डसुद्धा आहे माझ्याकडे?' बोलता बोलता मी पर्स उघडली. त्यात कोपऱ्यात लपलेलं कार्ड बाहेर काढलं. त्याच्या चेहऱ्यावर मजेदार हसू.

'हसलात का?'

'अगदी सहज. मी एवढा निकट असेन असं वाटलं नव्हतं मला.' मी वरमले. एखाद्यानं नेमकं चोरी करताना पकडावं असं झालं. त्याचा रागही आला, पण त्यानं विषय पिंजला नाही. तो नाटकावर, नाट्यतंत्रावर बोलत राहिला. पाश्चिमात्य रंगभूमीबद्दल, कलावंतांबद्दल सांगत राहिला. सहज की इंप्रेशन मारायला? पण मी तरी असा तिरका विचार का करत होते?

नाटक संपलं. लक्षात राहिल्या त्या गप्पा आणि तोसुद्धा! त्याच्या खास लकबींसह! पण चुटपुट लागून राहिली ती एकच; 'घरी पोहोचवू का?' असं तो म्हणाला नाही. घरी आल्या आल्या मी कार्ड कपाटात अगदी कोपऱ्यात फेकून दिलं. पुन्हा कधी चुकून भेटलाच तर..... मी त्याचा नको तेवढा विचार करत होते का?

ते कार्ड मी फेकलं नव्हतं. बेफिकीरीनं का होईना, कपाटातच ठेवलं होतं आणि पुन्हा एकदा तो असाच भेटला.

शकीच्या लग्नात पाहुण्यांचं स्वागत करायला मी दाराशी आले आणि तो समोर! थोडं गडबडून मी स्वागत केलं, 'या!'

'आज तुम्हाला माझं स्वागत करावंच लागेल.'

'का?'

'मी मुलाचा खास मित्र आहे. आणि तुम्ही मुलीच्या.'

'तुम्हाला कुणी सांगितलं?'

'भले! अशा बातम्या येऊन पोहोचतात आपोआप.'

'कार्ड न देताही?'

तो हसला. 'कार्डं पर्समध्ये तीन तीन वर्षं पडून राहतात. पण हवं असेल तर असा पत्ता मिळू शकतो.'

'बरेच आहात की!' मी बोलून गेले. नको होतं का बोलायला? कोण जाणे.

लग्न लागलं. पेढा-अत्तर-गुलाब देणं. मुलाकडच्यांना फराळ पोहोचवणं. मग जेवणाच्या पंक्तीत जिलबीचा आग्रह करणं, सगळं पद्धतीनुसार चालू होतं. मी पुढे जाणं टाळत होते. तरी नजर एकमेकांना टकरावतच होती. जेवून हात धुवायला जाताना तो मुद्दाम थांबला. म्हणाला, 'जेवण नीट झालंच नाही.'

'का?'

'वहिनींची मैत्रीण आग्रह करायला आली नाही ना!'

मी पळालेच. तरी शकीच्या आईनं विड्याचं तबक घेऊन पाठवलं. हा आणखी कठीण प्रसंग. मी कुणाच्या तरी हातात तबक देत होते, ते त्यानं नेमकं पाहिलं. पुढे होत तो हळूच म्हणाला, 'अशी चुकवाचुकवी बरी नव्हे.'

मी जायला निघाले तशी तो म्हणाला, 'मी ड्रॉप करू?'

'नको. माझा रस्ता निराळा आहे.'

'अस्सं! मग आज मी तुमच्या रस्त्यानं आलो तर नाही चालणार?'

'आणखी कुणाला पोहोचवायचं असेल तर –' बोलण्यातली खोच लक्षात येऊन तो जोरात हसला. 'कमा माझी धाकटी बहीण. तिला घेऊन तुम्हाला पोहोचवायला यायला हवं होतं का? तिला आधी पोचवून आलो. नाहीतर आईपर्यंत गझल पोहोचायची.'

विषय वाढायला नको म्हणून मी मुकाट्यानं त्याच्याशेजारी जाऊन बसले. 'दिवाकरला मुलगी चांगली मिळाली नाही? सुंदर, सुशिक्षित, पुन्हा नोकरी न करणारी –'

'का? मुलींनी नोकरी केलेली तुम्हाला आवडत नाही?'

'नाही बुवा आवडत. मग त्या फार ओढलेल्या वाटतात थकतात. घरात सतत चिडचिड. समान हक्क, तुझे-माझे पैसे –'

'त्यात काय वाईट आहे? बाई कमावती असली की ताठ मानेनं जगू शकते. नवऱ्यापुढे हात नाही पसरावे लागत. आपला स्वाभिमान जपण्यासाठी –'

'बाप रे! किती कडक बोलता हो! बाईनं मृदू बोलावं.'

'आणि पुरुषानं हार्श बोलावं. मला कळत नाही की, बाईनं असं बोलावं, तसं वागावं, असं दिसावं, असं जगावं, हे सांगणारे तुम्ही कोण?'

'मी? मी नाही हो कुणाला काही सांगायला जात. मी बायकांना फार घाबरतो बुवा!'

'घाबरता? ते का?'

'हे असं कुणी व्याख्यान द्यायला लागलं की भीतीच वाटते. तुम्ही सरळ, साधं असं बोलत असाल ना?'

'अहो, मी साधंच बोलते की!'

'चला! सुटलो.'

'का? काय झालं?'

'काही नाही. मला इंटेलिजंट मुली आवडतात. स्मार्ट मुली छान वाटतात. पण अशा बिनधास्त मुलींची मात्र भीती वाटते.'

'अस्सं! पण मला हे कळत नाही, तुमची मुलींची आवड तुम्ही मला का सांगता आहात?'

'सहज. अगदी सहज. गाडीत काहीतरी बोलायला हवं ना! बरं, आजचा शेअरबाजार किती अंशांनी वधारला?'

'शेअरबाजार? तो कशाला?'

'मुली' हा विषय नको ना, म्हणून वेगळा विषय काढला. या विषयावर वाद संभवत नाही, नाही का?'

'काय हे!' मी हसायलाच लागले.

'दॅटस् अ गुड गर्ल. तुम्ही अशा हसतच बोलत जा माझ्याशी.'

'म्हणजे तुम्ही बोलायला पुन्हा भेटणार आहात?'

तो काहीच बोलला नाही. घराशी गाडी थांबली. मी फक्त थँक्स म्हटलं अन पाठ फिरवली. तीन वर्षं ज्या माणसाला माझी आठवण काढाविशी वाटली नाही, त्याच्याशी मी का मोकळी वागू? का पुढचा विचार करू?

पण तो अचानक एक दिवस येऊन उभा राहिला. माझा आनंद मला लपवता आला नाही.

'आज इकडे कुठे? कुणाला भेटायला?'

तो थेट नजर भिडवत म्हणाला, 'नाही, तुमच्याकडेच. तुम्हाला भेटावंसं वाटलं.'

'अहो भाग्यम्! या. बसा ना.' आणि मग तो बोलत राहिला. त्याच्याबद्दल– त्याची नोकरी, कामाचं स्वरूप, घर, घरची माणसं वगैरे. मी पण लक्ष देऊन ऐकत राहिले. तेवढ्यात नमी पोह्यांच्या बशा घेऊन आली. तो मजेनं म्हणाला, 'तुम्हाला येतं करायला?'

'काय ते?'

'पोहे, शिरा, उप्पीट, थालीपीठ, घावन –'

'यादी सांगताय पदार्थांची?'

'माझ्या आवडीच्या पदार्थांची.'

'मी सुगरण वगैरे नाही. स्वयंपाकघरात फारसा वेळ काढावा असं वाटतही नाही, पण मी करू शकते–करते.'

'बरं आहे. नवरा जेवेल तरी पोटभर.'

'म्हणजे प्रत्येक विचार नवरा - संसार या दृष्टीनंच –'

'थांबा, थांबा. हा शेवटचा घास आनंदानं खातो आणि पळतो. दिवसातले आठ ते दहा तास बौद्धिकच असतं. गंभीर लांब चेहरे. पुन्हा इथं आल्यावर तेच. घर आणि कार्यालय एकच वाटायला लागतं.' तो खरंच पळाला. चहा घ्यायलाही थांबला नाही. पण मग मात्र वरचेवर भेटत राहिला. कधी घरी, कधी बाहेर. कधी ठरवून, कधी अचानक. कळत नकळत मीही साथ देत राहिले. कदाचित् मलाही ही मैत्री हवी असावी.

आमची मैत्री अधिक दाट होत होती. एकमेकांना भेटणं ही आता गरज वाटत होती. त्या मैत्रीचे रंग दोघांनाही कळत होते, पण तसं उघड किंवा स्पष्ट आम्ही दोघंही बोलत नव्हतो. घरचेही काही विचारत नव्हते, हे किती आश्चर्य! कदाचित् त्यांनीही गृहीत धरलं असावं.

आणि एक दिवस वेगळा उगवला. आयुष्याची चोवीस पानं पूर्ण करून पंचविसाव्या पानावर नेऊन उभं करणारा..... आज त्यानं एक वेगळाच प्रश्न उपस्थित केला –

'समजा, तुला कुलूला जायचंय मैत्रिणींबरोबर, तर घरची परवानगी मिळेल?'

'हा काय प्रश्न आहे? मी काय लहान मुलगी आहे परवानगी न मिळायला?'

'मग तू माझ्याबरोबर येशील?'

'तुझ्याबरोबर.....?'

'का? मी तुझा मित्र नव्हे? की विश्वासार्ह नव्हे?'

'आहेस ना! मित्र आहेस आणि विश्वासार्हही. पण प्रत्येक नात्याला काही संदर्भ असतात, काही मर्यादा असतात.'

'का असाव्यात? आपली मैत्री बौद्धिक पातळीवर आहे.'

'पण समाज बौद्धिक वगैरे मानत नाही. आपल्याला समाजात राहायचंय तर त्याचे नियम पाळले पाहिजेत.'

'खरंच? तर मग तू हे स्त्री-स्वातंत्र्य, पुरुषाचं बंधन, वर्चस्व वगैरे मोठमोठ्या गोष्टी का बोलतेस? आपण संकेतानुसार तरी जगावं किंवा मुक्त! तुम्ही मुली सोईनुसार फायद्यावर लक्ष ठेवून मतं बनवता. घर हे घरासारखं हवं. नियम, अटी वगैरे घालून घराची आश्रमशाळा नाही करता येत. शेवटी संसार पुरुषाबरोबरच करायचाय ना? मग त्याला समजून नको घ्यायला? अरे, 'समाजकार्य' म्हणून कपाळाला पट्ट्या चिकटवून बोंबलत हिंडता. घरच्या चार माणसांना तुम्ही प्रेम देऊ शकत नाही तर जगाला कसलं प्रेम देणार? मला कळत नाही की असले नसते विचार तुमच्या डोक्यात कोण भरवतं?'

'तू काय आज व्याख्यान द्यायला आलास?'

'नाही, मला काही गोष्टी सांगायच्या आहेत. फार उशीर व्हायला नको म्हणून.'

मला अंदाज आला. श्वास थोडा जड झाल्यागत वाटलं. हे केव्हातरी व्हायला हवंच होतं ना? नाहीतर नुसतंच भेटत आणि कॉफी घेत किती दिवस रहायचं? स्त्री-पुरुष मैत्री अशी दीर्घकाळ राहू शकते? मीच आता बुचकळ्यात पडले होते.

'तुला आठवत असेल, आपण तीनेक वर्षांनंतर नाट्यगृहात अचानक भेटलो.'

'हो.'

'त्या वेळी एका मुलीच्या कारमधून मी उतरलो. तिची कार गर्दीत अडकली होती. त्यातून बाहेर काढून मी नाट्यगृहाच्या दारापर्यंत तिला सोडलं. तेव्हा तुम्ही सर्वांनीच वळून पाहिलं. तूसुद्धा –'

'हो. ती मुलगी सुंदर होती आणि मॉड्. त्यामुळं लक्ष वेधणारी. मला वाटलं तुम्ही दोघं –'

'बरोबर आहे. तिनं मला विचारलं होतं –'

एक मिनिट माझा श्वास थांबला. आता जे ऐकावं लागेल ते फारसं प्रिय असणार नाही हे ध्यानात आलं. तोच पुढे म्हणाला –

'पण तिची अट विचित्र होती.'

'कसली?'

'तीन महिने एकत्र रहाण्याची. शरीरानं, मनानं आणि बुद्धीनं आम्ही एकमेकांना अनुरूप आहोत की नाही हे अजमावण्यासाठी.

'मला ते पटलं नाही. एकमेकात इतकं समरस झाल्यावर नाही पटलं तर? तिला मी ओळखत होतो. तिचे अनेक मित्र, स्वच्छंद वागणं, जगण्याची एकूण पद्धती मला मान्य नव्हती. मैत्रीण म्हणून ठीक.'

'म्हणजे बायको घरासाठी आणि मैत्रीण –'

प्लीज, मला बोलू दे. मग तू काय म्हणायचं ते म्हण.

'मैत्री झाली. कामानिमित्त झाली. मग चहा-कॉफी घेणं, बोलणं आलंच. पण त्या वेळी एक विचार तुझाही होताच. तुला नुसतीच पाहिली होती. तिला ओळखत होतो. पटत नव्हतं काहीच. ही आपल्या विचारांच्या चौकटीत बसणारी नाही हेही कळत होतं. त्यात अडीच-तीन वर्षं गेली.'

'मग तिनंच विचारलं. विचारलं ते हे आणि असं. मी स्वच्छच नाही म्हटलं. ती आवडली होती, पण गुंतलो नव्हतो. पुढचा विचारच करू शकत नव्हतो. त्याकरता नागपूर सोडलं. मुंबईला आलो. एक धास्ती होतीच, तू कुठे गुंतली नसशील ना? थँक् गॉड्! तसं काही नव्हतं. मी तुला समजावा म्हणून ओळख वाढवली. भेटत राहिलो. तुला अधिक समजून घेतली.

'ही गोष्ट लपवून ठेवणं मला योग्य वाटलं नाही. आज बोलून मोकळा झालो. मनावरचं ओझं उतरल्यासारखं वाटतं. मी हा असा-असा आहे. तुझं उत्तर हवंय....

आज पाणी पण मिळणार नाही काय?'

'सॉरी-सॉरी. मी आणते.' मी पाणी घेऊन आले तेव्हा तो जिना उतरून खाली गेला होता. नाहीतरी आता बोलत बसणं तसं अवघडच होतं.

आता उत्तर मी द्यायचं होतं. गेल्या चोवीस वर्षांत मी अनेक माणसं पाहिली होती, अनुभव घेतले होते, विचार केला होता, पण स्त्री-पुरुष नातेसंबंधातला हा विचार कधीच केला नव्हता.

तो मला आवडला होता. नुसतं आवडणं आणि एकरूप होणं यात केवढा तरी फरक होता. आम्ही एकमेकांना स्वीकारणार होतो? आणि मग नावड निर्माण झाली तर? तिनं केलेला विचारही गैर वाटत होता. मी काय निर्णय घेऊ?

आणि एक दिवस आई माझ्या खोलीत आली.

'काय ठरवलंस?' मी आश्चर्यानं विचारलं, 'कशाबद्दल?'

'कशाबद्दल? अग, गेले सहा महिने जो मुलगा येत होता, भेटत होता, शिरा-पोहे खात होता तो काय आपलं घर हॉटेल समजून? तासतासभर बोलत होतीस ना? मग आत्ताच का बंद झाला यायचा? त्यानं विचारलं असणार.'

'हो अग, पण मी काहीच विचार केला नव्हता. नुसतं बोलणं निराळं आणि हे असं नातं –'

'मग जन्मभर बोलतच रहाणार होतीस? कुणाशीतरी लग्न हे केलंच पाहिजे ना!'

'का?'

'का?' मग काय तशीच रहाणार आहेस? अग चोविसावं सरून पंचविसावं लागलं तुला. आता नाही विचार करणार तर केव्हा? पन्नाशीत?'

'काय हरकत आहे? जेव्हा मनापासून वाटेल –'

'वेडी आहेस का? मनाइतकंच शरीरही महत्त्वाचं असतं. ज्या वयात ज्या गोष्टी व्हायला हव्यात त्या नकोत व्हायला?'

'म्हणजे आई, नुसतं शरीरच महत्त्वाचं?'

'नाही. सोबत हवी. हक्काचं माणूस हवं. सुख-दुःखात शेअरिंग हवं आणि शरीर देता-घेताना पापाची भावना नको. भीती नको. निराधारपण नको.

'नुसत्या मैत्रीत जबाबदारी नसते, तर एकमेकांना समजून घेणं आणि मदत करणं असतं. पती-पत्नीच्या नात्यात नुसती देवाण-घेवाण नसते. मदत नसते, समर्पण असतं. त्यातूनच त्यागाची, प्रेमाची, एकरूपतेची जाणीव निर्माण होते.

'कळतंय ना मी काय म्हणते ते! तो मुलगा जर तुला पटला असेल, आवडला असेल तर 'हो' म्हणून टाक. काही गोष्टी लग्नानंतरच कळतात. प्रेम सहवासातून वाढतं. त्याचा खरा अर्थही मगच कळतो. प्रत्येक गोष्ट कळायला थोडा अवधी द्यावाच लागतो. आता अल्लडपणा सोड. जगणं इतकं सोपं नसतं –' आई उठून गेली. मी स्वतःला पिंजत राहिले. गेल्या चोवीस वर्षांत जो विचार केला नव्हता, तो आता करत होते. किती अवघड होतं सगळं!

आणि मी सकाळीच फोन लावला.

'मी बोलतेय –' मी अवघडलीशी बोलले.

'बोल.' माझा आवाज त्याला विचित्र वाटला.

'काय झालं? तू थकलीयस का?.... मला घाई नाही. टेक युवर ओन टाईम. आणि तुला जर नकारात्मक उत्तर –' त्याचा आवाज कातर.

'नाही रे! मला काही कळतच नाही. तूच काय ते सांग ना!'

'तुझ्याबद्दल, तुझ्या निर्णयाबद्दल मीच सांगू?'

'हो. माझा तुझ्यावर विश्वास आहे –'

आणि तो मोठ्यानं हसला.

■

(तारका)

एका कादंबरीचा जन्म

'माझं नाव चंद्रमोहन बागाईतकर.' त्या परक्या चेहऱ्यानं आपला परिचय करून दिला.

'या बसा.' मी हसून स्वागत केलं. अद्याप हात जुळलेलेच. साधा 'गाववाला' चेहरा. ठेंगणी, बैठी मूर्ती. सावळा वर्ण. 'बसा' मी नमस्कार करत म्हटलं. बागाईतकर हे नाव फार परिचयातलं वाटलं, पण आठवेना कुठं ऐकलंय ते.

'नाव ऐकून असाल.'

'हो. पण संदर्भ आठवत नाहीय.'

'आम्ही विडी कारखानदार. तिकडं संगमनेरला आमचा कारखाना आहे. आला असाल ना कधी?'

'कुठं? विडीच्या कारखान्यात?'

'तुम्ही पण खूप आहात मॅडम. अहो कॉलेजात, नाहीतर व्याख्यानाला.'

'हो आलेय ना. त्या मालपाणींकडे –'

'आमच्या गावात निम्मे मालपाणीच आहेत, पण ते पश्चिमेला. आम्ही इकडे पूर्वेला.'

'कसं काय येणं केलंत?'

'प्रकाशन सुरू करतोय. तुमच्याकडे काय हाताशी तयार असेल ते द्या.'

'विडीकडून एकदम साहित्याकडे कसे वळलात?'

'मी विडीकडे फिरकतच नाही. ते सगळं आबासाहेब सांभाळतात. मला म्हणाले, तू काहीतरी डोक्याचं काम कर. जरा प्रतिष्ठा मिळेल. विडीमधे पैसा आहे, पण नाव नाही. आबासाहेब म्हणाले, चार मोठ्या लोकांची ऊठबस व्हायला हवी. आपल्या बंगल्याच्या आवारात भाषणं, कथाकथन, काव्यवाचन असलं काही ना काही सुरू करू. ही शहाणी माणसं खूष होऊन गेली पाहिजेत. तर मी प्रकाशन सुरू करतोय. पहिल्याप्रथम तुमच्याकडे आलो.'

'बरं वाटलं. ठरवू आपण. तुम्ही माझं काही वाचलंय?'

'खरं सांगायचं तर नाही, पण आमच्या अक्काला खूप आवड आहे. तिनंच

तुमचं नाव यादीत टाकलंय. म्हणाली, बाई फार चांगल्या आहेत. त्यांचं मार्गदर्शन घे. आणखी लेखक, चित्रकार सगळं त्यांच्याकडून विचारून घे. आणखी म्हणाली, चंद्या, तू वाचनाची आवड लावून घे.'

माणूस मोकळाढाकळा, ऐसपैस वाटला. अंदाज येईना की व्यवहाराला कसा असेल. पण त्यानं मला विचार करायला सवडच दिली नाही. हातातल्या पिशवीतून एक लखोटा काढला. त्यातलं एक शंभरचं बंडल टेबलावर ठेवत म्हणाला, 'हे तुमचे ॲडव्हान्स. तुम्ही नव्या प्रकाशकांकडून ॲडव्हान्स घेता असं अक्काच म्हणाली. तर हे नक्की झालं.'

मी हसून मान हलवली. त्याला हवी ती माहिती दिली. पुन्हा एकदा संगमनेरचं आमंत्रण देऊन तो बाहेर पडला.

हळूहळू त्या कुटुंबाशी माझी ओळख वाढत गेली. बागाईतकर मंडळी तशी गडगंज होती. नाशिकला बंगला. तिथं ही भावंडं रहायची. बहीण मेडिकलच्या शेवटच्या वर्षाला होती. हा शिकण्यात यथातथाच होता, पण व्यवहारात हुशार. वडिलांनी विचार केला असावा, याला विडीत गुंतवण्यापेक्षा अक्षरात गुंतवावं. चार लेखकांत वावरला, की नाव-प्रतिष्ठा मिळेल. वडील थैली घेऊन पाठीशी होतेच. ते संगमनेर-नाशिक जाऊन-येऊन असायचे. त्याला वडिलांचं भक्कम कवच होतं.

माझा कथासंग्रह तयार झाल्याचं मी त्याला कळवलं आणि दुसरेच दिवशी तो बहिणीची लग्नपत्रिका घेऊन उभा राहिला.

'बघा, हाक मारल्याबरोबर हजर झालो.' त्याचा उत्साह बघून मी हसले.

'लग्नाला यायचं. आणि पाहुण्यासारखं यायचं नाही. घरचं माणूस म्हणून यायचं. मजेत चार दिवस रहा. आमचं आदरातिथ्य बघा तरी!'

'ते बघायला मी सवडीनं येईन. तुम्ही, आबासाहेब, आईसाहेब सर्वचजण गडबडीत असणार. व्याही मंडळींचं हवं-नको बघायला हवं. इतरही लेखक, पाहुणे, नातेवाईक येतील. बोलायला मिळणारच नाही. अक्कांची पाठवणी झाली की घर मोकळं होईल. तेव्हा येईन आरामात गप्पा मारायला. मला लग्नाचे फोटो दाखवा, त्र्यंबकला घेऊन जा. या घाईत ते जमणार नाही.'

'हो. ते पण खरंच. तुम्ही म्हणता तसंच होऊ दे.'

'मग मी रिसेप्शनला संध्याकाळची येईन. आरामात जेवेन आणि मग परतेन.'

लग्न बंगल्याच्या प्रचंड आवारातच होतं. 'लावण्य' नावाला शोभेल असाच तो बंगला होता. प्रवेशद्वाराशी दोन अप्सरा घट घेऊन उभ्या होत्या. दाराला केळीचे खांब उभे होते आणि वर जाई-जुईचा मांडव. बाजूला चंद्रमोहन हात जोडून स्वागताला उभा होता.

मला बघून तो पुढे आला. 'या. मी वाट पाहात होतो.' त्यानं स्वागत केलं. लॉनवर खुर्च्या मांडल्या होत्या. कडेनं हरतऱ्हेची टवटवीत गुलाबं. शीतपेयं आली. मी थंडाईचा गडू उचलला. 'आधी सर्वांची ओळख करून देतो.' तो मला घेऊन मंचावर गेला. त्याची अक्का डोक्यापासून पायापर्यंत दागिन्यांनी मढली होती. पैठणीही तशीच कारागिराच्या कौशल्याची साक्ष देणारी. त्यावरचे जरतारी मोर मोठ्या नजाकतीनं भरले होते. वैभव असं ओसंडून वहात होतं, की ते टिपायला दोन डोळे कमी पडावेत. आबासाहेब जावयाच्या बाजूला उभे होते. तो उंचापुरा गव्हाळ वर्णाचा पुरुष मंचावर कसा उठून दिसत होता. त्यांनी बांधलेला फेटा त्यांच्या रुबाबाची शान वाढवत होता. नमस्कारासाठी जोडलेल्या बोटातला पुष्कराज नजरबंदी करणार होता. या माणसानं हातात माती धरली तरी त्याचं सोनं होईल असं वाटण्याजोगं त्यांचं व्यक्तिमत्त्व होतं. खटकली ती एकच गोष्ट – जावयाची नजर मला बेरकी वाटली. या मुलीनं चुकीच्या माणसावर जीव लावला होता.

आईसाहेब मागच्या लॉनवर पाहुण्यांची देखभाल करत होत्या. मागच्या प्रवेशद्वारा-लगतचे अत्तराचे दोन कारंजे वातावरण सुगंधित करत होते. चंद्रमोहन माझ्या खाण्याकडे स्वत: लक्ष पुरवत होता. मी जेवत होते खरी, पण घास पक्वान्नांचा होता, की हिऱ्या-मोत्यांचा होता हेच कळत नव्हतं. त्या अफाट वैभवानं माझे डोळे दिपले होते.

विशेष म्हणजे त्यांनी कुणाचकडून आहेर स्वीकारला नाही. जाताना आईसाहेबांनी माझ्या हातात एक पार्सल दिलं.

'हे काय?' मी आश्चर्यानं विचारलं.

'अक्काच्या लग्नाची आठवण. साहेबांनी दिलंय.' मी अवघडलीशी झाले.

चंद्रमोहन म्हणाला, 'आबासाहेबांपुढं अपील नाही. त्यांनी तुम्हाला सवडीनं विश्रांतीला या सांगितलंय. बंगल्यात तुम्ही आरामात लेखन करू शकाल.' मी हसून मान हलवली. मला एकदम लक्षात आलं, चंद्रमोहन मातृमुखी होता तर अक्का पित्याच्या वळणावर गेली होती. त्या लग्नानं मी खूप सुखावले खरी; पण एक अनामिक हुरहुर घेऊन परतले. या मुलानं ही मुलगी का पसंत केली असेल? आणि आबासाहेबांनी तरी कशी मान्यता दिली असेल?

प्रश्न माझ्यापुरते होते आणि ते मला सतावणार होते; कारण माझं मन लेखिकेचं होतं. लग्नाहून परतल्यावर मी आभाराचं पत्र टाकलं. त्यात सहज म्हणून अक्काची आणि जावयांची चौकशी केली.

विश्वास हा ध्येयवादी तरुण असल्यानं लग्न आटोपल्यावर दोनच दिवसांनी एका सरकारी हॉस्पिटलात कामावर रुजू झाला. नाशिकपासून दूर अशा खेड्यात, गरीब रुग्णांची सेवा करण्यासाठी त्यानं स्वत:ला वाहून घ्यायचं ठरवलं होतं. जिथं

चांगले डॉक्टर्स जाणं कठीण, आरोग्याच्या अन्य सुविधा दुरापास्त, प्रचंड अज्ञान आणि अर्थातच दारिद्र्य. त्यासाठीच त्यानं डॉक्टर पत्नी निवडली होती. त्याला आपली अशी एक पूर्ण टीम तयार करायची होती. परिचारिका, वॉर्डबॉईज यांची निवड करून नेमणूकही झाली होती. हाताखाली डॉक्टर्सही नेमले गेले. हळूहळू तज्ज्ञांचीही निवड होणार होती. विश्वासला ते एक आदर्श खेडं करायचं होतं. गेले वर्षभर त्याची ये-जा चालूच होती. मालविकाचं मनही त्यानं तयार केलं होतं.

घरापासून एवढ्या दूर खेड्यात जाणं तिला तितकंसं मान्य नव्हतं, पण विश्वास योग्य तेच करेल याची तिला खात्री होती. आबासाहेबांनी या बाबतीत मौन धारण केलं होतं. मुलगा तिनं निवडला होता. निर्णय तिचे तिने घ्यायचे होते. एका डॉक्टर झालेल्या मुलीवर ते आपली मतं लादणार नव्हते.

गेल्या सहा-आठ महिन्यांत चंद्रमोहनकडची बातमी नव्हती. आश्चर्य तर होतंच, पण मीही विचारायला गेले नाही. माझ्या कथासंग्रहाचं बाड लग्नाच्या गडबडीत तसंच राहून गेलं होतं. मी आगाऊ रक्कम तर घेतली होती. तो कळवेल म्हणून वाट पाहात होते. एक कार्डही टाकलं, पण उत्तर नाही. ही श्रीमंत मंडळी मोठी लहरी असतात. आठवण आली की येईल धावपळत, या विचारात आणखी थोडी वाट पाहिली. शेवटी ठरवलं, जाऊन त्याच्या बंगल्यावर थडकायचं. मला खात्री होती, माझं आनंदानं स्वागतच होईल. या स्वस्थ भेटीत मला आबासाहेबांना अधिक समजून घेता आलं असतं. आईसाहेबांना अधिक उकलता आलं असतं. कुणी सांगावं, एखादं कथानकही मिळून जाईल.

बॅगेसकट एकदम बंगल्यावर उतरणं मला गैर वाटलं. हॉटेलात सामान टाकलं, अन् फोन लावला. कुणी उचलतच नव्हतं. आश्चर्य आहे. शेवटी रिक्षा केली आणि बंगल्याशी उतरले. मी पत्ता चुकले तर नाही ना? मग असं काय.....? चार पावलं पुढे गेले. दबकतच मी बंगल्याच्या फाटकाशी आले आणि क्षणभर संभ्रमित होऊन तिथंच उभी राहिले. हाच – हाच तो बंगला? जिथं सहा महिन्यांपूर्वी मी स्तिमित होऊन उभी राहिले होते? दोन डोळ्यांत काय काय साठवू असं मला झालं होतं? आणि आज.....! बंगला तर तोच होता. धूळभरली 'लावण्य' ही अक्षरं वाचता येत होती, पण आत्ताचं रूप बदललं होतं. मी आत शिरले. तिथल्या देशी आणि विलायती गुलाबांचा ताटवा नुसत्या वाळक्या दांड्या घेऊन उभा होता. मांडवावरची जाई-जुई अस्थिपंजर राहिली होती. आपण बागेतून नाही तर ओसाड रानातून फिरतोयसं वाटत होतं. सगळीभर विचित्र शांतता जाणवत होती. मी दारापर्यंत गेले. तिथं मोठं कुलूप. अरे, म्हणजे ही माणसं गेली कुठं? केव्हा? आणि आपल्याला काहीही कसं कळवलं नाही? मागीलदारी सर्व्हंट क्वार्टर्स होती. तिथं

कुणी आहे का पाहावं म्हणून मी वळसा घेऊन तिकडे गेले. तेवढ्यात कुणीतरी शुक्
शुक् केलं. मी आसपास पाहिलं. कुणीच तर नव्हतं. एक कामकरीण नळावर धुणी
धूत होती. मी तिच्या दिशेनं चार पावलं टाकली. पुन्हा शुक् शुक् . आता मी
आवाजाच्या रोखानं पाहिलं. वरची एक खिडकी अर्धवट उघडी होती. कुणाचातरी
हात मला खुणावत होता.

हे सगळं मोठं विचित्र होतं. जावं का वर? की परत जावं? तो हात मला
खुणावतच होता; मी धीर करून मागच्या जिन्याशी गेले. धपापत्या उरानं पायऱ्या
चढले. पहिल्या मजल्यावरचं दार किलकिलं झालं. मी आत पाऊल टाकताच
कुणीतरी मला आत ओढलं. दार वेगानं बंद झालं.

मी इतकी घाबरले होते, की ओरडण्याचीही ताकद मला राहिली नव्हती. त्या
हातांनी मला आतल्या दालनात नेलं.

'चंद्रमोहन, तुम्ही?' मी अपार आश्चर्यानं बघतच राहिले. चंद्रमोहन बागाईतकर
तसा सावळाच, पण हसतमुख, आनंदी असायचा. तोंडभर बोलायचा. खळखळून
हसायचा. तो आता पार निपटल्यासारखा झाला होता. केस अस्ताव्यस्त दिसत होते.
दाढी वाढलेली. नेमकं काय झालं होतं या घराला?

घरात कुणाचाच वावर दिसत नव्हता. मावळतीची वेळ, हा उजाड बंगला
आणि आयुष्यातून उठल्यासारखा हा माणूस. खरं तर मला पळून जावंसं वाटत
होतं, पण तेही योग्य नव्हतं. या बंगल्याचं वैभव मी पाहिलं होतं. इथल्या मंडळींचा
दिलदारपणा अनुभवला होता. बंगल्याची शान वाढवणारं आबासाहेबांचं दमदार
पुरुषी व्यक्तिमत्त्व माझ्या स्मरणात होतं आणि या सहा-आठ महिन्यांत हे काय घडलं
होतं?

चंद्रमोहननं माझ्यासमोर पाण्याचा ग्लास ठेवला. मी झप्झप् पाणी प्याले.
'तुम्ही विचारात पडला असाल. पण हे सगळं घडलं, विचित्रपणे घडलं. तुम्ही
लग्नात आमचं घर पाहिलं होतंत. त्यानंतरच हे सगळं घडलं....'

'म्हणजे नेमकं काय झालं?'

सांगतो –

'लग्नानंतर मालविका सासरी गेली. इथल्या वैभवापुढे कुठेच ठरू शकणार
नाही असं ते सर्वसाधारण चार माणसांचं कुटुंब होतं. मुलगा बुद्धीनं तेज होता.
शिष्यवृत्तीवर शिकत गेला. शिकत असतानाच त्याचा मालविकाशी परिचय झाला.
तिचं वैभव, घरातली साधी, सरळ माणसं हे सगळं त्यानं फार लवकर हेरलं. या
मुलीला आपण कशीही मिळवायचीच, हे मनाशी ठरवलं.

'अभ्यासात तिला मदत कर, तिच्याबरोबर जास्तीतजास्त वेळ काढ, प्रॅक्टिकल्स
बरोबरीनं कर वगैरे सुरू झालं. एका सुट्टीत तो तिचा नाशिकचा बंगला आणि

संगमनेरची फॅक्टरी बघून आला. त्याच्या हुशार बुद्धीची आता तिरकी चाल सुरू झाली. एकेक बेत मनाशी पक्के होऊ लागले.

'लाडाकोडात वाढलेल्या मालविकाला कळलंच नाही, की एका मोहजालात आपण गुरफटल्या जातोय आणि परीक्षा आटोपल्याबरोबर, आपण लग्न करणार आहोत हे तिनं वडिलांच्या कानावर घातलं.

'जावई पसंत नसताना आणि जातीतल्या मंडळींचा विरोध सहन करूनही आबासाहेबांनी थाटात लग्न लावून दिलं. मुलगी नांदायला गेली खरी; पण ती असावी तशी सुखी मात्र दिसत नव्हती. पुढे पुढे तिचे फोनपण नियमानं येईनासे झाले. विचारलं तर काहीतरी उडवाउडवीची उत्तर देई. आबासाहेबांच्या जिवाला हा घोरच लागला.

पहिल्या दिवाळसणाला जावयानं गाडी मागितली. जावयाचं कौतुक करायला आबासाहेबांना नक्कीच आवडलं असतं. पण त्याची भूक मोठी आहे हे त्यांना जाणवलं. ते लेकीला म्हणाले पण, 'हा एवढ्यावर थांबणार आहे का?'

'आबासाहेब, मी तरी काय सांगू? या लग्नानं मी फार मोठी चूक केलीय. मला अंदाज आला नाही. पण यापुढं त्यांनी काही मागितलं तर मीच स्वच्छ नकार देणार आहे. मिळतंय म्हणून मागत रहायचं ही वृत्तीच आहे या लोकांची.'

'मला सगळं कठीण वाटतंय बघ. पण अक्के, तुला जरा जरी त्रास झाला तरी अंगावरच्या कपड्यानिशी उठून ये. तुझा बाप समर्थ आहे सगळं निभवून न्यायला.'

बाप समर्थ असला तरी दैव अधिक बलवत्तर होतं. त्याचे फासे कुणाला उलटवता येत नाहीत.

जावयानं आता वेगळाच धोशा मालविकेच्या मागे लावला.

"हे बघ माला, आता आबासाहेब आणि आईसाहेब संगमनेरला आणि चंद्रमोहन नाशकात असं किती दिवस रहाणार?"

"तुला काय सुचवायचंय?"

"तुमचा नाशकातला बंगला आपल्याला हॉस्पिटल काढायला का नाही देत?"

"म्हणजे बंगला जावयाला देऊन टाकायचा?"

'जावयाला म्हणजे लेकीला. नाहीतरी तुम्ही दोनच मुलं. संपत्तीची सारखी वाटणी नको करायला?'

"तुमचं काय कमी केलंय आबासाहेबांनी? लग्नात पन्नास तोळे सोनं, वर पाच लाख कॅश, दोन्ही अंगाचा लग्नखर्च, मानपान, शिवाय दिवाळीत ए.सी. गाडी. जन्मभर काय त्यांच्याच पैशावर जगणार आहोत आपण? मला तर लाज वाटते –"

'मग लाजत माग. लाजून मागितले काय अन् निर्लज्जपणे वसूल केले काय; शेवटी पैसे ते पैसेच.'

''तुला काही वाटतं का रे असं निर्लज्जपणानं बोलायला?''

''वाटायचं ते वाटून गेलं; लग्नाची मागणी घालताना. आता माझा हक्कच आहे. नशिबाची लॉटरी एकदाच लागत असते.''

''शट्‌अप्''– ती उद्वेगानं ओरडली आणि दुसऱ्याच क्षणी त्यानं तिच्या थोबाडात ठेवून दिली. 'मला उद्धट उत्तरं ऐकायची सवय नाही. आपल्यात कुवत असताना लोकांच्या हॉस्पिटलमध्ये काम करणं मला आवडत नाही. तू काय सांगायचं ते वडिलांना सांग. राहता बंगला किंवा नवं सुसज्ज हॉस्पिटल. काहीही चालेल. मला लवकरात लवकर उत्तर हवंय.'

''ते शक्य नाही. मी आत्ताच सांगते.''

''फार जड जाईल तुला आणि तुझ्या म्हाताऱ्या बापालासुद्धा.''

''काय करशील रे? तुझी गुंडगिरीची भाषा माझ्यापुढे नको.''

'मी सगळ्याचीच उत्तरं एकदम देईन.' तो रागानं हॉस्पिटलला निघून गेला. झालेल्या अपमानानं मालविका फार कष्टी झाली. काळजीनं पोखरली.

आपण दोघंही सुशिक्षित, डॉक्टर. ठरवून लग्न केलेलं आणि आता हा असा का वागतो? लग्नाआधीची याची गोड भाषा, स्नेहशील वागणं, स्वप्नाळू बोलणं एकदम कसं बदललं? का हा मुळात असाच आहे? आपणच मूर्खपणानं फशी पडलो? विचार करकरून मालविका सैरभैर झाली. या घरात राहणंच तिला धोक्याचं वाटू लागलं. मुळात त्यानं नाशकापासून एवढ्या दूर, एकाकी खेड्यात नोकरी का पत्करली, हेच तिला उमगत नव्हतं, पण त्यानं तिची समजूत काढली होती, ''अग वेडे, लहान गावात डॉक्टरला फार मान असतो. त्यातून सरकारी हॉस्पिटलातला मोठा डॉक्टर – इन्चार्ज म्हणजे सर्वेसर्वा. तू अगदी राणीसारखी रहा.'' तेव्हा तिला ते सगळंच पटलं होतं. पण आता मात्र ते काळजीत भर टाकणारं वाटत होतं.

आपण जेवायला येत नसल्याचा विश्वासचा निरोप आला आणि ती आणखीच वैतागली. संध्याकाळचे सहा वाजले तरी त्याचा पत्ता नव्हता. आज शनिवार. तो अर्ध्या दिवसातच परतायचा. रविवारची तर सुट्टीच. मग आजच असं न येण्यासारखं काय घडलं? अशी काय इमर्जन्सी आली? आणि तसं असतं तर त्यानं आपल्याला बोलावून नसतं घेतलं?

उलटसुलट विचार करतच ती घराबाहेर पडली. बाहेर पडताना माळ्याला आणि स्वयंपाकीणबाईंना सूचना देऊनच ती टांग्यात चढली. हॉस्पिटल नजरेच्या टप्प्यात आलं. तसं तर सगळीकडे सामसूम वाटत होतं. तिनं टांगा तिथंच सोडला. पायीपायीच पुढे निघाली. गेटजवळ गुरखा बसला होता. तिला बघून चटकन उठून उभा राहिला. 'साहेबांना सांगून येऊ?'

'नको. मी जाते. कुठंयत? ऑपरेशन थिएटरमधे की –'

'ते रूममधे आहेत. मला वाटतं, सिस्टर आणि साहेब काहीतरी काम –' ती पुढचं ऐकायला थांबलीच नाही. थेट पहिल्या मजल्यावरच्या त्याच्या रेस्टरूममधे गेली.

फोन केल्याखेरीज आत कुणीच जात नसे. बाहेर तशी जागजूग नव्हती. दुसऱ्या अंगाला नर्सेसची खोली होती. तिथून आवाज येत होते. बाहेर वॉर्डबॉईज पत्ते कुटत बसले होते. तिला बघून चपापले. एकजण उठून पुढे झाला. तिनं हातानंच त्याला जाण्याची खूण केली आणि थेट रूमचा दरवाजा उघडून आत शिरली.

तिनं जे काही आत पाहिलं त्यानं थिजल्यासारखी ती तिथंच उभी राहिली. राग, चीड, दु:ख, संताप, घृणा या अनेकानेक भावनांनी तिचं रक्त उसळून आलं. सिस्टर सोना कपडे सावरत उठली आणि बाहेर धावत सुटली –

विश्वास हिंस्र नजरेनं तिच्याकडे पाहात ओरडला, 'न कळवता का आलीस? बेशरम –'

"कोण मी? की तू? इथं चोरटेपणी –"

"चोरटेपणी? मला कुणाची भीती आहे? तुझ्या बापाची की त्या बावळट भावाची? जा, आत्ता कळव की माझा नवरा –"

"ते मी कळवतेच."

"कळव ना! इथूनच फोन कर." त्यानं तिला मनगटाला धरून खस्सदिशी ओढली. काय होतंय हे कळण्यापूर्वीच कॉटवर आडवी केली आणि उशी तिच्या तोंडावर घट्ट दाबून धरली. ती तडफडली. सर्व शक्तिनिशी प्रतिकार करण्याचा प्रयत्न करू लागली. दारातून एका वॉर्डबॉयनं ते पाहिलं खरं, पण भीतीनं गळपटून त्याची वाचाच बंद झाली. तोंड दाबून तो मागच्या मागं पळाला. एवढं आक्रीत घडत होतं पण अन्य कुणाची तिकडं फिरकायची हिंमत नव्हती. केव्हातरी सगळं सामसूम झालं.

'दुसरे दिवशी रात्री वॉर्डबॉयनं तिथून पळ काढला आणि थेट आबासाहेबांकडे येऊन हकिकत सांगितली. आबासाहेब पोलिसांसह निघाले. सोबत चार तगडे जवान, गावातले दोन प्रतिष्ठित, डॉक्टर्स घेतले. त्या लहान खेड्यात पोचेतो फटफटलं. रस्ते खराब होते. वाट नीट कळत नव्हती. त्यातून पोलीस-जीप मधेच बंद पडली.

उजाडताच गावात पोलीस, शहरवाले, लोक, मुलीचे वडील हे सगळं बघून खेडूत अचंबित झाले. प्रथम वॉर्डबॉयचा शोध घेतला. घर मिळालं, पण नाशिकला गेलेला तो माणूस परतलाच नव्हता. घरच्यांना काहीच काही माहीत नव्हतं.

'आयविटनेस' म्हणून त्याची जबानी फार महत्त्वाची होती आणि तोच नाहीसा झाला होता.

'निष्कर्ष एवढाच निघाला; जिना चढून आल्यावर मालविकाला धाप लागली,

घाम फुटला आणि तीव्रहृदयविकाराचा झटका आला. फर्स्ट एड देऊन शहरगावी नेत असता वाटेत तिचं निधन झालं. ही बातमी सांगायला वॉर्डबॉयला रवाना केला होता, पण त्याचा काहीच पत्ता लागला नाही. नाशिकच्या वाटेवर ट्रकनं स्कूटरवरचा एक मनुष्य उडवला. पण तो इतका छिन्नविछिन्न झाला आहे की त्याची ओळख पटणं कठीण.

'मालविकाचा देह चोवीस तासांपेक्षा अधिक काळ ठेवणं शक्य नसल्यानं तिला अग्नी दिला गेला. एका स्थानिक डॉक्टरांनी मृत्यूचा दाखला दिला होता.

'सर्व गोष्टी स्पष्ट असतानाही पुराव्याअभावी विश्वास निर्दोष ठरला होता. आबासाहेब आयुष्यातला फार मोठा पराभव घेऊन परतले होते. विश्वासचा सूड त्यांच्या डोक्यातच नव्हता; पण त्यानं बंगल्याची मागणी केल्याचं मालविकानं फोनवर सांगितलं होतं. आबासाहेब म्हणाले होते, "हे बघ अक्के, तू म्हणत असशील तर मी बंगला द्यायला तयार आहे. शेवटी सगळं तुम्हा दोघांनाच द्यायचंय. तो संगमनेरची फॅक्टरी, बंगला, फार्म हाऊस बघेल. तू –"

"नाही आबासाहेब, यांच्या मागणीला अंत नाही. शेवटी एक वेळ अशी येईल की सगळं बळकावून हा आपल्याला रस्त्यावर आणेल. मी हे होऊ देणार नाही. मी लवकरच काही निमित्त काढून तिकडे येईन. मग वकीलकाकांच्या सल्ल्यानं सगळं एकदाचं संपवून टाकू. प्रत्यक्ष भेटले की सविस्तर सांगेन. आत्ता फोन ठेवते –" या घटनेपूर्वीचा हा तिचा चार दिवसांआधीचा फोन. अखेरचा. त्यानंतर कळलं ते वॉर्डबॉयकडून. आता तो बेपत्ता होता. आश्चर्य म्हणजे गावातले पोलीस गप्प होते आणि स्टाफ भीतीमुळं असेल, नामानिराळा राहिला होता.

'आबासाहेब मोठे धैर्याचे. सहसा हार न पत्करणारे, पण मुलीच्या या विचित्र मृत्यूनं त्यांनी हाय खाल्ली. आणि बरोबर तेराव्या दिवशी एका रात्री ते झोपले ते उठलेच नाहीत.....'

चंद्रमोहन बोलायचा थांबला. दुःख अनावर होऊन त्यानं दोन्ही हातांनी तोंड झाकून घेतलं. आत्ताची शांतता भीषण वाटत होती. मी सुन्न बसून होते.

'आता तुम्ही काय ठरवलंय?' काहीतरी बोलायचं म्हणून मी बोलले.

'मी?..... मी काय ठरवणार? मी फार भित्रा आहे हो! त्यानं मला जीवे मारायची धमकी दिलीय. आबासाहेब गेल्यावर पंधराच दिवसांनी एका रात्री मी आईसाहेबांची संगमनेरला रवानगी केली. सर्व रोकड, दागदागिने आणि मौल्यवान चीजवस्तू बैलगाडीतून तिच्याबरोबर पाठवल्या. आमची मर्सिडीज मुद्दामच बाहेर काढली नाही. नाहीतर त्यानं पाळत ठेवून गुंड पाठवले असते.

'मी पण एक दिवस असाच गुपचूप निघून जाईन.'

'आणि हा बंगला?'

'हा असाच रिकामा पडून राहील, पण त्याला मिळू देणार नाही. बंगल्याचे कागदपत्र, आबासाहेबांचं इच्छापत्र सगळं सुरक्षित ठेवलं आहे.'

'तुम्ही काय करणार आहात? हे असं दिवाभितासारखं –'

'मी तंबाखूचा कारखाना बघेन. आमचे मजूर आहेत तिथं. नोकर पिढ्यान्पिढ्या पोसलेले आहेत. ते माझे रक्षक आहेत. तिथं मी ताठ मानेनं जगेन.

आबासाहेबांना वाटत होतं, मी प्रतिष्ठित समाजात जगावं. वेगळं आयुष्य निवडावं. पण ते व्हायचं नव्हतं. मी असाच –'

'असं बोलू नका. तुम्ही तुमचा व्याप वाढवा. मग प्रतिष्ठा आपोआप चालत येईल. तुमचं नाव होईल. तुम्ही दाते व्हा. लेखकांना बोलवा. कलावन्ताना बोलवा त्यांचा सन्मान करा. आबासाहेबांच्या नावानं प्रतिष्ठान सुरू करा. घाई नको. आधी पाय घट्ट रोवून उभे राहा. गेलेला आत्मविश्वास मिळवा. आबासाहेबांचा मुलगा त्यांच्यापुढं चार पावलं जाऊ दे. आबासाहेबांनी शून्यातून सगळं उभं केलं. त्याचा तुम्हाला विस्तार करायचाय. तुमच्या हाती मूळ भूमी आहे. पुढचं पाऊल टाकायला निश्चित दिशा आहे. ज्याचा आत्मविश्वास दृढ आहे त्याच्यामागे परमेश्वर उभा राहतो, हे लक्षात ठेवा.... निघू मी?'

'या. मला फार बरं वाटलं. धीर आला. आता कधी भेटाल?'

'नवी कादंबरी घेऊन. तुम्ही मला विषय दिलात. त्याचा शेवट तुमच्यावर अवलंबून आहे. तुमच्या प्रगतीकडे माझं लक्ष राहील.'

त्यानं प्रथमच पुढे होऊन मला नमस्कार केला.

■

(सारस्वत चैतन्य)

धाकटी पाती – थोरली पाती

'आई –' फोनवर लेकाचा आवाज. तिला आश्चर्य वाटलं. दुपारी साडेबाराएक ही त्याची ऐन घाईगर्दीची वेळ. फोनवर तो मुळी भेटायचाच नाही. घरी सक्त ताकीद देऊन ठेवली होती, 'कामाच्या वेळात मला डिस्टर्ब करत जाऊ नका. तसंच काही महत्त्वाचं असेल तरच –' म्हणजे आज काहीतरी तसंच महत्त्वाचं घडलं असावं.

'बोल.' ती उत्सुकतेनं म्हणाली,

'एक आनंदाची बातमी आहे –'

'काय?'

'तुझी नात कॉलेजच्या इलोक्यूशन कॉम्पिटिशनमधे पहिली आली.'

'खरंच! तुला कसं कळलं?'

'तिचाच फोन आला होता आत्ता.'

'हं!..... मी फोन ठेवते.' ती कशीबशी बोलली.

तिचं मन भरून आलं होतं. तिची सोळा वर्षांची नात. आत्ता कुठे कॉलेजात गेली होती. त्या वातावरणात रुळत होती आणि पहिल्याच स्पर्धेत सर्वप्रथम आली होती. इंग्रजी वक्तृत्व स्पर्धा. त्याही खुल्या. विषय अर्थशास्त्रातला. विचार करता करता ती पन्नास वर्षं ओलांडून गेली. झरणाऱ्या डोळ्यांनी पन्नास वर्षांचा काळाचा पडदा अलगद बाजूला केला.....

तेव्हा ती एवढीच होती. हसरी, आनंदी. जग डोळ्यांत साठवणारी. 'मी हे जिंकणार आहे,' या आत्मविश्वासानं पाऊल पुढे टाकणारी.

आणि एक दिवस अशीच ट्रॉफी घेऊन व्यासपीठावरून खाली उतरली. आपण जिंकणार होतोच या आत्मविश्वासानं. तिचं तरुण जग उत्साहानं किलबिललं. ती जेव्हा सरांसमोर उभी राहिली तेव्हा त्यांनी तिच्या मस्तकावर हात ठेवला. त्यांचे डोळे आनंदानं वाहात होते. ती क्षणभर पाहातच राहिली. आपण इतकं काहीतरी खूप चांगलं केलं? सरांच्या डोळ्यांतली तृप्ती तिला बरंच काही सांगून गेली. आपल्यामुळं दुसऱ्याला सार्थकतेचं समाधान देणं ही किती छान गोष्ट असते! आणि ते छानपण

मनात साठवून घेत तिनं घर गाठलं.

दादा काहीतरी वाचत बसले होते. तिनं हळूच ती ट्रॉफी दादांपुढे ठेवली. त्यांनी मान वर करून तिच्याकडे पाहिलं. फक्त पाहिलं. त्या डोळ्यांत काय नव्हतं? तिनं झटकन आपले हात त्यांच्या गळ्यात गुंफले. 'दादा –'

'अशीच मोठी हो बाळ! मी तुला काही दिलं नाही. पैसे, सुख, चैन काही नाही. पण तू....! मला सगळं भरून पावलं. जे दुसऱ्या कुणाला मिळवता येणार नाही ते तू मिळव. इतरांपेक्षा तू वेगळी हो...' शब्द थांबले. संपले. सार्थकतेचा दुसरा किनारा ती पाहात होती. तीर्थरूप या शब्दाचा खरा अर्थ तिला आज कळला होता.....

एकदा तिची 'इस्टेट' बघताना मुलगा म्हणाला होता, 'आई, हे काय काय जुनं जपून ठेवलंयस!'

'त्या आठवणी आहेत रे! त्या आपलं जगणं श्रीमंत करतात.'

'तू अजून गुरुजींच्या काळातच वावरतेस. आता व्यवहारात याची काय किंमत आहे? मुळात मराठीला आता काय स्थान राहिलंय? इंग्रजीला पर्याय नाही. तरुण पिढीचं लक्ष अमेरिकेकडं आहे. आजची पिढी व्यवहार जगते.'

'तू म्हणतोस ते बरोबरच आहे, पण प्रत्येक गोष्टीची किंमत नाही करता येत. तरुण पिढीला अनेक गोष्टींचं आकर्षण वाटतं. ते तात्पुरतं असतं. बाह्य गोष्टी बदलतात, मूल्यं नाही बदलत. तुम्ही इंग्रजीत बोला की फ्रेंचमधे, पण भावनेची भाषा एकच असते. ती हृदयाची असते. तुलाही कळेल काही वर्षांनी.' मुलगा नुसता हसला होता. आणि आता बापाच्या भूमिकेत गेल्यावर तो पंचेचाळिशीचा मुलगा आपल्या लेकीबद्दल आईला फोन करून सांगत होता.....

तिनं समाधानानं डोळे मिटले. तिला वाटलं हा आनंद कुणाला – तरी सांगावा. कुणाला? कुणाला कळेल? ती घरभर वेड्यासारखी भिरभिरली. तिला वाटलं, पुन्हा लहान व्हावं अन दादांच्या गळ्यात पडावं. सांगावं, 'दादा, आज तुमची पणती.....' पण दादा कुठे होते? त्यांना हे सगळं कळत असेल? दिसत असेल? तिला आपला आनंदही स्वीकारता येईना. कुणाला सांगायचं? कुणाला आपलं मन कळणाराय? आणि ते सगळं सुख, दु:खाची सोबत घेऊन कण्हत राहिलं.

मग ती देवाच्या तसबिरीसमोर उभी राहिली. कितीतरी वेळ मनच्या मनचं बोलत राहिली. तिला विश्वास होता, त्याला सगळं कळतंय; आपला आनंद, आपले अश्रू.... दु:खाप्रमाणं आनंदातही कुणी सोबत नसतं. कधीकधी मग आनंदाचंही ओझं वाटतं. या वयात ते झेपत नाही. त्यात कुणी वाटेकरी होऊ शकत नाही म्हणूनही असेल. वय झालं की आपण सगळ्यातून वेगळे वेगळेच पडत जातो. पण आपण तेच असतो, मनाचं कोवळेपण घेऊन..

'रमाऽ' नात दाराच्या चौकटीत उभी होती. गालभर हसत होती. तिनं पुढं होऊन

नातीचा हात घट्ट दाबला. पाठीवर थोपटलं – तिचे दादा तिला थोपटायचे तसंच! शब्दांची गरजच नव्हती.

आणि मग नात सांगत राहिली, 'मग टीचर म्हणाल्या..... माझ्या आधी ना एक मुलगा बोलला. बोअर झाले ग सगळे..... आणि ना.....' तिचा चिवचिवाट चालूच होता. मग ती मधेच एकदम थांबली. आठवल्यासारखं करून म्हणाला, 'रमा, मला आधी खायला दे ना! खूप भूक लागलीय.' तिनं टेबलावरचा डबा उघडला. दाण्याचे लाडू हा तिच्या खास आवडीचा पदार्थ नव्हे; पण तिनं आपल्या आजीचं मन ओळखलं. त्यातला मोठासा लाडू उचलला. म्हणाली, 'छान आहे आणि आजचा तर जास्तच छान लागतो.' तिच्या डोळ्यांत मिष्कील हसू होतं. रमाला ते कळलं. मग रमा पण डोळे मिचकावून हसली. 'हे तुला माझ्यातर्फे बक्षीस.'

'ए, काय ग तू अशी!' तिच्या लाडिक चेहऱ्यावर खोटी खोटी तक्रार. आणि मग दोघी हसायला लागल्या. मैत्रिणी होऊन. तिची नात तिच्या आनंदात वाटेकरी झाली होती. आता तिला एकदम छान वाटलं; श्रावणसर सरसरून गेल्यावर ऊन पडावं ना, तसं! तितक्यात तिची सून आली. मुलगी आईला बिलगली.

'काँग्रॅट्स्! आता तुला काय बक्षीस द्यायचं?'

'बक्षीस? ते कशाला? आई, असं काही ग्रेट घडलं नाहीय. तुम्ही लोक फारच करता!'

'तू काय काय बोललीस ते तरी सांग! इतर मुलं कशी बोलली?'

'ती पण चांगलं बोलली. सिनिअर्स सगळे तयारीनं आले होते आणि आई, त्या सगळ्यांनी माझं अभिनंदन केलं. स्पर्धा व्यासपीठापुरती ग! मग सगळे एकमेकांचं कौतुकच करत होते.'

'मग तुला बक्षीस का दिलं?'

'सर म्हणाले, म्हणजे परीक्षक, की माझी तयारी चांगली होती आणि बोलण्याची पद्धत इम्प्रेसिव्ह होती. सगळ्या स्पर्धकांना सरांचं बोलणं पटलं.' तिचं बोलणं निर्मळ होतं. मधल्या पिढीपेक्षा नवी पिढी अधिक स्वच्छ मनानं जीवनाकडे पाहात होती. मधल्यापेक्षा जुन्या पिढीशी तिची कुठेतरी सम जुळत होती.

मग रमा म्हणाली, 'चला मंडळी, आपण तिचं यश सेलिब्रेट करू.' मग तिनं सर्वांच्या हातात सरबताचे ग्लास दिले. आपल्या हातातला ग्लास उंच धरत तिची नात म्हणाली, 'रमा चिअर्स –' आणि हळूच डोळे मिचकावले.

'चिअर्स!' सर्वचजण त्यात सहभागी झाले. ग्लास किणकिणले. घरभर आनंदाची चांदफुलं विखुरली, मनामनात घमघमत राहिली.

■

(संचार-पुरवणी)

गोष्ट पिठलं- भाताची

२६ जुलैची रात्र. मिट्ट काळोख. धो धो पाऊस. सुसाट वारा. मनात भीतीच्या सावल्या. समोरची मेणबत्ती थरथरतेय. त्यातून वेड्यावाकड्या आकृती घरभर नाचतायत. मी शब्द हरवल्यासारखी बसलेय.

त्या वातावरणाला छेद देत मालक-मजूर गंभीर स्वरात विचारतात, 'आज काय फक्त पाऊसच बघायचा?'

'म्हणजे?'

'म्हणजे जेवायचं नाही?'

'मी म्हणते, तुम्हाला जेवण सुचतं कसं?'

'मी बापडा मनुष्यप्राणी. जेवतो आणि गम्मत म्हणजे, मला भूक लागते हो!'

'मी मनुष्य नाही हेच सुचवायचंय ना तुम्हाला? तर ऐका. दुपारी भाताचं बगुणं उतरवलंय. कढईभर पिठलं केलंय –'

'आईऽऽऽ'

'आता मातोश्रींचं स्मरण कशाला?'

'अहो, दोन माणसांत इतकं अन्न म्हणजे, सकाळ-संध्याकाळ आणि उद्या दुपारी –खा पिठलं-भात. मी शिळं अन्न खाणार नाही. आयुर्वेदाचार्यांनी स्वच्छ सांगितलंय –'

'त्यांना काय जातं फुकटचा उपदेश करायला? इथं पाणी नाही, वीज नाही. चार-चारदा गॅस पेटवायचा कुणी? मी आपली दूध पियीन.'

'दूध पियीन, दोन बिस्किटं खाईन, चार वेलदोड्याचे दाणे खाईन – असले चाळे मला झेपत नाहीत. नीट जेवायचं; नाहीतर उपवास!'

भीष्मप्रतिज्ञा करून यांनी चटईवर अंग टाकलं आणि पाचव्या मिनिटाला घोरायलादेखील लागले. मी म्हणते, अशा राक्षसी पावसात माणसाला झोप येतेच कशी हो? पुन्हा इतकी डाराडूर? दोनच मिनिटांत हे पुन्हा उठले आणि फोनचे आकडे फिरवू लागले. मी खुसूखुसू हसत विचारलं, 'काय करताय?'

'काय करू? गाणं म्हणतोय.'

'गाणं म्हणताय? मग नीट समोर खुर्चीवर बसून म्हणा.'

'पोलीस स्टेशनला फोन करतोय. १०९० - हेल्प लाईन. कळलं?'

'काय वेड की खूळ?'

'आमच्या घरी जेवण मिळत नाही म्हणून –' मी फसफसून हसत म्हटलं, 'असं होय? करा बापडे फोन. पण तो बंद आहे हे लक्षात आलंय का?' यांनी रागानं रिसीव्हर आपटला आणि जगाकडे - म्हणजे माझ्याकडे – पाठ फिरवून पुन्हा झोपी गेले. या प्रकाराची मला सवय असल्यानं मी शांतपणे बाहेरचा पाऊस बघत बसले.

बसून कंटाळल्यावर कॉटवर जाऊन पडले. केव्हातरी झोप लागली असावी. आणि अचानक कसला तरी काडकन् आवाज झाला. खरा की स्वप्नात? बहुतेक समोरचा माड कोसळला असावा. आता मी पुरती जागी झाले होते. डोळे मिटलेले असले तरी कान सावध होते.

नक्कीच काहीतरी खुसुरफुसुर आवाज येत होता. माझ्या कपाटाजवळून येत होता. कसला आवाज? पाऊस बोलायला लागला का काय? कम्मालाय बाई! मी पडल्या पडल्या ते पाऊस-गाणं ऐकू लागले –

पुरुषी घोगरे आवाज. पुन्हा ते खालच्या पट्टीतले. मी एक डोळा हळूच किलकिला केला. दोन मानवी आकृती. माझ्या कपाटाचं एक दार उघडून संशोधन करत होत्या. बाप रे! म्हणजे हे चोर. अंधार, पाऊस, वादळी वारं याचा फायदा घेऊन घरात शिरलेत तर! आता जरा चढा स्वर –

'अरे, केवढ्यांदा दार वाजवलंस! ती कॉटवरची बया उठेल ना?'

'बया? काय वयाची आहे रे? तरुणी –'

'च्या मारी.... तू काय माल उचलायला आलास का मुलगी बघायला? बेगीन आवर. पाऊस थांबायच्या आत बाहेर पडाया पायजे.'

'पायजे पुष्कळ, पण इथं कायच दिसत नाही. निसत्या वह्या, फायली, कागद.'

'ही बाई यडी हाय काय रे?'

'काका, आता बॅटरी मार तिच्या अंगावर. काय चेन, बांगड्या असतील तेवढं गोळा करू आणि –'

'आणि? ब्यॅटरी मारल्यावर बाई बोंब ठोकेल ती.' आता मी चांगलीच जागी झाले. भीतीनं गळपटून गेले. तेवढ्या गारठ्यात हात घामेजले. तोंड सुकलं. माझी पूर्ण खात्री झाली. घरात चोर शिरलेत. नक्कीच. अरे, पण हे शिरले कसे? दारं तर बंद आहेत. खिडकीचे गज कापून आले काय? की गॅलरीत उडी टाकून काच कापून? की गच्चीतून पाईपावरून अलगद उतरले?

आता काय करतील? काय चोरतील? माझी पुस्तकं? हस्तलिखित बाडं? म्हणजे माझं नुकसान आणि त्यांचाही तोटा.

काही मिळत नाही म्हणून माझा खून तर करणार नाहीत? पण माझा खून केला तर त्यांना जन्मठेप होईल. आता मीच मेले तर त्यांचं हृदयपरिवर्तन कोण करेल? ते करणारी मीच एकमेव लेखिका. त्यांना समजावून सांगू का? बिचारी अडाणी पोरं. गरजेपोटी चोरी करतायत. काय करतील? पोट आहे ना! त्यांचा तरी काय दोष?

हे मोठ्यांदा घोरतायत. आपण गाढ झोपेत आहोत हे त्यांना कळावं म्हणून आणखी वरच्या पट्टीत; पण मी फसायची नाही. चोरांनी काय तो मला त्रास द्यावा, आपण मोकळं सुटावं म्हणून ही यांची चलाख खेळी.

एकदा वाटलं, चोर चोर म्हणून मोठ्यानं ओरडावं; पण माझ्या पोटातली करुणा उचंबळून वर आली. चोर असले तरी कुठल्या तरी मायची लेकरं आहेत. ती बिचारी डोळ्यांत प्राण आणून वाट पाहात असेल. संपत्तीची समान वाटणी करणारी तिची साम्यवादी पोरं चुकून माझ्या घरात शिरली होती. वांद्रे पश्चिमऐवजी पूर्वेला आली होती. पूर्वेला सूर्य असतो आणि पश्चिमेला चांदणं, हे त्यांना ठाऊक नसेल काय? आता मला या पोरांचीच काळजी वाटू लागली. आता बॅटरीचा झोत माझ्या अंगावर –'म्हातारी हाय रे. फुटका मणी बी न्हाई अंगावर.' या सहानुभूतीच्या वाक्यानं माझ्या अंगात अवसान आलं. चोर असले तरी सहृदयी दिसतात. मी माणूसपारखी असल्यानं अंदाज बांधला. मुद्दामच जोरात खोकले. 'पाणी... पाणी...' एकानं तांब्यातलं पाणी घेतलं. पेला तोंडाला लावला. मी पाणी प्याले. नीट उठून बसले.

'कोण रे बाळांनो?' माझ्या आवाजात ओलावा होता.

'मी राजा. हा प्रजा, म्हणजे माझा काका.'

'दिवा लावा रे.' दिवा लागला.

'अग आई! भिजलात की रे बाबांनो. तिकडचा पंचा घ्या. डोकी पुसा. सर्दी भरेल रे.'

दोघं खालच्या पट्टीत बोलू लागले – 'अरे, म्हातारी बेरकी हाय का खुळी?'

'तिच्या तोंडात बोळा कोंबूया आणि तिजोरीच्या चाव्या मागूया.' तरण्याची सूचना.

'नको रे बाबा. पटाक्दिशी मेली तर नसतं पाप डोचक्यावर –

'कोण मेली रे –' मीं मध्येच विचारलं.

'कोण नाय माय. म्हस मेली व्हती वाटतं –'

'अरे, मला माय म्हणालास?'

'व्हय. 'मा' म्हंजे माय अन् 'य' म्हंजे यम. यमाला मागं सारून जी पोराला वाचिवते ती माय. आमाला या पावसापासनं वाचवलंत बगा, म्हून माय म्हटलं.' त्याचं तर्कशुद्ध उत्तर.

'बरं केलंत बाबांनो. आता हात-पाय धुवून या. अन् गरम गरम दोन घास खा.'

'क्...काय?'

'काही नाही रे. भिजलात, दमलेले दिसता. बाहेर हा अघोरी पाऊस. दिवे गेलेत. काही पोटात गेलं तर जरा हुशारी वाटेल.'

'असं आम्हाला कुणी विचारत नाहीत.'

'नसतील विचारत. पण मी विचारते ना! तुम्ही मला माय म्हटलंत. म्हातारे-थेरडे म्हटलंत का?'

काकानं हळूच जीभ चावली अन म्हणाला,

'असं वंगाळ कुणी बोलतं का? का रे भाऊ, आपण कुणाला –'

'छ्या:! आईनलाच विचार की!'

मी हसून म्हटलं, 'बरं, बरं. आता गरम पिठलं-भात खा. तोवर पावसाचं तानमान पण कळेल. माझं जेवण सार्थकी लागेल. बाहेर पडताना काही खाल्लं होतंत की नाही?'

'कुटलं वो. हा म्हनला, संध्याकाळचं कॉलनीत शिरूया. म्हंजे रातच्याला चो –'

'चोरांची भीती असते ना हो, म्हणून मी काकाला लवकर बाहेर काढला.' त्यानं सारवासारव केली.

'मग लवकर या रे पानावर. पिठलं गरम करते तोवर. पिठलं-भात खा अन निघा. घरी आई वाट बघत असेल.'

'आम्हाला आई नाही. आता तुम्हीच आमच्या आई. बाहेर वाट पण बंद झालीय. सगळं पाण्याखाली गेलंय. आम्ही सकाळपर्यंत राहू?'

'रहा बरं. अरे, तुमचंच घर समजा. आम्हाला पण म्हाताऱ्यांना सोबत झाली. हा मरणाचा पाऊस. मिट्ट काळोख. कसे देवासारखे आलात बघ.'

आता चोर वगैरे भीती कुठेच पळाली होती. मी त्या दोघांची माय होते. त्यांना जेवू घालणार होते आणि ती दोघं माझ्या या आपुलकीनं भारावून गेली होती.

हे माझं नाटक नव्हतं. कुणाला दु:खी पाहिलं की मी आतून ढवळून निघते. त्याला सुखी कसं करायचं या विवंचनेत बुडून जाते आणि कुणी 'आई' वगैरे म्हटलं की झालंच. मी लगेच हिरकणी होऊन पदर बांधते आणि बुरूज शोधू लागते.

आताही मी चोर-माऊली होऊन त्यांना जेवू घालायला पुढे सरसावले. अरे, चोर झाले तर काय झालं? माणसंच ना ती!

दोघं हात-पाय धुवून आले. तोवर मी पिठलं गरम केलं. भात कुकरला लावला. दोघं पोटभर जेवली. मध्येच यांनी विचारलं, 'कोण ते?'

'कोण नै. झोपा. माझी मुलं आलीयत –'

'मुलं? तुम्हाला मुलं आहेत तरी किती? गांधारी –'

'हां. आमच्या प्रतिष्ठानची मुलं आहेत ही.'

'अरे, कुठची कोण मुलं आणि ही माता माऊली रात्री अडीच वाजता त्यांना जेवू घालते. धन्य ती मुलं आणि धन्य धन्य ती माता! अहो, त्यांना पिठलं-भातच वाढताय ना?'

'नाही, श्रीखंड-पुरी वाढतेय.'

'वाढा-वाढा. तुम्ही काय वसुंधरा-आई!'

'काय म्हणतात ते?'

'काही नाही. मला पुरस्कार मिळाला होता ना सामाजिक कार्याकरता –'

'कसलं कार्य?'

'मी जन्मठेपेच्या कैद्यांसाठी काम करते ना?'

'जन्मठेपेच्या?'.... दोघं तशीच पानावरून उठली आणि मला साष्टांग नमस्कार घातला. 'अरे, अरे बाळांनो, हे काय करताय?'

'आम्हाला क्षमा कर माय. आम्ही तुझ्या घरी –' काका सांगू लागला.

'काय माझ्या घरी?'

'तुझ्या घरी चोरी करायला आलो होतो –'

'चोरी करायला? आणि माझं घर शोधलंत?'

'हो. आम्हाला काय ठाऊक तू गुन्हेगारांचे गुन्हे पण पोटात घालतेस? आम्हाला माफ केलं म्हण.'

'होय रे बाबांनो होय. माफ केलं. अरे, पण तुम्हाला काहीच मिळालं नाही रे. माझ्याकडे एक शंभर रुपये आहेत. ते देते हं! थांबा.'

'आई, आम्हाला लाजवू नकोस. आम्ही सरळ साधे चोर आहोत. खाल्ल्या अन्नाला जागणारे.'

'तू आमची माय. आम्हाला जेवू घातलंस. तू पुण्यवान बाई. आमचा उद्धार केलास –' काका गहिवरून म्हणाला.

'अरे, उद्धार नव्हे. मी कोण उद्धार करणारी? परमेश्वरानं तुम्हाला बुद्धी दिली. तुम्ही माझ्या घरी आलात ते संकेतानं. हे सगळं घडत गेलं. मला मुलं मिळायची होती, तुम्हाला आई.' त्या दोघांनी डोळे टिपले. 'अरे वेड्यांनो, रडता काय?'

'माय, आमच्याशी असं कुणीच वागत नाही. माणुसकी नावाची चीज जगात असती तर आम्ही असे झालो नसतो. तू भेटलीस माय आणि आम्हाला नव्यानं जग कळलं.'

'यालाच हृदयपरिवर्तन म्हणतात रे.'

'माय, हे अवघड मला अडाण्याला कळत नाय बघ! पण तुझ्या रूपानं माणसातला देव भेटला –'

दोघं एका चटईवर झोपी गेली. मी कॉटवर लवंडले. हे आत डोकावत म्हणाले, 'चोरांची माय, आता शांत झोपा. मी पण शांत मनानं झोपी जातो. देव कुणाच्या रूपानं येईल आणि आपली सुटका करेल त्याचा अंदाज येत नाही.'

पहाटे आत मेणबत्ती लागल्याचं जाणवलं, पण उठून पाहिलं नाही. पोरं उठली असावीत.

मग केव्हातरी दार ओढून घेतल्याचं ऐकू आलं. ती दोघं बाहेर पडली असावीत. मला खात्री होती त्यांनी घरातली काडीही उचलली नसेल. निरोप घ्यायला लाज वाटली असेल म्हणून ती गुपचूप बाहेर पडली. सकाळी बघते तर चटई गुंडाळून कोपऱ्यात ठेवलेली. टेबलावर शंभरच्या दोन नोटा. खाली चिठ्ठी –

माय,

आज तुझ्या हातचं जेवून धन्य झालो. शंभर पापं केली तरी आयुष्यात एक पुण्य घडलं. तुझ्या अन्नानं आम्ही शुद्ध झालो. हे दोनशे रुपये. आमच्या कमाईचे. तुझ्या कामासाठी वापर. आम्हाला चांगली बुद्धी द्यायला तुझ्या देवाला सांग. आणि माय, तुझ्या आशीर्वादाचा हात आमच्या डोईवर ठेव.

तुझा,

राजा-काका.

एकाची सही आणि दुसऱ्याचा अंगठा होता. माझ्या डोळ्यांपुढे ती अक्षरं मोठी-मोठी होत होती. हे बाहेर येत म्हणाले, 'बाकी तुम्ही चोरावर मोर निघालात. पिठलं खपवलंत. ती पोरं घाबरली हो पिठलं खाऊन. आता या रस्त्याला पुन्हा म्हणून फिरकणार नाहीत.

'अरे, तुम्ही गप्प का? चोर पळाले म्हणून? रडताय की काय?'

मी काहीच न बोलता ती चिठ्ठी त्यांच्यापुढे धरली आणि काल रात्रीच्या जगाच्या बातम्यांत डोकं खुपसलं. मला ठाऊक होतं, माझ्या घरात घडलेली गोष्ट फक्त माझ्यापुरतीच रहाणार होती. कारण ती बातमी नव्हती, गोष्ट होती. दोन 'जागल्यां'ची गोष्ट!

■

(रामटेकच्या गडावरून)

अशीही एक लक्ष्मी

उंबरठ्यावरचं माप ओलांडून लक्ष्मीनं घरात पाऊल टाकलं तेव्हा ती अवघी चौदा वर्षांची होती. जगाचे व्यवहार कळण्याचं ते वय नव्हतं. त्यातून माहेरी आईच्या कौतुकात वाढलेली. पण तिची पाठवणी करताना आईनं जवळ घेऊन कानगोष्ट सांगितली. 'आता तू तुझ्या घरी जातेस; घराची लक्ष्मी म्हणून. त्या घरचं मोठेपण हे तुझं मोठेपण. घराला कमीपणा येईल असं वर्तन चुकूनही करू नकोस.

'तुला त्रास द्यायला किंवा माया करायला सासू नाही. घरात वडीलधारं माणूस नसणं हे दुर्भाग्य! पण आता तूच वडिलकीच्या नात्यानं सगळं सांभाळ. घरात काही उणं असलं तरी त्याचं वाईट वाटून घेऊ नकोस. काडीकाडीनं माडी उभी रहाते. नवऱ्याला दुखवू नकोस. त्याला जिंकलंस की जग जिंकलंस'.....आई हे आणि असंच काही काही सांगत होती.

इतका का कठीण असतो संसार? मग तो करायचाच कशाला? नवऱ्याला जिंकलं की जग जिंकलं म्हणे. मग नवऱ्यानं बायकोला नको जिंकायला? का हे जिंकणं, सांभाळणं, उणं न वाटून घेणं, नवऱ्याला न दुखवणं हे सगळं बायकांनीच करायचं? ते काय म्हणून? आणि पुरुषानं काय करायचं? नुसते हुकूम सोडायचे? आपण बायको म्हणून चाललोय की गुलाम म्हणून? लक्ष्मीच्या मनात प्रचंड वादळ उठलं होतं. आपण असलं काही करायचं नाही. आपल्याला पटेल तेच करायचं असं तिनं पक्कं ठरवलं आणि पहिल्याच दिवशी सगळी पाहुणे मंडळी गेल्यावर बाबा तिच्या शेजारी येऊन बसला. मऊ आवाजात म्हणाला, 'हे एवढंसं घर. पण इथं तू मालकीण आहेस. मला आई-वडील कुणीच नाहीत. माझं सगळं काही तूच आहेस. मी तुझ्यावर खूप प्रेम करेन. तुला सुखात ठेवेन. कधी चुकलो तर सांभाळून घेशील ना? आपण दोघं एकमेकांना आहोत. तुला मी आवडेन ना?'..... बाबाचा आवाज कातर झाला होता. लक्ष्मीला हा सगळाच अनुभव नवा, पहिलावहिला.

आपलं माणूस. फक्त आपलंच. आणि आपण त्याच्या. आपण त्याला सांभाळायचं. प्रेम द्यायचं. किती हळुवार बोलतो हा! त्याच्या पहिल्याच स्पर्शानं ती फुलून आली. स्वतःच्या नकळत त्याच्या मिठीत हरवून गेली.

त्या एका रात्रीत ती जाणती झाली. कर्तेपणानं घरात वावरू लागली. हे माझं घर, माझा संसार, माझं माणूस, या 'माझे'पणानं त्या घरात रुजत गेली. त्या दोघांचं एक छान नवं जग निर्माण झालं.

एक दिवस गावचे पाटील भेटायला आले. बाहेर यायला खुणावलं. तिनं पुढे होऊन वाकून नमस्कार केला. पाटलांनी तोंडभर आशीर्वाद दिला. चोळी-बांगडीचा आहेर केला. म्हणाले, 'पाटलीणबाईंनी बोलावलंय. दोघं जेवायलाच या. पण काय रे बाबा, आई घालवलीस आणि बायको आणलीस होय? हे बरं नव्हे गड्या.'

लक्ष्मीला पाटलांच्या बोलण्याचा अर्थच लागेना. मग उलगडा झाला, लग्नाचा थाट करण्याकरता तिच्या नवऱ्यानं जमीन विकून पैसे उभे केले होते. लक्ष्मीच्या ते जिव्हारी लागलं. पाटील जमिनीला 'आई' म्हणाले होते. नवऱ्याचा बेहिशेबीपणा आणि ऋण काढून सण साजरे करण्याची वृत्ती तिला मुळीच आवडली नाही. माहेरी ती वेगळ्या संस्कारात वाढली होती.

'नवऱ्याला सांभाळ' या आईच्या शब्दांचा तिला आता उलगडा होत होता. त्या एकाच दिवसात तिला प्रौढपण आलं. स्वतःच्या जबाबदारीची कल्पना आली आणि तिनं स्वतःला कामाला जुंपून घेतलं. शेतावरच्या शेंगा विकल्या. अंगावरचा किमती दागिना विकला. ते सगळे पैसे नेऊन सावकाराला दिले. जमीन सोडवली. नवऱ्याला फार वाईट वाटलं. तशी ती समजुतीनं म्हणाली, 'दागिना तुम्ही पुन्हा कराल. नाहीतरी ट्रंकेचीच भर होती ना? आणि आईपेक्षा दागिना मोठा नाही. आपली आई दुसऱ्याच्या दारी जाऊन पडणं बरं का?' बाबा वरमला. म्हणाला, 'चुकलंच माझं?' 'असं नका बोलू. तुम्ही केलंत ते हौसेनं. त्यात चूक कसली? पण हौसेला उभं आयुष्य पडलंय. पुढे-मागे सगळी हौस करा. मी नाही म्हणतेय का?' खरं तर अवघड प्रसंग. धाडसानंच निर्णय घेतलेला, पण गोड शब्दांनी लक्ष्मीनं नवऱ्याचं मन वळवलं.

तिच्या लक्षात आलं, या लहान गावात राहून आपला नवरा आळशीच राहील. त्यापेक्षा शहरगावी गेलो तर त्याच्या वागण्यात फरक पडेल. आपणही काही नवं शिकू. चार पैसे मिळवू. तिनं नवऱ्यामागे धोशाच लावला आणि होय-नाही करत त्यानं जवळच्या शहरगावात बदली करून घेतली. गम्मत म्हणजे गावाबाहेर मोठं घर मिळालं. पुढे अंगण. मागे परसू. शेजारीपाजारी ऑफिसच्या लोकांची बिऱ्हाडं. गावात चांगली शाळा होती. बायकांचं मंडळ होतं, पण घराची आवराआवर करण्यातच तिचा वेळ जायचा. हौस म्हणून तिनं छान बाग फुलवली होती. परसदारी भाज्या लावल्या होत्या. गुलाबांचं, भाज्यांचं उत्पन्न यायचं. वेळ कारणी लागायचा.

त्या एवढ्या मोठ्या घरात तिला कधी एकटं वाटलं नाही. अगदी अंगणात उभं राहून शेजारणीशी गप्पा मारता यायच्या. बाबाला फिरतीवर जावं लागायचं. जाताना

तो विचारायचा, 'एकटी राहशील?'

'हो!'

'नाहीतर शेजारच्या काकूंना सांग सोबतीला –'

'काहीतरीच. मी काय कुक्कुलंबाळ आहे भीती वाटायला? तुम्ही निश्चिंत मनानं जा. मी स्वेटर विणायला घेतलाय तो पुरा होईल चार दिवसांत. अगदीच वाटलं तर हाक मारेन कुणाला.'

सुरुवातीला एक-दोनदा त्याला काळजी वाटली. मग तोही निर्धास्त झाला. आपली बायको खंबीर आहे याचा त्याला विश्वास वाटला. याही खेपेला ऑडिटला जाताना तो असाच नि:शंक मनानं गेला. लक्ष्मी रात्री बराच वेळ विणकाम घेऊन बसली होती. मग अगदी झोप अनावर झाल्यावर तिनं सगळं उचलून ठेवलं आणि तिथंच पलंगावर आडवी झाली.

रात्री काहीतरी खुडबुडल्यासारखं वाटलं म्हणून स्वयंपाकघरात एक फेरी पण मारून आली. मग मात्र पांघरूण ओढून झोपी गेली.

रात्रीचे बारावर एक वाजून गेले असावेत. सगळीकडे चिडीचिप्प. गस्तवाला नुकताच 'होशियाऽऽर' ची हाळी देऊन गेला. गल्लीतली कुत्री ओरडून ओरडून घसा सुकल्यानं, आरामात तंगड्या ताणून डांबाखाली झोपली होती.

लक्ष्मीनं कूस परतली. नवरा कालच फिरतीवर गेला होता. मग कसली खडखड ऐकू येते? विचार करण्यापूर्वीच तोंडावर बॅटरीचा झोत पडला. तिनं डोळे किलकिले केले. झोप खाड्‌दिशी उडाली. समोर तिघं आडदांड पुरुष उभे होते. काळ्या ढापणानं पूर्ण चेहराच झाकलेला होता. फक्त डोळ्यांची हालचाल कळत होती. दोघांच्या हातात कोयत्या होत्या, एकाच्या हाती दंडुका. ओरडून उपयोगाचं नव्हतं. एकतर कुणी मदतीला धावलं नसतं. कुणाला आपला जीव एवढा वर आला होता? आणि त्याहीपेक्षा, समोरच्यानं तिचं तोंड आवळून मानेवर कोयती चालवली असती. ती अंथरुणावर तट्टदिशी उठून बसली. तरणीताठी पोर. त्या सहा खोल्यांच्या घरात एकटी एक. मनात येतं तर त्या तिघांनी काहीही केलं असतं.

पण दरोडेखोर नेक होते. धंद्याशी बांधील होते. स्त्रीची इज्जत जाणत होते. त्यांचा म्होरक्या खालच्या घोगऱ्या आवाजात म्हणाला, 'घरात काय आहे ते काढून दे मुकाट?' लक्ष्मी धैर्याची. बळ एकवटून म्हणाली, 'बाबा, माझा नवा नवा संसार. दागदागिने, रोकड कायच नाही. धान्य आहे. देऊ?' त्या पोरीच्या शब्दातलं इमान कळण्याइतके चोर सराईत होते. त्यांनी बघितलं, तिच्या गळ्यात फक्त मणी-मंगळसूत्र होतं. हातात काचेच्या हिरव्या बांगड्या. घर सरकारी होतं, पण बडा घर आणि पोकळ वासा अशी अवस्था होती.

लक्ष्मी उठली. पदर घट्ट बांधला. चोर 'सज्जन' आहेत हे तिनंही ताडलं.

स्वयंपाकघरात गेली. डब्यातले चार रव्याचे लाडू काढले. चिवडा काढला. नवऱ्याला प्रवासात लागतील म्हणून केले होते. ते ताटात वाढून त्यांना खायला दिलं. तांब्या भरून माठातलं पाणी ठेवलं. पिठाचा डबा उघडला. दोन पायली पिठाचा तो डबा तसाच त्यांच्या स्वाधीन केला. शेरभर तांदूळ पिशवीत भरले. वर गुळाचा मोठाला खडा ठेवला. त्यांच्यातल्या म्होरक्याच्या हातात देऊन वाकून नमस्कार केला. 'भाग्याची हो!' त्यानं तोंडभर आशीर्वाद दिला. 'मुली, तुझ्या हातचं गोड खाल्लंय. आता या घराला कसली धास्ती नाय. सुकानं ऱ्हावा.'

दुसरे दिवशी आळीतली माणसं गोळा झाली. 'काल काय दरोडेखोर आले होते? काय काय गेलं हो?'

'एकट्याच होता घरात? मारलं नाही ना?'

'पैसा काय हो; आज आहे उद्या नाही. तो येतो. जीव वाचला हे महत्त्वाचं.' लक्ष्मी या चौकस मंडळींकडं बघत राहिली. वा रे बहाद्दर! एकटी बाई आहे हे माहीत असून एकजण काय पुढे आला नाही आणि आता बातम्या गोळा करायला आलेत. ती निर्विकारपणं म्हणाली, 'दरोडेखोर आले होते हे कुणी सांगितलं तुम्हाला?' पुरुष गडबडले. आता त्यांच्यामागे उभ्या असलेल्या त्यांच्या बायका पुढे झाल्या. 'घ्या बाई! हे काय विचारणं! अहो, अपरात्री दाराची कडी वाजली, माणसांची पावलं वाजली. काळजी वाटली हो! शेजारधर्म म्हणून चौकशीला आलो.'

'बरं केलंत. आलात तर बसा ना. उभे का? कडी वाजली हे खरंच. माझे भाऊ आले होते.'

'भाऊ? बुरखा घातलेले?' एकजण चटकन बोलून गेली.

'बुरखा कुठला? शाल पांघरली असेल थंडीची.' त्या बाईच्या नवऱ्यानं तिला मधेच तोडलं. सगळे आले तसेच निराश होऊन परत गेले. गावच्या सरपंचांनी तर संरक्षण समिती वगैरे स्थापन करण्याचा फतवा तयार केला होता; पण बाई मुळी कबूल करायलाच तयार नव्हती. गस्तवाल्याच्या ते पथ्यावरच पडलं. तो जोरकस आवाजात म्हणाला, 'मैने भी पुछा था। लेकिन वो तो इनके भाई निकले!' मामला तिथंच मिटला.

नवऱ्यानं विचारलं, 'खरं काय ते नीट सांग. आताची वेळ निभली, पण जे घडलं ते बरं नाही. आपण जागा बदलू या. तू एकटी राहाणार –'

'मग? हे शूरवीर संरक्षणाला येतीलसं वाटतं काय तुम्हाला? शेवटी त्या दरोडेखोरांनीच माझी इज्जत राखली. मला आशीर्वाद दिला. हे घर सोडून मी कुठ्ठं हलायची नाही. त्यानं मला वचन दिलंय. दरोडेखोरांनापण नीती असते. दिल्या शब्दाला आणि खाल्ल्या अन्नाला ते जागतात.'

बायकोचं अजब तत्त्वज्ञान ऐकून बाबा गार पडला. अरे केवढा हिचा विश्वास!

तिच्या हट्टापुढं त्याचं काही चाललं नाही हे खरं.

तब्बल आठ वर्षं ती दोघं त्याच गावात, त्याच घरात राहिली. त्या काळात ती दोनदा माहेरी बाळंतपणाला जाऊन आली. चार महिन्यांनी घराचं दार उघडलं तर केरसुद्धा जागचा हलला नव्हता.

त्यानंतर मात्र बाबाची बदली झाली. बदलीचं गाव महाराष्ट्रापासून दूर उत्तर प्रदेशात होतं. त्याकरता आधी मुंबई गाठणं भाग होतं. मुंबईत नातेवाइकांच्या बिऱ्हाडी मंडळी आली. बाजूच्या चाळीत एक जागा रिकामी होती. ती तिच्या काकांनी आधीच घेऊन ठेवली होती. तिथं सामान टाकलं. काका म्हणाले, 'हे बघ लक्ष्मी, तू आठ दिवस रहा की पंधरा, महिन्याचं भाडं भरावंच लागेल. तेव्हा इथं आरामात आठ दिवस रहा. मुंबई फिरून या. मग सामान उचला आणि खुशाल नोकरीचं गाव गाठा. हातात चार दिवस राहतीलच. त्यात ओळखीपाळखी करून घ्या. मुलांच्या शाळा, तुझं घर लावणं, जावईबुवांचं ऑफिस सगळं माहिती करून घ्या. अरे, आहे काय अन नाही काय! एकदा गावात रुळलं की सगळे प्रश्न झट्‌दिशी सुटतात आणि जावईबुवा, आमची मुलगी मोठी हुशार आहे हो! तुम्हाला कसली म्हटल्या कसली काळजी नाही. पुरुषाच्या हिमतीनं करेल सगळं.'

'काका, मी जाणून आहे. तिच्या जीवावर तर एवढा परप्रांतात चाललोय.'

'बाकी तिच्यावर सोपवा, पण तिच्या इंग्रजीचं तेवढं सांभाळा बुवा.' काकांनी डिवचलं. लक्ष्मी फुरंगटून म्हणाली, 'हे हो काय काका? आजवर कुठं अडलंय त्या इंग्रजीसाठी? आणि वेळ आली तर अजून शिकेन.'

'शिकशील बाई. तुझा काही भरंवसा नाही...' गप्पाटप्पात जेवणं आटोपली आणि दोघं त्या चाळीच्या खोलीत झोपायला गेली. अंथरुणावर पडल्या पडल्या बाबा म्हणाला, 'लक्ष्मी, तुझ्या पायगुणानं सगळं चांगलंच घडत आलंय. आता बढती पण मिळाली. दोन सोन्यासारखी मुलं झाली; पण तुला काय मी एक दागिना केला नाही.'

'आपलं काहीतरीच एकेक. हे माझे दोन ठसठशीत दागिने आहेत ना! हे देवाचंच देणं. त्या महालक्ष्मीनं माझं कुंकू बळकट ठेवलंय. आणखी काय हवं?'

'लक्ष्मे, मला लाजवू नकोस. काहीतरी माग. तुझ्यासाठी नको, माझ्या आनंदासाठी. परमेश्वरानं तुझ्या रूपानं लक्ष्मी आणि दुर्गा दोन्ही माझ्या स्वाधीन केल्यायत. माझ्यासारखा भाग्यवान जगात कुणी नसेल.' लक्ष्मी तृप्त तृप्त झाली. समाधानानं म्हणाली, 'एक विचारू?'

'बोल ग!'

'आपण प्रवासाला जायचं?'

'प्रवासाला? जाऊ ना! कुठं ते तू सांगायचंस.'

'कन्याकुमारीला जाऊया? मुलांना विवेकानंद स्मारक दाखवू. चांगले आठ दिवस हाताशी आहेत.'

'तू विचार करतेस तो नेहमी कुटुंबाचा. लग्नानंतर आज आठ वर्षांनी प्रथम कुठे जातोय. पण तू काश्मीर किंवा उटी न म्हणता कन्याकुमारी म्हणालीस. तुझं वेगळेपण आहे ते हे. आपण जरूर जाऊ कन्याकुमारीला. मी तिकिटं काढून आणतो.'

मधले दिवस खरेदीत, मुलांना मुंबई दाखवण्यात, नातेवाइकांना भेटण्यात, प्रवासातले बेत ठरवण्यात गेले. लक्ष्मी तर मोहरून आली होती. ठरल्या दिवशी मंडळी निघाली. फराळाचे डबे, पाणी, गरम कपडे सगळं आठवून आठवून व्यवस्थित घेतलं. गाडीत मुलांचा तर चिवचिवाट चालला होता.

रात्रीचं खाणं खाऊन मुलं झोपी गेली. हळूहळू मोठी माणसंही आडवी झाली. खिडक्या बंद केल्या गेल्या. दिवे मालवले. टी.सी.नं एक धावती नजर टाकून झोपण्यासाठी अंग टेकलं. मुलांची पांघरुणं सारखी करून लक्ष्मी झोपणार तर तिला बाजूच्या कम्पार्टमेंटमधून रडण्याचा आवाज आला. तो आवाज स्त्रीचा होता. त्या रडण्यासोबत कण्हणंही ऐकू येत होतं. गाडीच्या वाढत्या वेगातूनही कुणी स्त्रीच्या आर्त टाहोनं ती सटपटली. नवऱ्याला हळू हाक मारून जागं केलं. 'अहो, जरा उठता. बाईचं कण्हणं आणि आक्रोश ऐकू येतोय?'...

'येतोय खरा.'

'या किंकाळ्या.....नक्की या प्रसूतिवेदना आहेत. मी बघून येऊ का? कुणी बिचारी अडली असेल.'

लक्ष्मीनं बघितलं, एक तरणीताठी पोर तळमळत होती. वेदनांनी तिचा चेहरा विस्कटून गेला होता. तिचा अननुभवी नवरा बावरून गेला होता. आपल्यापरीनं समजूत घालत होता, 'पुढच्या स्टेशनला आपण उतरूया. जरा कळ काढ.' वगैरे अर्थाचं काही बोलत असावा. ती पण 'सहन होत नाही' असं हावभाव करून सांगत होती. ती माणसं तेलगु बोलत होती. इथं देश-भाषा-प्रांत या पलीकडचं एक नातं होतं; माणूसपणाचं! लक्ष्मी झटकन पुढे झाली. तिनं त्या तरुणाला ट्रंकेतलं लुगडं काढायला सांगितलं. त्याचा पडदा दारावर लटकवून आडोसा केला. वेळ थोडा होता. पोर घायकुतीला आली होती. तडफडत होती. लक्ष्मीनं फिरकीच्या तांब्यातलं पाणी घेतलं. एका वयस्कर बाईला मदतीला बोलावलं. एका पुरुषाला उपाहाराच्या डब्यातून बकेट आणि गरम पाणी आणायला धाडला. सगळ्या गोष्टी कशा विद्युत् वेगानं चालल्या होत्या. त्या मुलीला धीर देत देत लक्ष्मीनं तिची सुटका केली. बाळाचं 'टँऽहा' ऐकायला सगळा डबाच उठून बसला होता.

आता क्षणाचाही विचार न करता लक्ष्मीनं हातातली काचेची बांगडी जोरात

आपटून फोडली. तिचा धारदार मोठा तुकडा घेतला. त्यानं नाळ कापली. मुलाला आईवेगळा केला. अंगावरच्या साडीची चिंधी फाडून त्यात नाळ गुंडाळली. तेवढ्यात टब आला. गरम पाण्यात मुलाला स्वच्छ केला. ट्रंकेतून आणखी एक लुगडं काढायला सांगितलं. एका फाड्यात लेकराला घट्ट गुंडाळला. दुसऱ्याचं ऊबदार चौपदरी दुपटं करून बाळ आईच्या स्वाधीन केलं. ती लेकुरवाळी तर घळाघळा आसवं ढाळतच होती, पण अख्ख्या डब्यातले लोक डोळे टिपत होते.

एवढी मोठी उलाढाल झाली, पण तोवर सगळे तटस्थ होते. स्तब्ध होते. सर्वांचं एकच लक्ष, बाळ-बाळंतीण सुखरूप सुटोत आणि तसंच घडलं. तो तरुण असा काही घाबरून गेला होता, की त्याच्या तोंडून शब्द फुटत नव्हता. त्यानं लक्ष्मीच्या पायावर अक्षरश: लोळण घेतली. आपल्या बायकोचं प्रसंगावधान आणि मानसिक धैर्य बघून बाबा तर अवाक् झाला होता. जागेवर येऊन बसल्यावर तो म्हणाला, 'मी तुझा नवरा खरा, पण खरं सांगतो, तुझे पाय धरावेसे वाटतात.'

'आधी हात धरलात, आता पाय पकडा. वेडे की खुळे तुम्ही? मी काही जगावेगळं केलं नाही. माझा स्त्रीधर्म सांभाळला.'

तेवढ्यात तो तरुण तिथं आला आणि म्हणाला, 'माँजी, आप हमारे साथ चलो. हम दोनो कुछ नही कर पाएंगे। ओ तो अनाडी है। घबर गयी है। और मैं तो –' त्याला पुढे बोलवेना. गाडी स्टेशनात शिरत होती. लक्ष्मीनं निर्णय घेतला. म्हणाली, 'मी बाळाला घेऊन उतरते. मुलांना उठवा. सामान आणि मुलं घेऊन तुम्ही उतरा.'

लक्ष्मीनं बाळाला घेतलं. त्याला थंडी-वारा लागू नये म्हणून घट्ट गुंडाळला. टी.सी.नं स्टेशनमास्तरना बोलावून आणलं. अख्खी गाडीच लक्ष्मीला पाहायला गर्दीनं उभी होती. गाडी निघाली, पण या चौघांना त्या जोडप्याजवळ सोडून. स्टेशन मास्तरनं तेवढ्या रात्री त्यांना चहा मागवला. हॉस्पिटलला फोन केला. दोन्ही मुलांना आणि नवऱ्याला तिथं ठेवून ती हॉस्पिटलला जायला निघाली.

'तू एकटीच जातेस, लक्ष्मी?' बाबा काळजीनं म्हणाला. 'एकटी कशानं? हा टॅक्सीवाला माणूसच आहे. अजून माणुसकी आटली नाही. तुम्ही काळजी करू नका. माझी महालक्ष्मी माझ्यासोबत आहे.'

बाळाला आणि बाळाच्या आईला हॉस्पिटलात डॉक्टरांच्या हवाली करून लक्ष्मी परतली तेव्हा पहाट-कोंबडा आरवत होता. मुलं स्टेशनमास्तरांच्या खोलीत झोपी गेली होती. बाबा पहारा करत लक्ष्मीची वाट पाहात होता.

'एकटीच आलीस?' बाबा पुढं होत म्हणाला.

'नाही हो. त्या मुलानं सोडलं इथंवर. चारचारदा उपकार मानले बिचाऱ्यानं. देव राखणारा असतो म्हणतात ना!' बाबा आपल्या बायकोकडे एकटक पाहात राहिला.

देव-देव म्हणतात तो आणखी वेगळा असतो? असाच लक्ष्मीच्या रूपात भेटतो; त्याच्या मनात येत होतं. लक्ष्मी मात्र काही घडलं नाही अशी निवांत बसली होती. बाबानं विचारलं, ‘कन्याकुमारीला आता जायलाच हवं?’

‘म्हणजे? टी.सी. तर म्हणाला तिकिटं चालतील म्हणून.’ यावर बाबा फक्त हसला.

लक्ष्मी आयुष्याचा प्रत्येक क्षण जगत होती. आपल्याबरोबर इतरांना जगवत होती. हार मुळी तिला कधी ठाऊकच नव्हती. नवऱ्याच्या बदल्या, बिऱ्हाड हलवणं, सामानाची ठेवरेव अन् पुन्हा नवं गाव, नवी माणसं, वेगळं वातावरण. तशातच नवऱ्याच्या सेवानिवृत्तीच्या आधी ती पुण्याला आली. एकदा दोघंही बाहेरगावी गेली असताना चोरट्यांनी घर लुटलं. इतकं नि असं, की लोणच्या-मुरंब्याच्या बरण्यापासून ते खिडकीचे गज, दारं सगळं उचकटून नेलं. राहिली फक्त जमीन अन वरचं छत. आता? पुनश्च हरि ॐ!

मग लक्ष्मीनं पुण्याकडे पाठ फिरवली. नीतिमान चोरांची पिढी संपली होती तर! आता होते राजकारणी, व्यापारी आणि बनेल गोरगरीब. यातूनच जगायचं होतं. त्यासाठी तिनं मुंबई गाठली. म्हशी खरीदल्या. सकाळच्या धारा काढायच्या अन चरवी घेऊन दारोदार दूध विकायचं. पैला पै जोडायची.

एक दिवस कीर्तनाची कल्पना डोक्यात चमकली. मग पुराणकथा, लोककथांची लहान लहान पुस्तकं वाचायचा सपाटा सुरू केला. एक दिवस लक्ष्मीबाई कीर्तनाला उभ्या राहिल्या. रसाळ वाणी, सभाधीटपणा आणि प्रचंड पाठांतर. कीर्तन रंगत गेलं. बघता बघता आमंत्रणं येऊ लागली. वाऱ्यावर कीर्ती पसरू लागली. नाव गाजू लागलं आणि अचानक घरचा पाश तुटला. पन्नास वर्षांची सोबत संपली. मुलं, सुना, नातवंडं होती; पण ‘आपलं’ माणूस निघून गेलं होतं.

लक्ष्मीबाईंनी दुःख आवरलं. नवा संसार सुरू केला. ज्यांना कुणी नाही त्यांना जवळ केलं. विधवा, अनाथ, परित्यक्ता यांच्या त्या ‘आई’ झाल्या. अडलीपडली बाई ‘मोकळी’ कर, उजाड कपाळाच्या मुलीला कुंकू लाव, जिला आधार नाही तिला आपल्या घरी आणून ठेव; आणि ते घर ‘ममता-घर’ झालं.

त्या घरातली आई सगळ्या जगावर मायेची पाखर घालत होती. तिनं आपलं एकटेपण तर संपवलंच, पण ज्यांना कुणी नव्हतं त्यांची ती लक्ष्मी-आई झाली. लाल आलवण आणि केशवपन यांच्याविरुद्ध तिने बंड पुकारलं. ‘तुम्ही मन मारू नका. परमेश्वरानं दिलेलं हे सोन्याचं आयुष्य मातीमोल करू नका. तुम्हाला जगण्याचा हक्क आहे.’ असं ती ठासून सांगायची. कित्येक विधवांचे तिनं पुनर्विवाह लावून दिले. त्यांचं आयुष्य उजळलं. स्वतःचं तिचं आयुष्य म्हणजे धगधगतं अग्निकुंड होतं जसं.

आणि एक दिवस थोरल्याचं काकुळतीनं पत्र आलं, 'कधीतरी तुझ्या लेकासाठी चार दिवस काढशील? तुझ्या आय.ए.एस्. लेकाच्या दारात सरकारी गाडी यायचीय. त्यात पाय ठेवायचा पहिला मान तुझा. आता असशील तशी ये. वाट बघतोय.'

आणि बाई लेकाकडे पोचल्या. स्टेशनवर लेक आला तो टॅक्सी घेऊन. त्या म्हणाल्या, 'हे रे काय बाळा? आपली गाडी ना आणणार होतास?'

'अग आई, गाडीला प्रथम तुझे पाय लागले पाहिजेत. अगदी सजवून दारात उभी केलीय. घरी जाऊन अंघोळीपांगोळी करून देवीला जाऊ ते आपल्या गाडीतून.'

लक्ष्मीबाई रेशमी शुभ्र वस्त्र लेऊन लेकाच्या गाडीत बसल्या. गळ्यात सोन्याची कंठी. यजमानांच्या पश्चात एवढ्या वर्षांनी त्या प्रथमच रेशमी वस्त्र नेसल्या होत्या. गाडीत त्या आरामात टेकून बसल्या. डोळे मिटले.

'आई, बरी आहेस ना?' लेकानं विचारलं.

'खूप सुखात आहे रे..... बघ बाळा, माझं नवं लग्न ठरलं ना, तेव्हा तुझा मामा ते मोडायला निघाला होता. म्हणाला, "कुठला ग मुलगा ठरवलास लक्ष्मीसाठी? ना गावात घर, ना रानात शेत." तेव्हा माझी हजरजबाबी आई ताडकन म्हणाली होती, "लग्न काय पैसा बघून करतात? मुलाची कर्तबगारी बघावी."

"कसली कर्तबगारी? साधा रेल्वेतला कारकून. उद्या जाऊन मोडून येतो लग्न."

"कानफाटात वाजवीन. चांगल्या घरच्या लोकांच्या शब्दाला इज्जत असते. मी चारचौघांत शब्द दिलाय –

"माझी लक्ष्मी या घरातच नांदेल. तू तो खोटा ठरवणारायस? अरे,

"लेक बघुनि दिली। वाटेच्या गोसाव्याला।
तिच्या नशिबी आली। पालखी बसायला।।"

चारचौघांत मी ही ओवी सांगितलीय. ती खोटी ठरणार नाही....."

'बाळा, माझ्या आईच्या ऋणातून तू आज मला मुक्त केलंस. तिचे शब्द तू खरे केलेस. आज तुझे वडील असते तर, तुझं वैभव बघून नाचले असते......' बोलता बोलता त्यांच्या डोळ्यांत धुकं साठलं. बाळानं खिडकीबाहेर बघत हळूच डोळे पुसले.

चार दिवस थोरल्याकडं राहून त्या धाकट्याकडं पुन्हा परतल्या. धाकटा म्हणाला, 'मला वाटलं, बंगल्यात आरामात राहशील. इथं दीड खोल्यांत –'

'अरे द्वाडा, मी दीड खोल्यांतच राहिले. बंगल्यात जीव गुदमरतो बघ. मला माणसं हवीत. बडबडणारी, बोलणारी, भांडणारी, जीव लावणारी. गाद्या-गिरद्यांशी आणि तसबिरींशी मला नाही रे बोलता येत.'

आणि संध्याकाळी काठी टेकत टेकत लक्ष्मीआजी नेहमीप्रमाणं पारावर जाऊन

बसली. चार घरच्या सुना-लेकी तिथं जमायच्या. सुखदुःखाच्या गोष्टी बोलायच्या. आजी सर्वांचं ऐकायची. तुटलेलं जोडून द्यायची. विस्कटलेली घडी पुन्हा नीट करायची.

जुन्या पिढीची ती सखी होती. नव्या पिढीचा आधारवड!

...आज आजी नाही, पण तो पार आहे. तिथं आजीची काठी आहे. ऊन-वारा-पाऊस सोसत तिथं पडून आहे. कधी मावळतीला मुली फेर धरतात. त्यांच्या आया ओवी म्हणतात –

'लेक बघुनि दिली। वाटेच्या गोसाव्याला
तिच्या नशिबी आली। पालखी बसायाला।।'

∎

(अक्षरभेट)

वाढदिवस

मी बसस्टॉपवर पुष्पीची वाट पाहात उभी होते. ही आमची भेटण्याची ठरलेली जागा. मी माझी कामं उरकून यायची आणि ती ऑफिस सुटलं की यायची. मग तांबेकडे पीयूष किंवा मसाला दूध घेता घेता पुढचे बेत ठरायचे. आज दादांसाठी कद घ्यायचा होता. मध्यंतरी एकदा ते बोलताना बोलून गेले, 'कद जुना झालाय. फाटलाय. अण्णाला कितीदा बोललो. तो लक्षच देत नाही.'

'पैसे नसतील त्याच्याकडे.'

'मी त्याला रेशमी वस्त्र घ्यायला थोडंच सांगतोय? हल्ली बनावट रेशमी कापडं मिळतात. शंभर रुपयांपर्यंत मिळून जाईल ना! गणपतीत तीर्थ-प्रसादाला माणसं येतात. तेव्हा..... जाऊ दे. आमच्यासारखी आमची वस्त्रंही म्हातारी झाली आता'..... दादांच्या डोळ्यांत क्षणभर उदासीनता तरळली. पुन्हा स्वतःला सावरत ते म्हणाले, 'तुझं कसं चाललंय? बरी आहेस ना?'

दादांना दुःख गिळायची एवढी सवय झालीय की ते मुळी त्याचा उच्चारच करत नाहीत आणि चुकून एखादा शब्द उच्चारला गेला तर लगेच विषय बदलतात; पण मला ते जाणवतं. मन व्याकूळ होतं.

दादांचं वैभव मी पाहिलंय. त्या ऐश्वर्याचा उपभोग घेतलाय. साडी घ्यायचीय हे दादांना कळल्यावर दुकानातून रेशमी साड्यांचा ढीग यायचा. मला फुलं आवडतात म्हणून मुंबईहून येताना वेण्या आणि गजरे भरलेली करंडी यायची. मग आम्ही मैत्रिणी आपापल्या आवडीचे गजरे निवडायच्या. नाईस बिस्किटांचे तर मोठाले खोके यायचे. दादांचं आणणं असं असायचं, की घेणारा तृप्त व्हायचा आणि आज या वयात दादा कद फाटल्याची खंत बोलून दाखवत होते.

मी काही न बोलता बाहेर पडले. मनाशी ठरवलं, या वाढदिवसाला कद घ्यायचाच. महिन्याला दहा-दहा रुपये बाजूला ठेवायचे. वाढदिवसाच्या महिन्यात कमी पडतील तेवढे घालायचे.

दोन दिवसांवर दादांचा वाढदिवस आला. मी पुष्पीला माझा बेत सांगितला होता. आम्ही दोघी मिळून कद पसंत करणार होतो. पुष्पी माझी खास मैत्रीण. तिला

माझ्या सगळ्याच गोष्टी माहीत असायच्या. वाढदिवसाचे पैसे मी घरच्यांना न सांगता जमवले होते. असं वागणं हे पाप होतं का? आपल्या म्हाताऱ्या वडिलांची लहानशी इच्छा पुरी करण्याकरता मी खोटं वागणार होते. मला खात्री होती, माझ्या या पापाला शिक्षा होणार नाही.

पुष्पीची नेहमीची गाडी चुकली असावी. सात वाजले तरी तिचा पत्ता नव्हता. मी विचार केला, आपण बघून पसंत करायला काय हरकत आहे? पुष्पी आली की खरेदी करू. मी दुकानात शिरले. काऊंटरवरच्या माणसानं विचारलं, 'प्युअर रेशमी देऊ की कॉटनचा धागा असलेला देऊ?'

'प्युअर नको.' मी खालच्या आवाजात बोलले.

'मग समोरच्या काऊंटरवर जा. अरे, यांना कद दाखव रे –'

मला आतून कसं भरूनच येत होतं. मुरूडचे दिवस आठवत होते. गणपती यायचा म्हणजे घर कसं आठन् आठ दिवस गजबजून उठायचं. हॉल कसा सजवायचा, आरास कशी करायची, दहा दिवस दर्शनाला येणाऱ्यांसाठी काय काय पदार्थ करायचे, आत्याबाईंना मोदक करायला केव्हा बोलावणं धाडायचं.... एक ना दोन; शंभर गोष्टी!

नवे कपडे तर यायचेच, पण दहा दिवसांत हॉलमधे एक सांस्कृतिक कार्यक्रम व्हायचा, एक भजन व्हायचं. हीऽऽधमाल असायची. माझ्या कानात तर भजनाचे सूर उमटत होते –

".....विठ्ठले ऽऽ विठ्ठले, पाहता मन माझे रंगले –"

'अहो बाई, तुम्ही कद पसंत करताय ना?'

'अं? हो, सॉरी. माझी मैत्रीण येणार होती. दोघी मिळून रंग पसंत करू म्हणून '

'मग मैत्रीण आल्यावरच यायचं. आधी कशाला ढीग उपसायला लावलात?'

मी ओशाळले. जांभळ्या रंगाचा कद उचलला. मऊ, तलम. छान होता. विचारलं, 'याची किंमत काय हो?'

'१५० रुपये. घेऊन टाका. छान नग आहे.'

'हो. आणि तो दुसरा बाजूला काढून ठेवा. मी दहा मिनिटांनी येते.' मी दुकानाबाहेर आले. बसस्टॉपवर येऊन पर्स उघडली. सगळे मिळून ११२/- रुपये होत होते. भाव वाढले होते. आता काय करायचं? मी हिरमुसले. तशीच ताटकळत उभी राहिले. तेवढ्यात पुष्पी आली. 'चल. खरेदीला जायचंय ना!'

'नको.'

'अग, माझी पहिली गाडी चुकली, म्हणून उशीर झाला. तरी धावत धावत आले ग! रागावलीस?'

'नाही ग! पण नकोच. आपण पुन्हा कधी –'

'का ग, तुझा चेहरा असा का दिसतोय? बरं नाही?'

'बरं आहे ना! पण आज मूड नाही, म्हणून नको.'

'मूड नाही? खोटं बोलतेस. काय झालं सांग ना!'

चालता चालता मी मधेच थांबले. 'पुष्पे, कद मी पसंत केला. किंमत दीडशे रुपये आहे ग! महाग झालेत कद!'

'अग, सगळीच महागाई झालीय.'

'फक्त माणूस स्वस्त झालाय. त्याच्या जगण्याला काही किंमत राहिली नाही.' मी कडवटपणे बोलले.

'तू एकदम 'माणूस' 'जगणं' असलं काही बोलू नकोस बाई. मला समजेल असं बोल.'

'पुष्पे, माझ्याकडे मोजून ११२ रुपये आहेत. घरी जायला दोन रुपये लागणार. १५० रुपयांचा कद कसा घेऊ?'

'एवढंच ना! तू शंभर रुपये खर्च करणार म्हणाली होतीस. वरचे पन्नास मी देते. आपल्या दोघींतर्फे देऊ. मी मिठाई घेणारच होते, त्याऐवजी तुला पन्नास रुपये देते.' मी काहीच बोलले नाही.

'आता काय आणि? तू घोळ घालू नकोस. चल, चल लवकर.'

दादांच्या वाढदिवसाला आम्ही दोघी गेलो. दादांच्या हातात कद देऊन मी नमस्कार केला. दादांनी तो उलगडला. त्याच्यावरून हळू हात फिरवला. 'छान आहे. खूप महागातला आणलास.'

'नाही दादा. साधाच आहे. तुम्ही कशाला विचार करता? बघितला, चांगला वाटला, घेऊन टाकला. आवडला ना तुम्हाला?'

'माझी किती काळजी घेतेस! दादांना काय हवं ते तुला नेमकं कळतं.' दादा विसरूनच गेले होते, कद फाटल्याचं संभाषण. तेवढ्यात दादांनी चष्मा काढला. कद नीट उलगडून पाहिला.

'छान आहे. रेशमी आहे. नक्कीच महाग असणार.'

माझ्या पोटात कसनुसं झालं..... जुने दिवस आठवले.

.....गर्भ रेशमी, जरीकाठी पीतांबर नेसून दादा आरतीला उभे रहायचे. हातातल्या लाल खड्याच्या आंगठीचं प्रतिबिंब चांदीच्या ताम्हनात पडलेलं असायचं. गळ्यातली जडशीक चेन निरंजनाच्या स्निग्ध उजेडात चमचमत असायची. मूर्तीवर डोळे केंद्रित करून दादा म्हणत असायचे –

.....''संकटी पावावे, निर्वाणी रक्षावे

सुरवरवंदना जय देव, जय देव''.....

आयुष्यभर दादांनी देवाचं नामस्मरण केलं. जरा मोकळे असले, की ते सहस्रनाम म्हणत असायचे. मी विचारायची, 'दादा, तुम्ही सतत देवाचं नाव का घेता?'

'कुणाची निंदा नको आणि खोटी स्तुती नको. काम करताना कामावर लक्ष असावं. तेही नामस्मरणच. रिकामपणी अन्य विचार करण्यापेक्षा देवाचं नाव घ्यावं.'

पण दादांच्यावर संकटं येतच गेली. मी चिडून विचारायची, 'संकटांना पावणारा तुमचा देव आता कुठे गेला?'

'तो इथंच आहे. माझे अपराध माझ्या प्रार्थनेपेक्षा मोठे असतील आणि देवी, तो परमेश्वर मोठा लुच्चा आहे बरं का! तो खेळ करतोय. माझी परीक्षा घेत असेल. बघू या; तो हरतोय का मी!' दादा आपल्या सग्यासोयऱ्यांबद्दल बोलावं तसे बोलत रहायचे.

मला नामदेवाची, जनाबाईची आठवण यायची. ती संत माणसं. दादा तर संसारी. तीन वेळा संसार मांडला नि मोडला. पाठोपाठ बायका वारल्या. पहिली दोन मुलं गेली. आईवेगळ्या आम्हाला दादांनी डोळ्यांच्या पापणींत जोजवलं, वाढवलं, मोठं केलं. मोठ्या प्रतिष्ठेच्या जागी नोकऱ्या केल्या, पण आयुष्याचं एकाकीपण संपलं नाही आणि सेवानिवृत्त झाल्यावर मिळालेला पैसा धंद्यात घातला. तो पूर्ण गेला. बंगल्यात राहणारे दादा दोन मुलांना घेऊन रस्त्यावर आले. असे आणि इतके की, जेवणाची भ्रांत पडावी. एवढे शिकलेले पदवीधर दादा, कधी हताशपणे बोलून जायचे, 'आजचं जग तरुण मुलांचं आहे. म्हाताऱ्यांना जगण्याचा हक्कच नसतो का? देवी, बघ कसं नशिबाचं चक्र असतं! एकेकाळी तुझा बाप, बँकांचा मोठा सल्लागार होता. मस्तीत जगायचा. त्याचा शब्द झेलायला माणसं उत्सुक असायची. आज मी फक्त एक म्हातारा आहे. वय झालं की सगळं ज्ञानही जातं का? की तेही शिळं होतं?.....

'तुला विक्रमादित्य राजाची गोष्ट ठाऊक आहे ना? एवढा महापराक्रमी, सत्यवचनी राजा! पण दैवाचे फासे उलटले आणि एका तेल्याकडे घाण्याला बांधला गेला. चरकाचे फेरे घालताना राजाला काय वाटलं असेल?.....

'मी पण एकेकाळी म्हणत होतो, माझ्या कर्तृत्वावर मी इकडचं जग तिकडं करीन. जग तिथंच आहे; मी इकडचा तिकडे गेलोय.' मग वर बघत हात जोडून म्हणायचे, 'घे बाबा, घे, माझी कसोटी घे. माझं पुण्य कमी पडलं असेल म्हणून.....' मी ऐकत रहायची. दादांचं हे बोलणं अर्धवट माझ्याशी आणि अर्धवट स्वत:शी असायचं. त्यांच्या अंतरात्म्याला जाणवणाऱ्या त्या अदृश्य शक्तीशी असायचं. दादा कुठे होते न् कुठे फेकले गेले. चांगल्या, सत्त्वशील माणसाचं हे असं

का व्हावं?

आत्तादेखील हातातला कद बघताना दादा म्हणत होते, की तो रेशमी आहे. त्यांना दारिद्र्यानं इतकं घेरलं होतं की उंची काय - हलकं काय, उत्तम काय - कनिष्ठ काय यातला फरकच कळत नव्हता.

असं तर नसेल, मला बरं वाटावं म्हणून दादा हे नाटक करत नसतील? हे वस्त्र फार उंची आहे असं भासवून माझं मन तर राखत नसतील? तसं असेल तर ते आणखी वाईट होतं. दादा मलाही फसवत होते आणि स्वत:लाही फसवत होते. मी अंदाज घेण्यासाठी दादांकडे पाहिलं आणि माझ्या मनावर उभा छेद गेला..... अरे, मी दादांची लाडकी मुलगी. माझ्या काळजाचा ठोका चुकला तर त्यांना आवाज ऐकू यायचा. त्यांनी मला घास भरवले, थोपटून झोपवलं, आजारपणात रात्र-रात्र जागवली, परीक्षेच्या वेळी सेंटरबाहेर तीन तीन तास बसून रहायचे. मी बाहेर आल्यावर विचारायची, 'दादा इथं फूटपाथवर बसून तीन तास काढलेत?'

'तीन तास झाले का? कळलंच नाही बघ. विष्णुसहस्त्रनाम म्हणत बसलो की वेळ कळतच नाही.'

'पण दादा फूटपाथवर –'

'त्याला काय झालं? तुझी काळजी करत घरी बसण्यापेक्षा इथं आरामात देवाचं नाव घेत बसलो.' दादांनी मला नुसतं वाढवलं, घडवलं नाही, माझ्यासाठी तपाचरण केलं. आणि मी.....? आज लक्षात आलं. दादांच्या चष्म्याचं भिंग झालंय. काडी तुटली होती. तिथं दोरीनं बांधलं होतं. माझ्या लक्षात कसं आलं नाही? दादांनी तो जुनापाना चष्मा काढला. हळूच हातानं चष्माघरात ठेवला. तोही थकला होता – दादांसारखाच!

दादा कॉफी करायला उठले. मी म्हटलं, 'दादा, उठू नका. मी करते.'

'तू बस. आज माझा वाढदिवस. माझ्या हातची कॉफी घे. तिखटा-मिठाचे पोहे करू? खाशील?'

'नको, दादा.'

'का ग? तुझ्या म्हाताऱ्या दादाला काही जमणार नाही असं वाटतं तुला?' मी फक्त हसले. केविलवाणं. बरं झालं, दादांना चष्म्याशिवाय दिसत नव्हतं ते!

दादा आत गेले. कालच्या पोळ्या होत्या. त्या कुस्करल्या. त्याचे लाडू केले. आमच्या दोघींच्या हातावर ठेवले. 'खा. तोंड गोड करा. केव्हातरी आठवेल तुला, आपल्यावर माया करणारा असा एक म्हातारा बाप होता म्हणून!.....'

सांजावलं होतं. आम्ही दोघी बाहेर पडलो. बसस्टॉपकडे न जाता मी उलट दिशेला वळले. पुष्पी म्हणाली, 'अग इकडे कुठे? घरी नाही जायचं?'

'चल –' मी बोलले. दोघी फर्लांगभर चालत गेलो. मी पाय ओढत चालले

होते. मी चालले होते म्हणण्यापेक्षा रस्ता मला ओढून नेत होता. 'आपण कुठं चाललोय?' पुष्पीनं पुन्हा विचारलं.

'ठाऊक नाही.'

'हा काय वेडेपणा चाललाय?' मी फक्त नजर उचलून तिच्याकडे पाहिलं. ती मुकाट माझ्यामागोमाग निघाली.

मारुतीच्या देवळाशी पोचलो. देवदर्शन हा हेतू नव्हताच. हा रस्ता वहिवाटीचा होता. वर्षानुवर्षं मी आणि दादा या रस्त्यानं दर शनिवारी जात असू. वाटेत दादा केकावली म्हणत असायचे –

'सुसंगती सदा घडो
सुजन वाक्य कानीं पडो.....'

मी ऐकायची. त्या रस्त्याला, झाडांना, पाखरांना त्या केका ऐकून पाठ झाल्या असाव्यात.

आम्ही दोघी पायरीवर टेकलो, मूर्तीकडे पाठ करून. आत अंधार अंधारसाच होता. गाभाऱ्यात समई मंद तेवत होती. 'दर्शन घ्यायचंय?' पुष्पीनं विचारलं. 'नाही. नको. 'त्या'ला विचार, तुझं नाव घेऊन तू इतकं दुःख देणार असशील तर–' आता पुष्पीही दगड झाली होती. आवार चिडीचिप्प होतं.

मला मोठ्यानं हंबरडा फोडून रडावंसं वाटलं. पण असं रडता येतं थोडंच? प्रत्यक्ष मरण्यापूर्वी आपण दुःखाची सोबत घेऊन अनंत मरणं मरतच असतो. आता तो सगळा अंधार दुःख होऊन माझ्या घशात अडकून पडला होता. कदाचित म्हणूनच मला बोलता येत नव्हतं नि रडताही येत नव्हतं. मी आता मूर्तीकडे तोंड केलं. स्वतःशीच मनातल्या मनात बोलले;

'मी आज माझ्या दादांना फसवलं. काहीतरी उंची वस्त्र दिल्याचा आभास निर्माण केला. बडेजावासाठी नव्हे रे; *त्या म्हाताऱ्या जिवाला कुठेतरी, एवढासा* आनंद मिळावा म्हणूनच खोटं वागले. मी माझं दारिद्र्य लपवण्यासाठी हे केलं नाही. आपली देवी खूप सुखात आहे असं त्यांना वाटावं म्हणून. देवा, इथं तू कबूल कर; कधीकधी पापसुद्धा सुंदर असतं, पवित्र असतं .....'

मला आतड्यातून जोरदार हुंदका फुटला.

■

(लोककल्याणी)

प्रथमपुरुषी

'नेहा नंदिनी शिवेश्वर' हे पाकिटावरचं नाव वाचून सरलाबाईंनी पोस्टमनला लगोलग हाक मारली; पण दडदडत जिना उतरून तो केव्हाच नजरेआड गेला होता. त्या वैतागानं पुटपुटल्या, 'कुणाची तरी पत्रं आणून टाकतात मेले. अशिक्षितांचा भरणाच खूप झालाय आजकाल.'

त्यांनी पुन्हा एकदा पाकीट उचललं. पत्त्यावर नजर टाकली. तो बरोबर होता. याच घराचा. मग हे नाव? .....नेहा त्यांच्या सुनेचं नाव होतं. माहेरचं. त्यांना मुळीच आवडलं नव्हतं; पण तिनं अट्टाहासानं तेच ठेवायला लावलं होतं. वर विचारलं होतं, 'तुम्ही मुलाचं नाव कुठे बदलता?'

'घ्या बाई! हे आणखीच विपरीत. अग, नांदायला तू मुलाकडे जातेस. तू नव्या घरी येतेस. मुलगा तुमच्या घरी जात नाही.' त्यावर रघुराजनं मध्यस्थी केली, 'आई, लहानसहान गोष्टींत वाद कशाला? वयाच्या एकवीस वर्षांपर्यंत जे नाव तिला चिकटलंय ते बदलायचं कशाला? नाव बदलून आयडेंटिटी थोडीच बदलते?' वाद नको म्हणून सरलाबाई गप्प राहिल्या खऱ्या, पण सुनेनं आपलं म्हणणं खरं केलं आणि मुलानं तिचा शब्द झेलला, हे शल्य त्यांना टोचत राहिलंच. आता या पत्रानं त्यांना आणखी पेचात टाकलं. ही नंदिनी शिवेश्वर कोण? मधे बाईचं नाव कसं? म्हणजे ही 'त्या' लोकांपैकी की काय? पत्र पाठवणाऱ्याला इकडचं नाव ठाऊक नसेल. पण मधलं नाव? ते तरी वडिलांचं नको? तिला वडील आहेत. त्यांचं नावही चांगलं घसघशीत 'वक्रतुंड' आहे. मग हे आईचं नाव का घातलंय?

पत्र चारचारदा उलटसुलट करताना त्यांच्या मनात आलं, पत्रात काही माहीत नसलेले उल्लेख तर नसतील? पत्र फोडून वाचण्याचा मोह होऊनही त्यांनी स्वतःला आवरलं. हल्लीच्या मुली. काहीतरी आचरट फॅशन म्हणून असं नाव घातलं असेल. आपण लक्ष न घालणं बरं. त्यांचं ते बघून घेतील. त्याला चालतात ना तिचे चाळे? मग आपण कोण?

पत्र टेबलावर ठेवून त्या कामाला लागल्या खऱ्या, पण त्यांचं मन स्वस्थ नव्हतं. या मुली अशा का वागतात? लहानसहान गोष्टी असतात, पण मुळी

कानाआडच करायच्या. हजारदा सांगितलं असेल, 'अग, दिवसा दारं लावून का बसतेस? ती काय बाळंतिणीची खोली आहे? तिथंसुद्धा वारा हवा, प्रकाश हवा असं डॉक्टर्स सांगतात. मग तुम्ही –'

'आम्हाला प्रायव्हसी हवी.'

मग त्यासाठीच स्वतंत्र खोली केलीय ना? आणि आम्ही कुठे तुझ्या खोलीत पाय पसरायला येतो? 'चोवीस तास कसली प्रायव्हसी? मला तरी कळत नाही?'

'तुमच्यापुढे, अण्णांपुढे पाय टाकून झोपणं बरं नाही वाटत. शिवाय आम्हाला काही बोलायचं असतं.'

'बोला की हवं तेवढं. आम्ही काय तुमचं बोलणं ऐकायला येतो का?'

'आई, तू शांत हो ना. समजा तिनं दार लावलं, तुला काय त्रास होतो?'

'अरे, बाबा, घर होस्टेल वाटायला लागतं. घरात मोकळा वावर नको? ती या घरात राहतेय असं वाटतच नाही.'

'जाऊ दे ना. आपल्या घराला तीनच खोल्या आहेत असं समज.' त्यांनी आश्चर्यानं मुलाकडे पाहिलं. त्या कुणी अशिक्षित, अडाणी बाई नव्हत्या; पण वेगानं बदलत गेलेली तरुण पिढीची मानसिकता त्यांना कळूच शकत नव्हती. सहजीवन, कुटुंबात रहाणं याचे अर्थच या मुलांनी बदलून टाकले होते. मी - माझी बायको म्हणजे कुटुंब. आई स्वयंपाकासाठी आणि वडील नमस्कारासाठी. मग एकत्र रहायचं कशाला? त्या एकदा तसं बोलल्यादेखील. त्यावर सून म्हणाली, 'एकत्र रहाणं ही सोय आहे. त्याचे काही फायदे आहेत.'

'फायदे? म्हणजे फायद्या-तोट्याच्या बाजू लक्षात घेऊन एकत्र रहायचं?'

'अर्थात! ज्यात फायदा नाही ती गोष्ट बाजूला करणंच योग्य.'

'अस्सं!' सरलाबाई नुसत्याच पुटपुटल्या. आयुष्याचंही गणित असतं तर! फायद्याची बाजू - तोट्याची बाजू. डेबिट-क्रेडिट. आपण सध्या जमेत आहोत. उद्या?..... मग आपल्यालाही बाजूला सारणार का? मग रघुराज लहान असताना आपण त्याला उरी-पोटी का जपलं? स्वत:चा घास त्याच्या तोंडी का घातला? आपला देह कष्टवून त्याला का वाढवला?

पण त्या बोलल्या नाहीत काहीच. त्यांना पुढचं उत्तर ऐकायचं नव्हतं –

'प्रत्येक आई-वडिलांचं ते कर्तव्यच असतं.' कर्तव्यं आई-वडिलांना असतात. आणि मुलांना? त्यांचं कर्तव्य काय? सरलाबाई अस्वस्थपणं फेऱ्या मारत राहिल्या. पुन्हा त्यांना आणखी एक गोष्ट जाणवली, एवढं स्वातंत्र्य, एवढी प्रायव्हसी असून ही मुलं तरी समाधानी असतात का? त्यांची धुसफुस चालूच असते. नक्की काय हवंय त्यांना? का सगळं मिळत गेलंय हेच बिघडलंय? 'आणखी हवं'ला मर्यादा आहे की नाही?

विचार करता करता त्या मधेच थांबल्या. दचकल्या. स्वत:कडेच त्रयस्थासारख्या बघू लागल्या. मुलाला वाढवताना आपणच चुकत गेलो का? आपली घुसमट झाली तशी त्याची होऊ नये म्हणून त्याला स्वातंत्र्य दिलं. आपल्याला कष्ट पडले तसे त्याला पडू नयेत म्हणून त्याला परिस्थितीची यथार्थ कल्पना दिली नाही. त्याच्याकडे बघून सगळं सहन केलं. ओठांआड बंदिस्त ठेवलं; पण या मुलांना कशाचं महत्त्वच वाटत नाही. त्यांनी आयुष्यात ठिकठिकाणी बांध घातलेत. जीवनाचे प्रवाह हवे तसे बदलून घेतलेत. पण केव्हातरी पृथ्वीचा गर्भ दुभंगतोच. आणि मग सगळे बांध कोसळतात. अशा प्रलयंकारी रूपाला ही मुलं सामोरी जाऊ शकतील? सामना करू शकतील?.... विचारानं त्या हतबुद्ध झाल्या.

आपण आणि नवी पिढी यात शेकडो योजने अंतर पडलंय असं त्यांना वाटू लागलं. आपला पण संसार झाला. उणी-पुरी ४५ वर्षं, पण कधी मनाला 'बंद दरवाज्या'ची कल्पना शिवली नाही. घर आपलं. माणसं आपली. बरं-वाईट, कमी-अधिक असतंच. तरीही एक आपलेपणाचा धागा बांधून ठेवत असतो.

या विचाराशी सरलाबाई पुन्हा ठेचकळल्या. गेलेल्या वर्षांकडे निर्भयपणे पाहण्याचं त्यांना धाडसच झालं नाही. आपली दारं बंद नव्हती, आपल्यासाठीही नव्हती.

आपले संसार ही समंजस तडजोड नव्हती. आपण मिटल्या तोंडानं सहन करत आलो. घर नावाच्या भोज्ज्याला धरून राहिलो. गुलाम आणि मालक ही भूमिका निभावत राहिलो. आपलं अस्तित्व सर्वांत विरघळवत गेलो. मी-माझं-मला असं काही नव्हतंच.

मग आपण सुखात जगलो का? आपण जगलो - कुटुंब नावाच्या सार्वजनिक संस्थेत विलीन होऊन. कुणी विचारलं आपल्या आवडी-निवडी; हवं-नको?

ते हक्कानं मिळवणाऱ्या या पिढीचा आपण हेवा करतो आहोत का? त्यांच्या स्वातंत्र्यानं आपण अस्वस्थ होत आहोत का? समर्पणाची, त्यागाची भावनाच नष्ट झालेली ही मुलं तरी सुखी आहेत का? कुणाला मिळालंय सुख?

की आपली कुटुंबव्यवस्थाच आपल्याला सुखी होऊ देत नाही? मग 'तशीच' रहाणारी माणसं सुखी होतात? कुणाचा काच नको, कसली जबाबदारी नको, कुणासाठी डोळे पुसणं नको आणि कुणी आपल्यासाठी डोळे भिजवणं नको. सगळ्या पाशातून सुटून मुक्त, स्वच्छंद असं जगणं. आजच्या पिढीला असंच जगावंसं वाटतं का? परवा कुणी म्हणालं, 'आमच्या मुलांना लग्नच करायचं नाही. पुढच्या कटकटी नकोत.'

'असं कसं? लग्न म्हणजे काय कटकट? आयुष्याला स्थैर्य नको? एकमेकांचा मानसिक आधार आणि तसं शरीरही आहेच. त्याचीही गरज असते. ती काय कुठे अशी रस्त्याच्या कडेला नाहीतर, हॉटेलच्या खोलीत भागवायची? हे काय जगणं आहे?'

'परमेश्वरास ठाऊक'–

बोलणं थांबलं. प्रश्नाचं उत्तर मिळालं नाही. कुणाकडे आहे उत्तर? आपल्या मुलांपुढे आपण हे प्रश्न मांडू शकतो? मुळात आपलं बोलणं ऐकायला वेळ कुणाला आहे? वैचारिक देवाण-घेवाण व्यासपीठावर, सार्वजनिक स्वरूपात.

परवा सून म्हणाली, 'रघुराजच्या आई, तुमच्या कल्पना आदर्श आहेत, पण त्या मराठी सिनेमात. प्रत्यक्षात असं काही नसतं. प्रत्यक्षात ही दोन पिढ्यांमधली दरी असते. नव्या पिढीला वेगानं पुढे जायचं असतं. नवं जग आपलंसं करायचं असतं. जुन्या पिढीला आपल्याच दाव्याला नव्या लोकांना बांधून ठेवायचं असतं.' सरलाबाई नुसत्या ऐकत राहिल्या. तिचं बोलणं त्यांच्या समजेपलीकडचं होतं. 'रघुराजच्या आई!' म्हणजे हिची कुणीच कुणी नव्हे? माझ्या मुलाची तू बायको आणि तुझ्या पोटच्या मुलांची मी आजी. आपली नाती अशी घट्ट विणींनी बांधलेली आहेत. ती दोन माणसांनाच नव्हे, दोन कुटुंबांना जोडतात. दोन कुटुंबांच्या सहसंवेदना, नातेबंध दृढ करतात आणि ही मुलगी तर नवऱ्यापलीकडचं काही मानायलाच तयार नाही. यांना भारतीय का म्हणायचं? या मातीतली का म्हणायचं? इथलं काही यांच्या मनात रुजलेलंच नाही का? यांचे कपडे अमेरिकन, भाषा इंग्लिश आणि खाणं चायनीज. हीच वैश्विक भावना म्हणायची का?

वयोमानानुसार आपण थकत चाललोय. आता बहिरे-मुकेही व्हायला हवंय का? आजकाल रघुराज आणि नेहा यांच्यात धुसफुस सुरू झालीय. नेमकी कशाबद्दल? एकदा विचारलं तर तो म्हणाला, 'आई, तुझ्यापर्यंत काही नाही. हे आमचं आपसात. तू डोक्याला ताप करून घेऊ नकोस.'

त्यांच्या अशा या तुटक वागण्याचाच ताप होतो, हे रघुराजला कळत नाही का? हे असं परित्यक्तासारखं का वागवतात? पूर्वी तो असा नव्हता. मोकळा वागायचा. घडेल ते सांगायचा. गमती-जमती करायचा. तेव्हा घर एकसंध होतं. आता विभाजन झालंय. सीमारेषा ठळठळीत आखल्या गेल्यायत. एकानं दुसऱ्याच्या हद्दीत शिरायचं नाही. सरलाबाईंचा श्वास गुदमरायचा. घरातच कोंडल्यागत वाटायचं. आपल्याच घरात आपण परक्या आहोत असं वाटायचं. पण हे तरी सांगायचं कसं? कोणत्या शब्दात? मुळात जगण्याच्या संकल्पनाच वेगळ्या झाल्यायत.

सून आली. टेबलावरचं पाकीट उचललं. वरच्या नावाचं तिला काहीही आश्चर्य वाटलं नाही. सरलाबाई न राहवून म्हणाल्या, 'तुझं जुनं नाव गॅझेटमधे बदलून घेतलं नाहीस?'

'नाही.'

'का?' ती गर्रकन फिरली. दोन पावलं मागे येऊन म्हणाली, 'प्रत्येक प्रश्नाचं

उत्तर द्यायला हवं का? किती प्रश्न! मला शाळेत असल्यासारखं वाटतं.'

'रघूला हे ठाऊक आहे?' तेवढ्यात रघू बाहेरून आला. कपाळाला आठी घालून तसाच उभा राहिला. नेहानं त्याच्याकडे पाहिलं, सासूकडे पाहिलं. म्हणाली, 'बरं झालं, तू वेळेवर आलास. मला हे केव्हातरी सांगायचंच होतं.

'उद्या मूल झाल्यावर हा प्रश्न निर्माण होणारच होता. समजा, मुलगी झाली तर तिनं नाव कुणाचं लावायचं?' सरलाबाई आळीपाळीनं दोघांकडे पाहात होत्या. रघुराज खुर्चीवर टेकला. खाली मान घालून ऐकू लागला.

'मी माझ्या माहेरचं नाव तसंच ठेवणार आहे. तिनं इकडचं आडनाव लावावं, पण आईचं नाव मधे घालावं, मग वडिलांचं नाव. मूल ही दोघांची मालमत्ता आहे, एकट्या बापाची नव्हे.' रघुराज एकदम म्हणाला, 'नेहा, प्लीज एक मिनिट. मुळात मूल ही मालमत्ता नव्हे. ती कमॉडिटी नव्हे. मूल घराण्याचं असतं. ते वारसा घेऊन येतं. त्यानं आईचं नाव लावायचं की वडिलांचं, की दोघाचं, की कुणाचंच नको हे त्याला किंवा तिला वयाच्या अठरा वर्षांनंतर ठरवू दे ना! तू मतस्वातंत्र्य मानतेस –'

'ऑफकोर्स! पण अठरा वर्षांपर्यंत त्याची आयडेंटिटी काय?'

'मानव! एक मानवप्राणी. तुझ्याशी यावर बोलणं झालंय. पुन्हा कशाला विषय उगाळायचा?'

सरलाबाई म्हणाल्या, 'रघू, असले विचित्र वाद घालून मनाचं स्वास्थ्य का बिघडवून घेता? मुलांना पुढे काय करायचंय ते ती ठरवतीलच, पण त्यासाठी आत्तापासून सगळं घर का विस्कळीत करून टाकायचं?'

'ते तुम्हाला कळणार नाही. जन्मभर तुम्ही मान तुकवत आलात. आम्हाला असं झापडं बांधून जगता येणार नाही. मूल होण्याआधीच या गोष्टीचा निर्णय झाला पाहिजे.'

'म्हणजे तू म्हणतेस तसंच ना?' सरलाबाईंनी विचारलं.

'आई-नेहा, तुम्ही दोघी जरा मला बोलू द्याल? तुमचे वाद थांबवा. मी काही निर्णय घेतले आहेत.'

'तू? तू एकट्यानं? ते काय म्हणून?'

'वितंडवाद न घालता माझं बोलणं ऐक, मग तुझी स्वतंत्र मतं ऐकव –'

'मूल होणं-न होणं, त्याचं नाव ठेवणं, त्याला वाढवणं हा प्रामुख्यानं आई-वडिलांचा विषय असतो. मान्य?'

'नेहा स्वतंत्र विचारांची आहे. तिला तिची मतं आहेत आणि ती ठाम आहेत. खरं ना?'

'अर्थात!'

'जशी तुला तुझी मत आहेत तशी मलाही माझी स्वतंत्र मतं आहेत. यावर तुझी

हरकत नसावी –

'तर मग त्या स्वातंत्र्याच्या आधारावरच मी माझ्यापुरते काही निर्णय घेतले आहेत. नेहा, आई, तुम्ही दोघी लक्ष देऊन ऐका –

'लग्नाच्या पहिल्या रात्रीपासून मी नेहाची स्वतंत्र मतं ऐकतोय. तिच्या 'हो'ला 'हो' करतोय. तिला मी अनेकदा समजावून सांगितलं,

'बाई ग, हा संसार आहे. हा अटींवर चालत नाही. मतस्वातंत्र्याचा उद्धट हेका धरूनही चालत नाही. तो एकमेकांच्या विश्वासावर आणि प्रेमावर चालतो.

'तिला हे पटत नाही. आई, तुझाही असंतोष मी पाहतोय. पण मी गप्पच आहे. शक्यतो पड खाऊन जुळवून घेतलं. आता मला सगळंच कठीण वाटतंय. तिचे टोकाचे विचार मान्य करून संसार करता येणार नाही. मूल झाल्यावर आणखी नवे प्रश्न समोर येतील. सारखे प्रश्न सोडवायचे. अरे, मग जगायचं केव्हा? जगणं म्हणजे शर्यत होऊन बसलीय. कोण जिंकतं? तू का मी?

'शेवटी मी काही निर्णयाशी आलोय.'

'कुठल्या?' दोघी एकदमच बोलल्या. दोघींच्या मनातलं वादळ त्या एका प्रश्नचिन्हात स्पष्ट झालं.

'जन्माला येणाऱ्या मुलाचे हाल आणि त्याची कोंडी टाळण्यासाठी, मी ऑपरेशन करून घेतलंय. आता मूल होण्याचा प्रश्नच मिटला.

'नेहा, मला पुरतं बोलू दे. मी हा निर्णय माझ्यापुरता घेतला. तुझा निर्णय घ्यायला तू स्वतंत्र आहेस. तुला मातृत्व हवं असेल तर तू काय करायचंस हे तू ठरवायचं. ते सांगण्याचा मला अधिकार नाही. तुला थांबवण्याचा हक्कही नाही.

'मात्र त्यानंतर काय करायचं हे ठरवण्याचा हक्क मला निश्चित आहे.' एवढं बोलून रघुराज शांतपणे उठला आणि आपल्या खोलीत निघून गेला. नेहा त्याच्या पाठोपाठच गेली.

बंद दाराकडे पाहताना सरलाबाईंना वाटलं, आपण जुन्या पिढीतल्या आहोत, मागासलेल्या विचारांच्याही असू कदाचित; पण त्यांच्याइतक्या शहाण्या नसलो तरी खुळ्या नक्कीच नव्हे. कारण आपण आयुष्याचं कधी गणित मांडलं नाही. ∎

(आनंद गंधाली)

आणि मृत्यू पराभूत झाला

त्या विस्तीर्ण मैदानाला धरून वर चढत गेलेला शुभ्र रस्ता दिसायचा. कमानी कमानीतून डोळ्यांसमोर उभी रहाणारी उंच डोंगरकडा. शिखरं जणू गोठलेली. स्थिर झालेली. ध्यानमग्न अशी. हिमालयाच्या त्या बर्फाच्छादित टोकावर एक सूर्यबिंदू अडकला; बर्फाच्या स्फटिकशुभ्र पारदर्शी देहातून शतगुणित झाला. त्याला खाली उतरायचं होतं. हिरव्या मखमली गवतात बागडायचं होतं, पण मुळी फरसबंदी बर्फानं त्याला घट्ट कवेत पकडून ठेवलं होतं. बघणाऱ्याला त्याला हात लावायचा मोह होत होता, पण तो दुर्गम रस्ता ओलांडून, क्षितिजरेषेच्या टोकाला विसावलेल्या बर्फाच्छादित डोंगरापर्यंत पोचणं अशक्य होतं.

तशा त्या अनवट वाटेवरून एकजण चालला होता. मृत्यूच्या दाट सावलीत त्याची दमदार वाटचाल चालू होती. हे सगळं केवढं तरी अवघड होतं. तसाच विचार केला तर आयुष्यातली कुठली वाट सोपी असते? सहज असते?

तोही हे जाणून होता. म्हणूनच हार न मानता, न डगमगता तो पुढचं पाऊल उचलत होता. एका विवक्षित थांब्याशी आल्यावर त्यानं सहज मागं वळून पाहिलं. किंचित् आश्चर्यानं त्याचा चेहरा भरून गेला. हे..... हे सगळं आपण पार केलं? सपाट मैदानं, कडा तुटलेले डोंगर, खोल दऱ्या आणि आता हा पर्वतशिखराचा परमोच्च बिंदू! त्याच्या चेहऱ्यावर हास्यरेषा चमकून गेली.

या प्रवासात तो कित्येकदा रक्तबंबाळ झाला होता. कित्येकदा त्याच्या स्नेही-सोबत्यांनीच त्याच्यावर वार केले होते, तर अनेकदा नियती दावेदारिणीसारखी त्याच्या मार्गात आडवी आली होती. तो भांबावला, दिग्मूढ झाला, पण घाबरला नाही. हरला तर नाहीच नाही.

आता त्याच्या बरोबरीचे त्याच्याकडे अचंब्याने पाहात होते. सर्वांना मागे टाकून तो अनंत योजने दूर गेला होता. नुसता दूर नव्हे, उंचही!

साठ वर्षांच्या दीर्घ वाटचालीनंतर तो प्रथमच उभा होता, एक दीर्घ श्वास टाकायला. पर्वताच्या एका टोकाला उभा राहून तो सगळे आठवणींचे खुणेचे दगड न्याहाळत होता. साठ थांबे!.....

सांगवड्यातलं ते एवढंसं घर पोटाशी अंधार धरून उभं होतं. त्या अंधारालाही गिळून टाकणारं दारिद्र्य. आपल्या अशक्त देहाला सहन न होणाऱ्या वेदना गिळत पडलेली माय. स्वत:शीच पुटपुटत होती, 'आई अंबे, होतं ते कमी होतं म्हणून का हा आठवा जीव ओटीत टाकत्येयस? याला कसा ग वाढवू? याच्या पोटात काय घालू? माझ्या देहाचं हे चिपाड....' वेणा अधिक तीव्र की विवंचना हे सांगणं कठीण.

मुलगा झाला. राजस रूपाचा. पिट्ट गोरा. जसा मैद्याचा गोळा. लुकुलुकू डोळे. लहानसंच पण रेखीव नाक. थकली-भागली माय त्या बाळरूपाकडं डोळाभर पाहात राहिली. मनात आलं, याला तरी ठेवू कुठं? दारिद्र्याचं ऊन कसं दूर ठेवू? दु:खाच्या सावलीत याला कसा वाढवू? परत पोटातच घालता आला तर?.....

आणि पाचव्या दिवशी आक्रित घडलं. पोर जिवाच्या आकांतानं टाहो फोडून आक्रोश करू लागलं. माय हडबडली. लेकराला पदराखाली घेतला, थोपटला, झोके दिले, अगदी दृष्टदेखील काढली, पण रामा-शिवा-गोविंदा. बाळ उगी राहीना. मग नजर बाळावर स्थिर करून तिनं धावा केला, 'आई अंबाबाई, कुशीत हे रत्न घातलंस ते काय योजना करूनच ना? आता का अंत बघतेस? रडून आरडून पोर सुकलं माझं. आता त्याला तुझ्या ओटीत टाकते. तूच त्याला सांभाळ. मोठा कर.....'

पोर थकून झोपी गेलं. सटवीनं त्याच्या ललाटी काय लिहिलं कोण जाणे. तिनं महालक्ष्मीच्या मूर्तीकडे पाहिलं. प्रसादाचं फूल ओटीत पडलं. मायच्या पापणीवर अश्रू झुलत राहिला. 'जोखीम टाकलीस माझ्या मायमाऊली. आता त्याला वाढवण्याचं बळ पण दे.' तिनं भक्तीनं हात जोडले.

अदृष्टातलं भागदेय वाचून की काय ज्योत थरथरली, शांत झाली. मायचे जुळलेले हात तसेच राहिले. कुडी आक्रसल्यागत झाली. ती पुटपुटली, 'माझं बळ नको बघू. आई, हे सुलक्षणी पोर तूच दिलंस, आता तूच त्याला पदरात घे.'

पहाटेची काकडआरती मायनं ऐकली. डोळे अंधाराला भेदून बाळावर स्थिरावले, देह कलंडला. अंधारातच शब्द घुमले – तथास्तु!

आणि ते तसंच झालं. बाळानं सूर्योदय पाहण्यापूर्वी, चराचराला जाग येण्याआधी त्याचे माय-बाप शांतपणे निघून गेले. विश्वनाथला आता धरित्रीची मांडी आणि आभाळाची सावली. बाळाच्या बदामाकृती डोळ्यांत अवघं विश्व उतरलं होतं. दहा दिशांचे दरवाजे मोकळे झाले होते आणि तो याच्या-त्याच्या दयेवर वाढत गेला. बोलता येत नव्हतं तोवर मूठ बंद होती. मूठ उघडली तेव्हा त्याच्या पायाखालची जमीन सरकली.

या जगात आपल्याला कुणीच नाही. दिनूला, विसूला, त्या झोपडीतल्या

लाडलीला पण आई-बाबा आहेत. आपल्याला कोण? आपण कुणाचे? त्याच्या डोक्यात प्रश्नांचं थैमान सुरू झालं आणि विश्वनाथ वाढत गेला. शहाणा होत गेला. ज्याचं कुणी नसतं त्याचं बालपणही रेंगाळत राहात नाही. असं माणूस एकदमच मोठं होतं.

'विशू, जा एवढं पाणी भर.'

'विशू, बाजारातनं भाजी घेऊन ये.'

'विश्या, मेल्या, फुकटचं गिळतोस रे? हातासरशी चार भांडी उजळलीस तर धाड भरेल?' हे आणि असं ऐकतच तो आसवं गिळायला शिकला. वयाच्या सातव्या वर्षी एका वाण्याच्या दुकानात पुड्या बांधायचं काम मिळालं. त्याला कुणाची दया नको होती. मिळालेल्या पैशांत ओलं-कोरडं खाऊन तो अभ्यास करायचा. त्याला एकच ठाऊक होतं, आपल्याला कुणीतरी व्हायचंय, खूप मोठं. त्यासाठी तरी कष्ट केले पाहिजेत. विशू मैल मैल चालत शाळेला जायचा. पायात वहाणा नाहीत. पाठीवर दप्तर. चाल सरळ. नजर थेट आकाशाला भिडलेली. पोट खपाटीला लागलेलं. वारावर जेवायचं. पडतील ती कामं खालमानेनं करायची. कधी एखादा टपोरा थेंब गालावर ओघळायचा. तो झटकन निपटत तो मनाला सांगायचा - 'हे असलं जगणं नकोय ना तुला? लोकांकडचा भाकरीचा तुकडा, फाटक्या वह्या, कुणाचे जुनेपाने कपडे, झोपायला जमिनीची गादी.....रडून हे संपणाराय? तुला मोठं व्हायचंय. कुणीतरी. मग हे कष्ट सोसायलाच हवेत'..... रस्ता संपायचा. विशू धावत वर्गात शिरायचा. मास्तरांना हे गुणी पोर ठाऊक होतं. धड्यावरून नजर उचलून ते पाहायचे आणि पुढे वाचायला सुरुवात करायचे –

'हृदया उच्च ध्येय मनिं धरि – तर मुलांनो, किडामुंगीसारखे जगू नका. मला हे जमेल का? असं चुकूनही मनात आणू नका. स्वत:वर विश्वास ठेवा. कितीही संकटं आली तरी ध्येयावर अचल दृष्टी ठेवा. 'एकच तारा समोर आणिक पायतळीं अंगार –'

मास्तर बोलत होते. विशू जिवाचे कान करून ऐकत होता. त्याला वाटायचं, मास्तर हे सगळं आपल्याला उद्देशूनच बोलतायत.

रात्री झोपल्यावर तो स्वत:शीच निश्चय करायचा, आपल्यासारख्या गरजू मुलांना आपण मदत करू. किती? भरपूर जेवायला, अंगभर कपडे, हवीत तेवढी पुस्तकं-वह्या.....

आपण मोठं घर बांधू. दारात गाडी. कामाला नोकरचाकर. आपण श्रीमंत व्हायचं. श्रीमंत काय आभाळातून पडतात थोडेच? आपणही मोठं व्हायचं. शिकायचं. पण तो बोलायचा नाही काहीच. हात पुड्या बांधायचे आणि मन म्हणायचं, हे हात खूप मोठं काम करण्यासाठी आहेत, पुड्या बांधण्यासाठी नाहीत.

पुड्या बांधता बांधता त्याची नजर व्यवहार टिपायची. दोनाचे चार अन् चाराचे आठ कसे होतात याचं ज्ञान त्याला अचूक मिळत होतं. पुस्तकं त्याला शहाणा करत होती. गरिबी सहनशीलतेचे धडे देत होती. नजर क्षितिजावर आणि पाय पुढच्या टप्प्यावर. सांगवड्याहून कोल्हापूर अन् कोल्हापूरहून पुणं.

त्यानं बी.ए.ला इंग्रजी विषय घेतला. त्याला दाखवायचं होतं, जे इतरांना कठीण वाटतं ते मी शक्य करून दाखवेन. मी हाडाचा मराठी माणूस आहे आणि मराठी माणसाची आकांक्षा आकाशाला गवसणी घालते. बी.ए.ला तर त्यानं प्रथमवर्ग मिळवलाच; पण मग त्याच्या मनात आलं आपण लॉ करायला हवं. ज्यांना कुणी नाही त्यांच्या पाठीशी उभं राहायला हवं. ज्या मजुरांना, शेतकऱ्यांना, अडाणी-अशिक्षितांना त्राता नाही, त्यांना आपण संरक्षणाचं भक्कम कवच द्यायला हवं.

आणि एक दिवस तो वकिलाचा काळा डगला घालून कोर्टात उभा राहिला. त्याचं भाषेवरचं प्रभुत्व, कायद्याचा व्यासंग आणि अमोघ वक्तृत्व भल्याभल्यांना अवाक् करून जाई. गरिबांचा कैवारी असलेला विश्वनाथ धनिकांकडून चोपून पैसे घ्यायचा. समृद्धी आणि यश चहू दिशांनी त्याच्या दारात येऊन उभं होतं. या साऱ्याबरोबर सोनपावलानं 'लक्ष्मी' त्याच्या जीवनात आली. सुखाचा पेला कसा काठोकाठ भरला होता.

पण नियतीनं एक हातचा राखून ठेवला होता. तो फार उशिरा लक्षात आला. जन्माच्या पाचव्या दिवशी आईच्या कुशीत ते राजस बाळ जिवाच्या आकांतानं रडलं होतं. त्याच्या गरीब मायचं काळीज हललं होतं. तिनं देवीला साकडं घातलं आणि देवीनं त्याला पदरात घेतलं; पण त्या पाचव्या दिवशी सटवीनं कोरलेला ललाटलेख कुणी वाचू शकलं नव्हतं की पुसू शकलं नव्हतं.

त्याच्या जिभेवर दोन काळे डाग उमटले होते. त्या अनाथ पोराकडे कुणी लक्ष देऊन पाहिलं नव्हतं. कुणी कौतुकानं जवळ घेतलं नव्हतं. तो स्वत: आपल्या ध्येयामागे असा भन्नाट वेगानं धावला होता, की स्वत:च्या शरीराचे चोज पुरवायला त्याला सवडच नव्हती. आणि आता काही काही बिघडू लागलं.

वाटायचं, अति श्रमानं असेल. लक्ष्मी मृदू स्वरात म्हणायची, 'किती दमता, किती काम करता. सतत केस-स्टडी. अव्याहत बोलणं.'

'ज्यांच्यासाठी ही धडपड केली त्यांच्या उपयोगी नको पडायला? लक्ष्मी, मी जे भोगलं ते आणखी कुणाच्या वाट्याला यायला नको. ते दैन्य, गरिबी, अवहेलना, अपमान..... लाचार होतो ग माणूस.'

'मला कळत का नाही? पण दुसऱ्यासाठी राबायला आपली तब्येत नीट असायला नको? ते काही नाही. मी अपॉइंटमेंट घेते, आपण उद्या संध्याकाळी डॉक्टरांकडे जायचं.'

आणि ते काळे डाग विश्वनाथच्या अस्तित्वालाच हादरा देऊन गेले. डॉक्टर अतिशय गंभीरपणे म्हणाले, 'सॉरी मि. विश्वनाथ, फार उशीर केलात. देअर इज अ बॅड न्यूज फॉर यू.'

कॅन्सर म्हणजे जीवनातला अखेरचा शब्द. त्याला अजून कुणी परतवू शकलेला नाही. विश्वनाथला अंदाज आला होता. फक्त डॉक्टरांच्या तोंडून ते निश्चित व्हायचं होतं. तरीही विश्वनाथनी विचारलंच,

'मी या आधी आलो असतो तर आपण मला या रोगापासून बरं करू शकला असतात?'

'निदान निकडीचे प्रयत्न केले असते.' त्यांनी किंचित् खांदे उडवले. वर पाहात म्हणाले, 'त्याची' इच्छा असती तर; इतकं स्प्रेड होऊ दिलं नसतं. कदाचित् दहा एक वर्षं –'

'डॉक्टर प्लीज, त्याच्याच इच्छेचा हवाला देणार असाल तर तो मला अजून वीस वर्षंही देऊ शकतो.' हा संवाद तटस्थपणे ऐकणारी लक्ष्मी म्हणाली, 'आपण इथंही युक्तिवाद करणार का? डॉक्टर प्लीज, आता काय करायला हवंय?' डॉक्टरांचं लक्ष्मीकडे लक्ष गेलं. 'सॉरी मिसेस विश्वनाथ, ही चर्चा तुमच्यापुढे व्हायला नको होती. पण आमच्या डॉक्टरी एथिक्सप्रमाणं आम्ही पेशंटला पूर्ण कल्पना देतो. त्यातून साहेब एवढे नामवंत आहेत, की त्यांना काहीतरी थातुरमातुर सांगणंही योग्य नाही. आपण ट्रीटमेंटला लगेचच सुरुवात करू. तुम्ही अशा नर्व्हस होऊ नका. वी विल ट्राय अवर लेव्हल बेस्ट.' डॉक्टर कितीतरी वेळ समजुतीनं बोलत होते. गळ्याच्या ऑपरेशननं तेवढा दूषित भाग काढल्यावर पुढची सात-आठ वर्षं सहज मिळू शकणार होती. तशी एक-दोन उदाहरणंही त्यांनी सांगितली.

दोघं घरी परतली ती अबोलपणीच. गेले कित्येक दिवस घसा दुखत असूनही विश्वनाथनी दुर्लक्ष केलं होतं. घरीही नीट कल्पना दिली नव्हती. आता तर चित्र स्पष्ट झालं होतं. बोलणं हा तर त्याच्या व्यवसायाचा गाभा होता. आपल्या वाक्चातुर्यानं प्रतिस्पर्ध्याला चित्पट करण्यात त्याचा हातखंडा होता आणि आता त्यावरच बंधन आलं होतं. कदाचित् पुढे काही दिवसांनी वाचा पूर्णच जाणार होती. असं झालं तर पुढची मिळणारी वर्षं ही जिवंत मरणासारखीच होती.

लक्ष्मी तर काही विचारच करू शकत नव्हती. डॉक्टरांसमोर ती अवसान आणून गप्प होती. नवऱ्याचीही नजर ती टाळत होती. प्रचंड महत्त्वाकांक्षेनं पेटलेल्या या माणसानं यश कसं खेचून आणलं होतं. इच्छाशक्ती काय करू शकते याचा आदर्श घालून दिला होता आणि आज नियती क्रूरपणानं मांडलेला तो पट पुन्हा एकदा उधळायला निघाली होती. अरे का? का पण असं व्हावं? एखाद्याच्या नशिबी सुखाचा पेला नेहमी रिताच राहावा असा संकेत असावा का?

खरं तर तिला मुक्त मनानं रडून घ्यायचं होतं. एरवी सुख-दु:खाच्या कोणत्याही प्रसंगी ती नवऱ्याच्या खांद्यावर विसावत असे. आज तेही शक्य नव्हतं. आज तिलाच भक्कमपणे त्याला धीर द्यायचा होता, सावरायचं होतं.

ती त्याच्या बाजूला सरकली. विश्वनाथ तिचा हात हातात घेत म्हणाला, 'तुला ठाऊकाय लक्ष्मी, मागे एकदा सोपानदेव चौधरी एका खाजगी बैठकीत भेटले होते. त्यांना माझ्यासारखाच –'

'प्लीज, आपण गप्प बसाल का?'

'आता गप्पच बसावं लागणार आहे..... पण हा किस्सा तू ऐकच. तर सोपानदेव म्हणाले, 'कॅन्सर, कॅन्सर, नो ॲन्सर.' त्या माणसाचं स्पिरिट लक्षात घे. किती हसत विश्लेषण केलं त्यांनी! आणि मग चक्क काव्यवाचन केलं – '

'म्हणजे तुम्ही उद्या कोर्टात उभे राहणार आहात?'

ऑफकोर्स. जोवर जिभेत त्राण आहे तोवर मी बोलतच रहाणार. आता प्रत्येक क्षण महत्त्वाचा. आता फक्त काम. मला एवढ्यात जाऊन चालणार नाही लक्ष्मी, माझे कितीतरी पक्षकार.....

'लक्ष्मी, रडतेस तू? ओ नो! मी कल्पनाच करू शकत नाही. लक्ष्मी तू म्हणजे माझी शक्ती आहेस. लक्ष्मी, तू अश्रू गाळू नकोस. मग मी खरंच दुबळा होईन.....' बोलता बोलता विश्वनाथ एकदम गप्प झाला. लक्ष्मीचे दोन्ही हात त्याने आपल्या डोळ्यांवर दाबले. ती चपापली. आपली चूक लक्षात येऊन ती चटकन् सावरली. पापणीवर थरथरणारी त्याची आसवं पुसत म्हणाली, 'विश्वनाथ, तुम्ही इतर चार माणसांपेक्षा वेगळे आहात. खूप थोर आहात. तुमचं जगणं दीन-दुबळ्यांसाठी, दु:खितांसाठी आहे. तुम्हाला नेताना परमेश्वरालाही विचार करावा लागेल. अजून खूप कामं थांबलीयत तुमच्यासाठी.....' आणि ती एकदम गप्प झाली.

आता शब्द संपले होते. नुसताच स्पर्श – बोलका-आश्वासक. सावरणारा. उमेद निर्माण करणारा. तिनं त्याचे हात असे घट्ट पकडले होते, की कळिकाळालाही ते सोडवता येऊ नयेत. हजार शब्दांत जे व्यक्त होऊ शकलं नसतं ते त्या स्पर्शांतून उभयतांना कळलं होतं. ती रात्र न बोलताच खूप काही बोलून गेली. अश्रू अंधारानं पिऊन टाकले. आता उरली ती हिंमत! जगण्याची, जगवण्याची!

आणि अग्निपरीक्षेची वेळ आली. शस्त्रक्रिया! ती करणं भागच होतं. गळ्याचा थोडा हिस्सा कापला जाणार होता. दोघांच्या मनात फक्त प्रार्थना! स्ट्रेचरवरून आत न्यायची वेळ आली. तिची आश्वासक नजर आणि एक ऊबदार बोलका स्पर्श! एका श्वासाचं अंतर; पण ते उल्लंघू न देणारं तिचं बळकट कुंकू!

विश्वनाथ त्या बळावर जगला. बाहेर मित्रांची, पक्षकारांची, त्याला देवासमान मानणाऱ्या गोरगरिबांची प्रचंड गर्दी. तासन् तास सगळे बाहेर थांबले होते. ते सगळे

आशीर्वाद फळले होते. मृत्यूला विन्मुख परतावं लागलं होतं. पण जाता जाता त्यानं एक तुकडा सोबत नेला होता. गळ्याला छेद गेला होता. जखम मोठी होती.

आश्चर्य म्हणजे गळ्याला झाकेल असा मोठा कॉलरचा कोट घालून तो कोर्टात दिलेल्या तारखेला, बरोब्बर दोन महिन्यांनी उभा राहिला. सगळं कोर्ट तटस्थ! स्तब्ध! हाच तो माणूस, कॅन्सरची शस्त्रक्रिया झालेला? चेहरा तसाच शांत, प्रसन्न. 'होय, मी उभा आहे, म्हणजे जिंकणारच' असा आत्मविश्वास व्यक्त करणारे तीक्ष्ण डोळे. बोलण्यात थोडा फरक वाटत होता, पण विश्वनाथ कुठे थांबत नव्हता, अडखळत नव्हता. विषयावर त्याची पकड जबरदस्त होती. त्या माणसाला हरणं ठाऊकच नव्हतं.

त्याच्या कामाची गती आता आणखी वाढली होती. त्याच्या व्यक्तिमत्त्वाभोवती आता एक वलय निर्माण झालं होतं. अनेक हितचिंतकांनी सांगितलं, 'आता पुढचं आयुष्य घरासाठी घालव. पुरे झालं जनहित. वेडेपणा करणं आता थांबव.' त्यावर विश्वनाथ हसत उत्तरला, 'असा वेडेपणा काही लोकांना करावाच लागतो. त्यावर पुढची पिढी तरणार असते, तरारणार असते.' लक्ष्मीनं त्याच्या हृदयाची सगळीच स्पंदनं जाणली होती. त्याला त्याच्या मनासारखं जगू द्यायचं असंच तिनं ठरवलं होतं.

आणि पाठोपाठ श्वास रोधून धरणाऱ्या पाच शस्त्रक्रिया झाल्या. हृदयातला कल्लोळ पापणीआड बंदिस्त करून लक्ष्मी त्याच्या बाजूला उभी राहिली. तिचं सर्वस्व पणाला लागलं होतं. विश्वनाथाची तीव्र इच्छाशक्ती आणि डॉक्टरांचे हर प्रयत्न सफल झाले होते. तशाही स्थितीत विश्वनाथने केस नाकारली नाही.

आता डॉक्टरांनीच सांगितलं, 'केव्हाही, काहीही घडू शकतं. मनाची तयारी ठेवा.' विश्वनाथ प्रतिवाद करायला उभा राहणार असला की डॉक्टर सर्व साधनसामुग्री घेऊन जातीनं कोर्टात हजर व्हायचे. कोर्टाचं पूर्ण आवार तुडुंब भरून जायचं.

विश्वनाथाला ही गर्दी पाहून अधिक उमेद यायची. आपली व्याधी हा त्याला मोठा चॅलेंज वाटायचा. बोलताना आपल्याला त्रास होतो, उच्चार सुस्पष्ट होत नाहीत हे जाणवत असूनही तो माघार घ्यायचा नाही. मृत्यूच्या घंटा त्याला ऐकू येत होत्या. कधीकधी डोकं जड व्हायचं. विस्मृतीत गेल्यासारखं व्हायचं. नसा आतून आखडायच्या. डॉक्टरांना भीती वाटू लागली, या कॅन्सरबरोबर ब्रेन पॅरालिसिस होईल, किंवा किडनीज् फेल होतील किंवा..... काहीही, पण या माणसाची जिद्द कायम होती. आपली व्यथा कुरतडत बसणं त्याला माहीत नव्हतं. त्यात कसला पुरुषार्थ?

आणि त्याने 'पुरुषार्थ शिक्षण संस्था' स्थापन केली. आपलं ज्ञान तो वाटत सुटणार होता. जायचं ते रिक्त हातानं. जे मिळवलं ते इथं देऊन जायचं ही धडपड सुरू झाली. बाहेर मोठी पाटी झळकली, पण पटावर विद्यार्थी २५. तो सहकाऱ्यांना

म्हणायचा, ‘अरे, बघ बघ म्हणता वेल बहरेल. २५ चे २५०० होतील.’ या दुर्दम्य आत्मविश्वासावर काम सुरू झालं. तो स्वत: वर्ग घेऊ लागला. मुलांना जीवनाभिमुख करणारं शिक्षण. आत्मविश्वासानं बोलायचं कसं याचे धडे तो स्वत: देऊ लागला. या संस्थेचा विद्यार्थी कुठेही गेला तरी ताठ मानेनं उभा राहील, अचूक युक्तिवाद करेल यावर तो लक्ष पुरवू लागला. सार्वजनिक क्षेत्रात उपयुक्त ठरेल असं शिक्षण तिथं सुरू झालं. वर्ष-दोन वर्षांचे अनेक कोर्सेस सुरू केले. त्याचं ज्ञान लोकांना व्हावं म्हणून महाराष्ट्रभर अथक दौरे केले. मराठीतून, इंग्रजीतून भाषणं दिली, शिबिरं घेतली.

आता मानेतला खेकडा पाय पसरत मेंदूपर्यंत पोचला होता. मस्तक भणाणलं होतं. झोप सोडून गेली होती. डोळे तारवटले होते. आता सगळं मानवी शक्तिपलीकडचं होतं. लक्ष्मी तर त्याच्या श्वासात जगत होती. हरला नव्हता विश्वनाथ! त्याच्या चेहऱ्यावर फुलांचं तेच मृदू हास्य होतं.

आज तर विशेषच. आजचा थांबा हा साठीचा होता. मृत्यूला हुलकावण्या देत, कॅन्सरला बाजूला सारत त्याने केवढी तरी वाटचाल केली होती. सकाळपासून त्याच्या प्रियजनांनी दारात गर्दीच गर्दी केली होती. लक्ष्मीनं तो अंदाज घेऊन घराबाहेर मांडव टाकला होता. जाणाऱ्या-येणाऱ्या प्रत्येकाचं स्वागत होत होतं. खाण्या-पिण्याची सोयही केली होती. आज कितीतरी वर्षांनी घराला तोरण लागलं होतं. वातावरणात सनईचे मंद स्वर भरून राहिले होते.

लक्ष्मीनंही आज रेशमी वस्त्रं परिधान केली होती. गळ्यात टपोर पाणीदार मोत्यांची सरी. केसात विश्वनाथच्या आवडीचे मल्लिकाचे सर. फुलांचे गुच्छ स्वीकारून ती अभिवादन करत होती. बरोबर दहा वाजता विश्वनाथ बाहेर आला. पांढरा शुभ्र पोशाख, चेहऱ्यावर जुईपुष्पाचं कोमल हास्य. त्याने सर्वांना अभिवादन करण्यासाठी हात जोडले. मंडळी उठून उभी राहिली. टाळ्यांचा उत्स्फूर्त कडकडाट झाला. विश्वनाथच्या चेहऱ्यावर मृत्यूला पराभूत करणारा स्नेहार्द्र भाव उमटला.

हा आनंदयात्री मृत्यूला म्हणत होता, ‘अरे, जरा थांब. इथं दु:ख, विवंचना, पराभव सगळं काही आहे. पण निखळ स्नेह देणारी ही फुलंही आहेत. त्यांचा सुगंध घे –’ मृत्यू बावरलाय, थांबलाय, या शुभ्र हसण्यानं त्यालाही जिंकलंय. आपण चुकून इथं आलोय असंच त्याला वाटलं असावं. आपला पराभव त्यानं नकळत स्वीकारलाय. त्याला ठाऊकाय, हे हास्य चिरंजीव आहे.

■

(संगम)

आयुष्याचं गणित

दिशांतून अंधार दाटून आला होता. माझ्या दुःखभारल्या मनाची सावली त्यावर पडली असावी. का आले मी इथं? इथं तरी माझ्या शिणलेल्या देहाला दिलासा मिळणार होता? माझ्या प्रश्नांचं उत्तर दिदीला देता येणार होतं? कुणास ठाऊक. थरथरत्या हातानं मी दाराची बेल वाजवली. दार उघडेपर्यंत माझ्या हृदयाची धडधड वाढली होती. दार उघडलं.

हातातली मेणबत्ती उंचावत दिदीनं माझा चेहरा न्याहाळला. 'अग तू? अशा अवेळी? कळवायचंस तरी. म्हणतात ना, थिंक् ऑफ द डेव्हिल आणि तू हजर.'

'पण तू डेव्हिलला का हाकारत होतीस?'

'का म्हणजे काय? तुला बोलावून दमले. तू आपली 'वेळ नाही'चा नारा लावून बसली होतीस. जसा काही सगळ्या जगाचा बोजा तुझ्या डोक्यावर.'

'असं झालंय खरं!'

'ते बोलू सावकाश. आधी कॉफी घेऊ या? या हवेत जरा फ्रेश वाटेल ग!'

'कॉफी तर कुठल्याही हवेत अन केव्हाही छानच वाटते आणि कुणी आयती समोर आणून ठेवली की अधिक लज्जतदार वाटते.'

'तर मग मी ठेवतेच. तू हात-पाय धू अन् आतच ये कशी!'

मी 'हो' म्हटलं खरं, पण उठावंसं वाटेना. तशीच जागेवर चिकटून राहिले. आत जाऊन तरी काय बोलू? उसनं हसू किती वेळ टिकणार होतं? तसं तर खूप बोलायचं होतं, खूप साठलंही होतं. सगळं बोलून झाल्यावर कदाचित् मला हलकंही वाटलं असतं. कपावर चमच्यानं हळू आवाज करत दिदी म्हणाली, 'अहो मॅडम, जरा आमच्या कॉफीकडे पाहाल काय?'

मी ओशाळले.

'तू आत आली असशील म्हणून मी अंदाजानं काहीतरी बोलले, तर एक नाही न् दोन नाही. बघते तर तुझा आपला ध्यानस्थ मुनी झालेला. बरं बोल, काय म्हणतेस?'

'म्हणते खूप काही. त्यासाठी तर आलेय. पण घाई कशाला? बोलू सावकाश.' मी विषय टाळला.

'राहशील ना दोन दिवस?'

'दिदी.....मी आता राहायलाच आलेय.'

'म्हणजे? तू घरी भांडूनबिंडून तर नाही आलीस?'

'तसंच समज –'

'काय झालं, मने?'

'बरंच! अमुक एक असं बोट दाखवून काय सांगू, दिदी? खरं तर, खूप काही बिनसलंय. घराचं घरपणच हरवलंय. वाटतं की आपण या घराचे कुणीच नाही आहोत. खांब, वासे, भिंती हे घराचेच भाग. अगदी आधारभूत. त्यांपैकी काही एक निसटलं, कोसळलं तर घर उभंच राहू शकणार नाही. पण दिदी, त्या भिंतींना, खांबाला मत असतं? ती कधी बोलतात? व्यक्त करतात? पाहातात, ऐकतात अन् साठवतात. त्याचा उच्चार त्यांना करता येत नाही. माणसांचं असं झालं तर? काय म्हणायचं त्यांना?'

'त्यांना भिंत म्हणायचं. ती कॉफी निवून चाललीय ती घे आधी. मग बोलू आपण.' आम्ही दोघीही आपल्यातच गढून गेलो. फक्त कॉफीच्या घुटक्याचा मधेच आवाज उमटायचा. तेवढाच.

तसं पाहिलं तर दिदी माझी कुणीही नव्हती. थोरली मैत्रीण हेच तिचं नि माझं नातं. काही अडलं-पडलं, चुकलंमाकलं की मी तिच्याकडे धाव घ्यायची. तिचं सगळंच बोलणं पटायचं असं नाही, पण तिच्या बोलण्यातला समंजसपणा मला आवडायचा. आयुष्याच्या प्रत्येक पायरीवर यशच तिच्या पदरी पडलं असं नाही, पण अपयश पचवायची तिची ताकद मोठी होती. दुःख गिळायचंच आहे तर मग ते कडू तोंड करून कशाला? किंवा त्याला दुःख म्हणायचंच कशाला? हे घडणार होतं, घडलं. जे वाट्याला आलं ते स्वीकारायचं ही तिची जीवनदृष्टी मला थक्क करायची.

तिची एकच गोष्ट मला मुळीच आवडायची नाही, ती म्हणजे, जगण्याचे आडाखे ती सर्वांच्या बाबतीत सारखेच बांधायची. प्रत्येकाचं जगणं वेगळं, भोग वेगळे आणि त्यामुळंच मार्गही निराळे. ज्यानं भरलेला पेला एकदा ओठाला लावलाय त्याला नंतरचं रितेपण सहन करता येतं; पण ज्याच्या वाट्याला रिताच प्याला आलाय, त्याचं थेंबाथेंबासाठी तडफडणं तिला कसं कळणार?

अशीच एकदा मी तिच्याकडे गेले असता तिनं आपली कहाणी मला सांगितली. अगदी वेगळी. मुळात घरातला विरोध सहन करूनच ती 'त्याच्या'कडे गेली होती. असं जाणं ही मोठी क्रांतिकारक घटना नव्हती. विरोध, मग दोघांनी बाहेरच्या बाहेर लग्न करणं, एक मूल झाल्यावर घरच्यांनी त्याच्यासह तिला आपली म्हणणं हे तर घडतंच, पण हिच्या बाबतीत तसं नव्हतं. एका स्त्रीच्या संसारात ही गेली होती. घटस्फोट होण्यापूर्वीच हिनं स्वतःचं घर सोडून त्याचं घर आपलं मानलं होतं.

संसार विस्कटलेला असताना रस्सीखेच करत, दावणीला बांधलेल्या जनावराप्रमाणं

एकमेकांना ढुशा देत एकत्र जगणं त्याला मान्य नव्हतं. मग त्यानं विवाहविच्छेदाचा प्रस्ताव मांडला. त्याच्या पत्नीनंही तो मान्य केला. मात्र काही अटी घालून. त्या पूर्ण होईपर्यंत ती सही करणार नव्हती. तोवर या दोघांना वाट पाहणं प्राप्त होतं. ही दोघं एकमेकांत खूप गुंतली होती.

प्रथमपत्नीचा सगळा गुंता सोडवून, त्याची कायदेशीर पत्नी होईपर्यंत हिनं खूपच सोसलं. घरी-दारी विरोध, मनातला संघर्ष, सवतीबद्दल एक विचित्र भीती..... या सर्व ताणतणावांत तिचं माणूस खंबीरपणं तिच्या पाठीशी होतं. लग्नानंतरही पहिलीच्या मुलानं, नव्या आईच्या सावलीत येणंच पसंत केलं. त्याला बा आणि बापू दोघंही हवे होते. ती जिंकली होती.

आणि नंतर एकदा दिदीचा बहरलेला संसार बघायला मी गेले. घराच्या गच्चीत ते सर्वजण एकत्र बसले होते. पहिलीचा मुलगा-सून, हिची दोन मुलं आणि त्याच्या खांद्यावर निवांत मान टेकलेली तृप्त दिदी! त्याचा आश्वासक खांदा तिला सांगत होता, 'मी आहे ना!' मुलं गात होती, व्हायोलिन वाजवत होती, गिटार साथ करत होती, सोबत एकजण ऑर्गनवर स्वर झेलत होता. उत्फुल्ल मनानं सुरांत सूर मिसळून ते कुटुंब गात होतं.

ती तृप्ती, एकरूपता बघतानाही मी संकोचले होते. माणसं एवढ्या मुक्त मनानं आनंद देऊ-घेऊ शकतात? मी हा अनुभव कधीच घेतला नव्हता. प्रेम मी कवितेत वाचलं होतं. ते पुस्तकांच्या पानांतच राहिलं होतं. प्रत्यक्षात अनुभवला होता, तिरस्कार, द्वेष, उपेक्षा. गरिबीतलं उणेपण, अपमान. लग्नानंतर येणारी निश्चिंतता मला ठाऊक नव्हती. एका अनामिक अशा भीतीनं मन ग्रासले असायचं. आपलं कुणीही नाही आणि आपण कुणाच्या नाही या निराधार स्थितीत मुलांची काळजी पोखरत होती.

त्यांचं कसं होईल? त्यांनाही असंच उपेक्षित आयुष्य जगावं लागणार असेल तर आपण त्यांना जन्माला तरी का घातलं? पण – पण जन्म देणं तरी आपल्या मर्जीवर कुठं होतं? आपल्याला कधी कुणी विचारलं, 'तुला मूल हवंय का?' मूल घराण्याला हवं होतं – वंशसातत्यासाठी! ज्या कुळानं मला कधी स्वीकारलंच नव्हतं, त्या कुळाचा दिवा उजळण्यासाठी मी देह वापरू दिला होता. मुलगाच हवा म्हणे! सगळंच किती हास्यास्पद आणि भयंकरही!

मी शिकले होते? सुशिक्षित होते? एक व्यक्ती म्हणून जगण्याचा मला हक्क होता? या सर्व प्रश्नांची उत्तरं जर होकारार्थी होती, तर मी अशी डोळ्यांना झापडं बांधून घाण्याभोवती का फिरत राहिले? विक्रमादित्य राजाचे भोग शतकानुशतकं सांगितले गेले. तो महापराक्रमी राजा होता म्हणून त्याची झुंजही मोठी होती.

आपण..... आपण कोण आहोत? गुलामांना मत नसतं आणि मन तर नसतंच नसतं.

'तू माझ्याशी काही बोललीस?' दिदीनं विचारलं.

'न.....नाही, पण स्वत:शीच बोलले. मनातल्या मनात, ते तुला ऐकू गेलं.' तोंडावरचं पांघरूण बाजूला करत मी उत्तरले.

'एवढं आयुष्य काढून तू अशी कशी ग, मने? हळवी, भोळी, काव्यात्मवृत्तीची. असं जगता येत नाही. आयुष्याचं गणित एकदा नीट मांडलं –'

आयुष्याचं गणित मांडता येतं? तू बघ दिदी, आकाशात अगणित चांदण्या असतात. पण शुक्रासारखा मंगळ नाही आणि शनीची हकिकत तर अगदी निराळी. प्रत्येक चांदणी निराळी, प्रत्येक तारा वेगळा, तारकापुंज वेगळे आणि ग्रहही वेगळे. तू ते मोजू शकतेस? आकड्यात सांगू शकतेस?

'आपण सगळी माणसंच; जीवनाच्या प्रवाहात वाहात जाणारी. पण प्रत्येकाचं जगणं वेगळं, भोग वेगळे. कसे ठोकताळे मांडता येतील? कसं उत्तर काढता येईल?'

'तू कवितेतली भाषा बोलू नकोस. व्यवहारी भाषेत बोल. तरच मार्ग निघू शकेल.'

'तर मग रोखठोक बोलू? मी घर सोडायचं ठरवलंय.' मी एकदम बोलून गेले. आम्ही दोघी गप्प झालो. जराशानं दिदीनं दिवा लावला. 'उठतेस जरा?' तिनं विचारलं. 'मी जागीच आहे ग'–

'ते कळलं. उठून बस. आपण बाहेर गॅलरीत बसून बोलू. हरकत नाही ना?' आम्ही दोघी शाली लपेटून बाहेर खुर्च्यांवर येऊन बसलो.

'नक्की काय झालं सांग. तू घर सोडायची भाषा का करतेस? आणि मग जाणारायस कुठं?'

मी दिदीकडे आले होते आणि तीच मला विचारत होती..... मला तिचं घर एकदम परकं वाटायला लागलं. माझं आक्रसणं तिच्या नजरेनं ताडलं. स्वत:ला दुरुस्त करत ती म्हणाली, 'तू इथं हवी तेवढी राहू शकतेस. अगदी स्वत:चं घर समजून. पण मने, लक्षात घे, स्वत:चं घर समजणं आणि ते असणं यात फरक आहे. प्लीज ट्राय टु अण्डरस्टँड मी. तुझ्या माणसांविषयी तुझ्या मनात परकेपणा निर्माण झाला, तर दुसऱ्याच्या घरात तुला आपलेपण कसं वाटेल? अशी तू कायम राहू शकशील?'

माझं डोकं सुन्न झालं होतं. दिदी माझी मैत्रीण होती. फ्रेंड, फिलॉसॉफर आणि गाईड. पण यापलीकडेही काही भावबंध असावे लागतात याची मला एकदम या क्षणी जाणीव झाली. आर्थिक व्यवहार तर सर्वांत मोठे. हक्क – मालकी हक्क महत्त्वाचा. कुठल्याही घरात रुजायला लागणारं सहवासाचं सातत्य एकमेकांच्या जगण्याच्या पद्धती, आवडी-निवडी, विचारस्वातंत्र्य, आणखी कितीतरी गोष्टी लक्षात घ्याव्या लागतात. त्या एकदम या वयात आत्मसात करता येतील? जे घर मी काडीकाडीनं उभं केलं, तिथंच जर मी नको झाले तर, आता दुसरीकडे.....?

दिदीनं कॉफी आणली. तेवढ्या रात्री थंड हवेत ते गरम गरम घुटके घेणं मोठं

सुखावह वाटत होतं. डोकं थोडं शांत झाल्यावर मी बोलले, 'दिदी, खरं सांगू? त्या घरात पुन्हा पाऊल टाकावं असं मला वाटत नाही.'

मग कुठं जायचं ठरवलंयस? नाटका-सिनेमातल्या बायका सगळे बंध तोडून झटक्यात बाहेर पडतात, तसं आपण करू शकत नाही. नात्याचे धागे मोठे चिवट असतात. ते तोडू म्हटल्यास तुटत नाहीत.

वृद्धाश्रम हा अखेरचा पर्याय. जेव्हा आपण त्या दारात शिरतो तेव्हा हे दार आपल्याला आपोआप बंद होतं. आपल्या नसण्याची बाकीच्यांना सवय होत जाते.

'तू तर घरावर प्रेम करणारी. नातेबंध जपणारी आहेस. उठायचं आणि कुठेतरी नव्यानं आपलेपण निर्माण करायचं सोपं नाही. अशी वाहवून जाऊ नकोस. नेमकं काय घडलंय ते तरी सांग!'

'आज नाही, गेले कित्येक दिवस माझ्या लक्षात येतंय, मी त्यांच्यातली नाही. माझ्या घरात मी परकी झाले आहे. असं कुठं वाटतच नाही की मी त्यांच्यात आहे आणि ती माझ्यासोबत आहेत. शेअरिंग हा प्रकारच नाही. कप्पे झालेयत. कपाट एकच, पण वरच्या कप्प्यात कागद तर खालच्या कप्प्यात नोटा. एकाचा दुसऱ्याशी संबंध नाही. एकमेकांच्या गोष्टीत इन्व्हॉल्व्हमेंट नाही.'

'अग, मग हे किती छान आहे. प्रत्येकाला जगण्याचं स्वातंत्र्य असणं –'

'थांब दिदी. स्वत:वरून दुसऱ्याचा विचार करू नकोस. त्यांना स्वत:चं जग आहे, मित्र-मैत्रिणी आहेत, निर्णय घेण्याचं स्वातंत्र्य आहे. माझ्यावर त्या सर्वांचा हक्क आहे. मला मुळी सर्वांनी गृहीतच धरलंय. मी घरासाठी आहे, पण घर माझ्यासाठी नाही. वर्षाकाठी चार साड्या घेणं किंवा दोनदा गाडीतून फिरवून आणणं म्हणजे शेअरिंग नव्हे आणि इन्व्हॉल्व्हमेंट तर नव्हेच नव्हे.'

'पण मने, तुझ्या आयुष्यात तूच त्यांना एवढं शिरू दिलंस ना? 'आपली' म्हणून त्यांना जवळ केलंस ना? मग आता तक्रार का करतेस? त्यांनी पण तुला त्याच आपुलकीनं जवळ करावं हा तुझा हट्ट का? तुझं प्रेम तू त्यांच्यावर लादतेस असंच मी म्हणेन. न कळणाऱ्या वयात आई ही मुलांची गरज असते; पण पुढे गरजांची ठिकाणं बदलत जातात. काळ बदलतोय. त्याबरोबर माणसंही बदलणारच. त्यांचं जग वेगळं, आपलं वेगळं. हे घडतंच आपोआप. उदाहरण देऊ?

'.....हे गेले त्या रात्री तू मला भेटायला आली होतीस. आठवतं?'

'आठवतं तर!' मला तो सगळा प्रसंगच आठवला. निरोप आल्याबरोबर अर्ध्या रात्री आम्ही दिदीच्या घरी पोचलो. पहिल्या आवेगात ती रडली, तेवढीच. मग ती आपल्या खोलीत गेली. तोंड धुवून, साधे कपडे घालून बाहेर येऊन बसली. उजाडलं तशी माणसांची रीघ लागली. ती आपले अश्रू आपल्या खोलीत बंदिस्त करून आली होती जशी. तिचा संसार जेमतेम सोळा वर्षं झाला; पण नंतर कधीतरी एका निवांत क्षणी ती

मला म्हणाली होती, 'मने, माझी कसलीच तक्रार नाही. जी काही वर्षं मला त्यांच्या सहवासात घालवायला मिळाली ती मी तृप्तीनं जगले. आय् हॅव नो रिग्रेट्स. मला दुसरा विचार करावा असं कधीच वाटलं नाही. त्यांनी मला फार सुखात ठेवलं.....'

असं क्वचितच ऐकायला मिळतं. माझ्या एवढ्या दीर्घ आयुष्यात मी दोनच स्त्रियांच्या तोंडून हे तृप्तीचे उद्‌गार ऐकले. एकदा कवयित्री शांतादेवी तडवी मला म्हणाल्या होत्या, 'मनुताई, हजार वर्षांत जे सुख पुरुष स्त्रीला देऊ शकतो, ते सुख मी चौदा वर्षांच्या सहजीवनात अनुभवलं. मी तृप्त आहे. साहेब फरिश्ता होते –' नवऱ्याला देवदूत मानणाऱ्या त्या स्त्रीकडे मी थक्क होऊन पाहात राहिले होते. ही अंधश्रद्धा नव्हती. या दोन्ही स्त्रियांनी पुरुषातल्या प्रियकराइतकंच त्याच्या अंतरात्म्यात वास करणाऱ्या मातृत्वाच्या वत्सलतेचा अनुभव घेतला असला पाहिजे. हाच देवत्वाचा स्पर्श म्हणायचा. अशा वेळी काय बोलायचं?

दिदी पुढे म्हणाली, 'मने, त्यानंतर माझं आयुष्यच बदललं. मुलं मोठी झाली. त्यांच्या त्यांच्या मार्गानं पुढे गेली. त्यांचा वंश विस्तारला. प्रत्येकाची वाट वेगळी झाली. माझं आयुष्य मात्र थांबलं होतं. त्यांच्या सर्वांत मी होते आणि नव्हतेही.'

'मला तेच म्हणायचंय, दिदी. आपण त्यांच्यात माझेपण पेरलेलं असतं आणि एक दिवस ही तरुण मुलं कुणी वेगळीच होऊन जातात; आपली कुणी नसल्यासारखी.'

'असं नको म्हणूस, मने. तू आजारी पडलीस किंवा मध्यंतरी तुला अपघात झाला होता तेव्हा तुझ्या मुलानं आणि सुनेनंच केलं ना तुझं? केलं ना!'

'पण दिदी, अपघात रोज होत नसतात. आजारपणात नर्स आणि डॉक्टर्स आपली जबाबदारी घेतात. म्हणजे ती आपली कुणी असतात का? त्या त्या वेळेची ती गरज असते. पण नात्यात असं घडत नाही. जे काही केलं जातं ते गरजेपोटी नाही; प्रेमापोटी!'

'थोडं शांतपणे आणि अलिप्तपणे विचार कर. तुला स्वत:लाच पटेल की, आपण सगळेच गरजेपोटी एकमेकांशी बांधले गेलोय. कुणालच्या बायकोच्या बाळंतपणाच्या वेळी त्याला नेमकी माझी आठवण झाली. का? माझा पाय फ्रॅक्चर झाला होता तेव्हा टॅक्सीवाल्याला मी घरचा फोन नंबर दिला. का?'

'दिदी, अग किती हिशेबी बोलतेस तू! मग 'जगाला प्रेम अर्पावे'– या विचाराला अर्थ काय राहिला? विश्वव्यापी बंधुत्व, प्रेम या उदात्त कल्पना काय व्याख्यानापुरत्याच ठेवायच्या? बाकीचं राहू दे, पण आईचं प्रेम?'

'या सगळ्याला अर्थ आहे, मने. पण हा अर्थ प्रत्यक्षात आणणारी माणसं संत कोटीतली असतात. आपल्यासारख्या सामान्यांचं ते काम नव्हे. माझं म्हणणं ताणू नकोस. नात्यातून हक्क निर्माण होतो. हक्कातून अपेक्षा वाढतात. त्या अपेक्षा मागणी करतात. गरजा भागवण्याची मागणी, प्रेमाची मागणी, इच्छापूर्तीची मागणी.

त्यात चूक नाही म्हणा.'

'नाही ना चूक? मग सांग दिदी, मी काही अपेक्षा बाळगल्या तर चूक आहे का?'

'चूक आहेच! घरात आपण किती हव्या आहोत याचा विचार करूनच गरजा, अपेक्षा यांचा उच्चार करावा. पाणी नेहमी पुढे वाहात जातं, वळून मागे आलं की त्याला ओहोटी म्हणतात.'

'दिदी, सुभाषितं नेहमी दुसऱ्याला सांगण्यासाठी असतात ग! आचरणात आणणं अवघड.'

'मने, आमच्या शेजारच्या वत्सलाबाई ठाऊक आहेत? त्यांचा मुलगा अमेरिकेत असतो. त्याच्याकडे सगळं गडगंज आहे. पण आईची आठवण झाली ती बायकोचं बाळंतपण आलं तेव्हा. असा विश्वासू फुकटचा नोकर दुसरीकडं कुठं मिळणार? माई गेल्या मुलाकडं. चांगल्या सहा महिने राहिल्या. परतल्या त्या चिमणीएवढं तोंड घेऊन. मी विचारलं, 'माई, अमेरिकेची हवा बाधली का हो?' तर म्हणाल्या, ''अग तिकडची हवा आपल्याला नाहीच सोसत. शेवटी आपला देश, आपलं गाव, आपलं घर यासारखं सुख स्वर्गात पण नाही.' विषय बदलत मी विचारलं, 'काय काय पाहिलंत तिकडे?'

'मुलाचे मित्र-मैत्रिणी. इथं चार माणसांचं शिजवत होते, तिथं चाळीस लोकांचं. आज काय मोदक, उद्या काय पुरणपोळ्या, परवा..... तर हे असं. उपयोगी आई सगळ्यांनाच हवीशी वाटते. पुन्हा त्या अमेरिकेचं तोंड नको हो बघायला.'

'माई खूप तापल्या होत्या, दुखावल्याही होत्या. नंतर एकदा त्यांच्याकडे गेले तर त्यांनी ओल्या नारळाची करंजी हातावर ठेवली. मी विचारलंच, 'माई, आज मधेच काय?' तर खुषीत म्हणाल्या, 'अग, उद्या बाळ आणि नातू यायचाय.' मी फक्त हसले.

'आता सांग इथं कसली गरज होती?'

'मी तेच तर म्हणते.'

'तू काही एक म्हणू नकोस. मला बोलू दे. माणसाला प्रेम करावं, माया करावी असं वाटतंच. मग तो ती अनेक मार्गांनी व्यक्त करतो. बाळ कसा वागला हे लक्षात ठेवून त्याला धडा शिकवते ती दाई आणि तो कसाही वागला तरी ते दुःख पचवून फक्त मायाच करते ती आई!'

'आलं लक्षात. पण मला सांग दिदी, आपण मुलांना वाढवतो, लहानाचं मोठं करताना खस्ता खातो, त्यांच्या सुखात आपलं सुख मानतो, त्यांच्या यशानं फुलून येतो आणि त्यांच्याकडून अपेक्षा कसली करतो? चार गोड शब्दांची. मग ही चूक म्हणायची का?'

'चूक असं नाही ग, पण मने, अपेक्षा केली की वाट्याला दुःखच येतं बघ! आपल्याला जे शक्य आहे ते आपण करावं, कारण आपण मुलांना जन्म दिलाय.'

'म्हणूनच अपेक्षा करायची. आपला हक्क आहे त्यांच्यावर.'

'हक्क? जन्म देऊन हक्क प्राप्त होतो असं कुणी सांगितलं तुला? हक्काची भाषा कायद्यात येते, प्रेमात नाही.'

'पण आजकालची मुलं पैशांवरच प्रेम करतात. ज्या आई-बापाकडे बक्कळ पैसा असेल ते थोर, आदरणीय. आमच्यासारखी माणसं नगण्यच. खरं सांगू दिदी, आमच्यासारख्यांनी आई होऊच नये.'

'किती निगेटिव्ह विचार करतेस! पैसेवाल्या आया समजून असतात की मुलं पैशावरच लक्ष ठेवून प्रेम करतात. शेवटी तो एक व्यवहार होतो - माया विकत घेण्याचा! आपण त्या कोटीतल्या नव्हे. तू निरपेक्ष मनानं माया कर ना!

'मने, थोडा अलिप्त मनानं विचार कर. मुलाला जन्म देताना आपण त्याला विचारतो का, 'बाबा रे, तुला माझ्या पोटी जन्म घ्यायचाय का?' आपल्या इच्छेतून त्याचा जन्म होतो. आपल्या मातृत्वाच्या परिपूर्तीसाठी, वंश वाढवण्यासाठी, आपल्या प्रेमाचं प्रतीक म्हणून आपण त्याच्याकडे पाहतो. एका दृष्टीनं आपण जन्म त्याच्यावर लादतो. मग साहजिकच त्याचं उत्तरदायित्व आपल्यावर येतं. त्याला वाढवणं, घडवणं, आयुष्याच्या मार्गावर नेऊन सोडणं ही आपलीच जबाबदारी आहे, यात उपकार नाहीत.

'मुलांनी मानलं तर आपलं भाग्य! न मानलं तरी ठीक. त्यांच्याकडून अपेक्षा करणं मात्र चुकीचं. तुला ठाऊक आहे ना, आम्ही म्हणतो 'Thy will be done' म्हणजे 'त्या'च्या इच्छेनुसारच होईल. 'तो' जे देतो ते स्वीकारणं, आनंदानं स्वीकारणं हेच योग्य ना? तक्रार कुणाकडे अन कसली करायची?'

दिदीची फिलॉसॉफी मला मोठीशी पटली असं नव्हे; पण तो एकच मार्ग समाधानानं जगण्याचा होता. 'मा फलेषु कदाचन।' हे मी जन्मभर घोकलं, पण ते इतकं सहज सोपं असतं तर आज वृद्धाश्रम जागोजागी दिसले नसते. डोळे पुसणारी आई आणि कठड्यावर बसून अबोलपणी मावळतीची किरणं पाहणारे वडील दिसले नसते. हे मला कळत होतं, पण दिदीला कोणत्या शब्दात मी पटवणार होते?

एवढ्या मोठ्या घरात स्वत:चीच स्वत:ला सोबत करणारी दिदी सकारात्मक विचार करत होती. म्हणत होती – 'I have no regrets' हे बरोबर की चूक मला ठाऊक नाही, पण तिची वाट यशाची होती. आम्ही नकारात्मक विचार करत होतो, म्हणूनच पराभूत होतो.

■

(श्री अक्षरधन)

जग कुठं चाललंय?

ट्रॉली ढकलत सुलक्षणा मुख्य दरवाज्याशी आली. इथून पुढे तिला एकटीलाच जायचं होतं. बाबांनी तिच्या खांद्यावर थोपटल्यासारखं केलं. 'जपून –' ते कसेबसे बोलले. त्यांचा गळा दाटून आला होता. आई थोडी मागे उभी होती. तिनं आधीच डोळ्यांना रुमाल लावला होता. सुलक्षणा क्षणभर घुटमळली. मागे जाऊन आईशी काही बोलणं तिला अवघड वाटत होतं. तिला जाणवलं, आई तर कोसळून रडेलच पण, इतका वेळ आपण स्वत:ला सावरलं होतं तेही आता शक्य होणार नाही. 'येते ग आई –' असं म्हणून ती थेट आत शिरली. सामान 'चेक इन्' होऊन आत गेलं आणि ती सिक्युरिटी चेकिंगसाठी पुढे निघाली. सहज मागे वळून पाहिलं. अनेक चेहऱ्यांत तिचे आई-बाबाही तिला ओझरते दिसले. आता ती पुढे जाणाऱ्या गर्दीतली एक झाली.

डिपार्चरची अनाउन्समेंट होईपर्यंत तिथंच एका खुर्चीवर टेकली. एका बाजूला वेळापत्रक उड्डाणाच्या वेळा दाखवत होतं, तर दुसऱ्या हाताला दूरदर्शनवर काही तरी चालू होतं. तिथल्या कलकलाटात भर घालणारा एक आवाज. काही पुरुष आपल्या बायका-मुलांसाठी आईस्क्रीम-चॉकलेट असं खरेदी करत होते. एक-दोन जोडपी एकमेकांचे ऊबदार स्पर्श अनुभवत इकडून तिकडे फिरत होती. सुलक्षणाला एकदम जाणवलं आपण फार एकट्या आहोत. तिचे डोळे जडावले. समोर स्त्रीचं चित्र दाखवलेल्या टॉयलेटमधे ती शिरली. तिथं तर प्रचंड गोंगाट चालला होता. बेसिनजवळ जाऊन तिनं डोळ्यांना गार पाणी लावलं. बाहेर येता येता तिला वाटलं, हे असं इतकं हळवं होणं बरं नाही. आता एकटंच तर जायचं आहे. एकदा रुळलो की मग काही कठीण नाही. शिवाय जयंतमामा घ्यायला येणारच आहे. ओळखी होतील, मैत्रिणी मिळतील. वाटतं तेवढं कठीण काही नसतंच. फक्त आपण आपल्याला धीर द्यायचा.

पोचल्यावर फोनवर बोलणं झालंच, पण बरेच शब्द आसवांच्या पुरात वाहून गेले आणि मग दहा दिवसांनी लांबलचक पत्र आलं. त्यातली अक्षरंही थरथरत्या

हातांनी लिहिलेली जाणवत होती. चंद्रकलाबाईंना तर शब्द अस्पष्टच दिसत होते –

॥ श्री ॥

प्रिय आई,

काय अन् किती लिहू ग! जन्मभर तुझ्या उबेत विसावले, मायेत वाढले. बाहेरचं जग कधी पाहिलंच नव्हतं. जे पाहिलं ते तुझ्या नजरेनं, तुझ्या शब्दांतून.

आता इथं एकटं, खूप एकटं वाटतं. आई, तू खरंच वाईट आहेस. का ग एवढा जीव लावलास? तुझ्यावाचून जगणं ही कल्पनाच सहन होत नाही. तू आहेस; इथं–तिथं, मनात कशी भरून राहिलीयस बघ! केवढा आधार वाटायचा! निश्चिंत वाटायचं.

आता इथं जयंतमामा-मामी आहेत. धीरज-रिंकी आहेत. पण आई, तू आणि बाबा नाहीत.

आई, इकडे येण्यात मी चूक तर केली नाही ना? शेवटी सगळा पैसा, मोठेपणा यासाठीच ना!

म्हणजे खचलेय असं समजू नकोस. नुसताच मोठा पगार हे माझं उद्दिष्ट नव्हतं. जग पाहायला मिळणं, समजणं आणि त्याबरोबर आपणही मोठं होत जाणं, हे मला महत्त्वाचं वाटतं. आजच्या स्पर्धेच्या युगात आपल्याला कुणी किडामुंगी मानू नये. हम भी कुछ कम नही, हे मला दाखवून द्यायचंय.

आई, तुला खूप एकटं वाटत असेल ना? तू नीट जेवतेस ना? आणि बाबा? ते बोलणार नाहीत ग काहीच, पण आतल्या आत कष्टी होतील. आता तू त्यांच्यासाठी अधिक वेळ दे. या वयात तू त्यांची 'गर्ल फ्रेंड' हो! छान आहे ना आयडिया? आता हास बघू! अगदी मनापासून. दॅट्स अ गुड गर्ल!

आता थांबते. खूप रात्र झालीय म्हणून नव्हे, हे लिहिणं कधी संपायचंच नाही म्हणून. बाबांना मी खूप विचारलंय म्हणून सांग.

तुम्हा दोघांची
लक्षणा

पत्र वाचून संपतच नव्हतं. दोघं आळीपाळीनं पत्र वाचत होती, डोळे पुसत होती, पुन्हा वाचत होती.

मग पत्राची वाट पाहाणं सुरू झालं. नव्या मित्र-मैत्रिणींची नावं, नोकरीच्या ठिकाणापासून जवळच होस्टेलमध्ये राहायला जाणं, सर्वांनी मिळून पिकनिकला जाणं वगैरे. भरभरून मजकूर असायचा. पगाराच्या दिवशी हटकून फोन असायचा. बघता बघता वर्ष उलटलं. निदान तीन वर्षं तरी ती इकडे येऊ शकणार नव्हती.

तेवढ्या काळात अनेक स्थित्यंतरं झाली. नवी नोकरी, लठ्ठ पगार, कारची खरेदी, स्वत:चा फ्लॅट सगळं एकेक करून ती मिळवत गेली. त्याबरोबरच पत्रं कमी झाली. फोन हाच आधार राहिला. महिन्या-दोन महिन्यातून येणाऱ्या त्या फोनची दोघं आसुसून वाट पाहायचे. 'आजकाल तर पीएच्.डी.च्या अभ्यासामुळं कशालाच सवड मिळत नाही,' हे वाक्य हटकून असायचं.

अन् एक दिवस, डॉक्टरेट मिळाल्याची तार अन् पाठोपाठ फोनसुद्धा! आजकालच्या पत्रात उत्साह भरभरून जाणवायचा. तीन महिन्यांतून येणाऱ्या त्या पत्रात तिकडचा मोकळेपणा, स्वातंत्र्य, तिथलं वैभव याची भरून वर्णनं असायची. आई-बाबा अस्वस्थ व्हायचे. आता ही मुलगी आपली राहिली नाही आणि भारतीयही राहिली नाही याची विचित्र खंत त्यांना वाटायची; पण त्याचा उच्चार करायला दोघांनाही भय वाटायचं. मुलीचं वैभव, तिच्या शिक्षणातलं यश याचा आनंद मानायचा की, ती आपल्यापासून तुटत चाललीय याचं दु:ख करायचं हेच दोघांना कळायचं नाही.

एकदा थोरला तर कडवटपणं बोललादेखील, 'मी वेगळा झालो म्हणून तू रडरड रडलीस. मी दुरावलो, तुम्हाला विसरलो वगैरे बोललीस. आता लेकीचं काय सांगतेस? ती नाही तुटली? तुला वाटतं ती इथं परत येईल? एखादा गोरा पोरगा बघून लग्न करून मोकळी होईल तेव्हा कळेल.'

'बाकी इथं आहे काय म्हणा. गर्दी, घाम, दारिद्र्य, गलिच्छपणा..... बरं आहे तिथं सुखात आहे ती. परवा फोन आला होता –'

'काय म्हणतेय?' बाबांनी विषयाचा नवा धागा पकडला.

'बहुतेक येऊन जाईलसं वाटतं.'

'येणाराय? मग मला कसं नाही कळवलं?' आई दुखावल्या आवाजात म्हणाली.

'तुला सविस्तर पत्र टाकलंय म्हणाली.'

दोघांची मनं पालवली. जाऊन पाच वर्षं उलटून गेली होती. आता येतीय. डॉक्टर होऊन येतीय. कशी दिसत असेल? अंगानं भरली असेल का? आता लग्नाचंही बघायला हरकत नाही......

पण थोरला शापवाणी उच्चारून गेला – तिकडचाच एखादा गोरा..... तसं होईल? आपल्याला न सांगता-सवरता असं करेल? पण तो तरी बरा असेल का? आपल्या साध्याभोळ्या बाळीला फसवलं तर?

शी:! असं काय मनात वेडंविद्रंच येतंय? दोघं विचार करत तळमळत होती. कूस परतत होती. उसासे सोडत होती. आता लक्षणाशिवाय दुसऱ्या विचाराला थारा नव्हता. तिला काय जेऊ घालायचं, कोणते जिन्नस जाताना बांधून द्यायचे, तिच्यासाठी काय खरेदी करायचं – दिवस-रात्र तेच! लक्षणा, लक्षणा आणि लक्षणा!

आणि ते अपेक्षित पत्र आलं. येणार असल्याचं. फक्त पंधरा दिवसांकरता. त्यातलाच एक आठवडा गोव्याला जाऊन येणार. बरोबर तिचा एक मित्र –

चंद्रकलाबाईंना पोटात खड्डा पडल्यागत झालं. त्या मुलाबरोबर कुठल्या भाषेत बोलायचं? काय बोलायचं? तो कोण म्हणून येणार? तो लग्न झालेला आहे की.....

दोघं आतून पोखरत होती. उद्याच्या आनंदापेक्षा काळजीनंच व्यापली होती. तरी बाबा समजूत काढायचे, 'तुम्ही उगाच काळजी करता. अहो तोही माणूसच ना! आपणहून येतोय म्हणजे त्यानंही विचार केलाच असेल ना?'

'मी म्हणते, अशा एकट्या पुरुषाबरोबर –'

'चंद्रकलाबाई, आज लोक चंद्रावर वस्ती करायचा विचार करतायत आणि तुम्ही अजून, पुरुष-बाई हाच विचार करताय?'

'तुम्ही नाही करत? मला खूप भीती वाटतेय हो!–'

आणि भीती स्पष्ट करणारा तो दिवस उगवला –

'आई, मी सुलक्षणा बोलतेय –' आईचा जीव सुपाएवढा झाला. ती आनंदानं ओरडली, 'अहो, लवकर इकडे या. लक्षणाचा फोन –'

'अग, कधी येणारायस? आम्ही विमानतळावर येऊ. कुठून बोलतेयस?'

'इथून, मुंबईतूनच.'

'मुंबईतून.....! म्हणजे तू दादाकडे उतरलीस परस्पर?'

'नाही ग! मी आत्ता या क्षणी 'हयात'मधून बोलतेय. आज सकाळी आम्ही आलो. प्रवासाचा शीण – जेट लॅग घालवण्यासाठी झोप काढली. आत्ता फ्रेश होऊन खाली आले. आज इथंच जेवण घेतोय –'

'म्हणजे तू –'

'ऐक तर! त्याला नॉनव्हेज लागतं ना; म्हणून. उद्या सकाळी घरी येऊ. मी तुम्हा दोघांसाठी –'

'तू तुझ्या मित्राबरोबर हॉटेलात रहाणार? तुझं घर इथं असताना?' त्या धडधडत्या हृदयानं बोलल्या.

'घर आहे, पण ते माझं नाही आई, तुझं आणि बाबांचं. तुमच्या विचारानं चालणारं.'

'म्हणजे आम्ही तुझे कुणी नव्हे? तुझ्या वाइटाचं का काही सांगतो? आम्हीच ना तुला शिकण्यासाठी परदेशात पाठवली? तुझ्यासाठी –'

'होय, कर्ज काढलंत. अंगावरचे दागिनेपण विकलेस, बाबांनी आपला पी.एफ्. माझ्यासाठी खर्च केला; सगळं मान्य! मी कृतज्ञ आहे. ते सगळे पैसे मी सव्याज परत करणार आहे.'

'पैसे परत करणार आहेस? म्हणजे आम्हाला सावकार समजतेस तू? अग, तुझ्यासाठी अर्धा जीव –'

'हे सगळं आता फोनवरच बोलणार आहेस? उद्या शांतपणानं बोललो तर नाही का चालणार? आणि आई, प्लीज त्याच्यासमोर तू अशी बोलू नकोस हं! आधीच भारतीयांबद्दल हे लोक प्रेज्युडिस्ड असतात. त्यात तू त्रागा केलास म्हणजे –'

'त्रागा? लक्षणा, तू पाच वर्षांनंतर येतेस, तेसुद्धा एका मित्राबरोबर. हॉटेलात परस्पर उतरतेस आणि थंडपणानं, मी काय बोलावं हे शिकवतेस? अग, आम्ही वेड्यासारखी तुझी वाट बघतोय. झोप नाही की धड जेवण नाही. केव्हा एकदा तुला पाहू म्हणून जीव टांगणीला लावून बसलोय. आणि तू..... तुला काहीच कसं वाटत नाही? आईचं मन कळत नाही तुला?'

आई प्लीज, हे इमोशनल ब्लॅकमेलिंग थांबवशील? तू रडून माझं धैर्य खचवतेस. मी काय म्हणते ते प्लीज ऐकून घे.

'मी माझ्या मित्राला घरी घेऊन येणं तुला, बाबांना मान्य आहे? आमचं वागणं-बोलणं आवडणार आहे? आई, गेली पाच वर्षं मी वेगळ्या वातावरणात वाढले. बाहेरच्या जगात एकटं, एकाकी राहणं फार कठीण असतं. अशा वेळी कुणीतरी आपलं, आपल्या विचारांना, भावनांना समजून घेणारं माणूस हवं असतं. अशा वातावरणात स्त्री-पुरुषांची मैत्री ही गरज असते. आई.... तुला कसं समजावून सांगू? कळत असेल तर बघ –'

'अग, काय कळायचं? मीही बाई आहे. तुझ्या वयातूनच या वयात आले. मला एवढंच म्हणायचंय, तुम्ही सरळ लग्न करून एकमेकांना सोबत का नाही करत?'

'आणि पुढे पटलं नाही. तर मग?'

'पुढे म्हणजे ग केव्हा? मनं निबरट झाल्यावर, शरीर जून झाल्यावर मग घटस्फोट घेणार? आणि मग त्या वयात नवा पुरुषही नाही आवडला तर? मग जन्मभर कपडे बदलल्यासारखे पुरुष पण बदलत रहाणार?'

'इनफ् आय से! तुझ्या आर्ग्युमेन्टस्ना अर्थच नाही. मी जन्मभर तुझ्या मतांप्रमाणं नाही जगू शकत. तू माझं बोनसाय करू नकोस. मला खुरटलेल्या, अकाली परिपक्व होणाऱ्या झाडासारखं व्हायचं नाही. माझं आयुष्य मला जगू दे. ठेवते फोन. यायच्या आधी फोन करेन, पण मला वाटतं हा विषय आपण इथंच थांबवावा.'

फोन ठेवला गेला. पाच वर्षांनीच आलेली आपली मुलगी आपल्याशी असं बोलू शकते? आणि आपण ते हतबलपणे ऐकून घेतो. आई-मुलीचं नातं असं होऊ शकतं?....चंद्रकलाबाई जागीच घट्ट झाल्या. आपल्या संस्कारात वाढलेल्या आपल्या लेकीचं एक वेगळं रूप त्या पाहात होत्या. इथली पाळं-मुळं किती सहज उपटून टाकली होती तिनं! कुणाच्या तरी आश्रयानं वाढलेली बेवारशी मुलं आणि आपल्या

संस्कारात घडलेली आपली मुलं यात फरक काय? आपल्या मायेची ऊब तिला परत आणू शकली नाही. आपण नव्या पिढीपुढे फक्त झुकत राहिलो. स्वत:ला मुरड घालत गेलो. तिला तिच्या मनासारखं जगायचंय. आणि आपल्याला? मन-मत काही नाहीच? ते जे काही करतायत त्याला चांगलंच म्हणायचं का?

'स्वातंत्र्य' याचा नेमका अर्थ त्यांना तरी कळलाय का? का कसलीच जबाबदारी न घेणं म्हणजे स्वातंत्र्य? मन:पूत जगणं म्हणजे स्वातंत्र्य?

चंद्रकलाबाई कमालीच्या अस्वस्थ झाल्या. उगाच फेऱ्या मारत राहिल्या. आपल्याला एवढा त्रास होतो; आपल्या नवऱ्याला का होऊ नये? का त्यांना हे सगळं मान्य आहे? या विचारासरशी त्या गडबडल्या. यजमानांसमोर जाऊन उभ्या राहिल्या. उद्वेगानं म्हणाल्या, 'तुम्ही का नाही काही बोललात?'

'काय बोलायचं? तिनं विचारलंय आपलं मत?'

'म्हणजे? विचारलं नाही म्हणून बोलायचंच नाही? अहो, पोटची पोर आहे ती. चुकत असेल –'

'चुकताहात तुम्ही. कुणी विचारलं तरच उपदेश करावा, तर त्याला किंमत असते. आता तिला पंख फुटलेत. स्वतंत्र जगात ती गेली सहा वर्षं वावरतेय. तरुण आहे. त्यांचं आणि आपलं जग फार वेगळं आहे. कधी कळणार तुम्हाला?'

'मला कळून काय उपयोग? ती एकटी जायला निघाली तेव्हा मी विरोध केलाच होता ना?'

'तीही तुमची चूकच होती. इथं ती आर्किटेक्ट झाली. आपलं भवितव्य घडवण्याइतकी बुद्धिमत्ता तिच्यात असताना तिला बांधून ठेवायची? लग्न झाल्यावर तुम्ही नाही बाहेरून अभ्यास करून बी.ए. झालात? तेव्हा आईचा विरोधच होता, पण मी तुमच्या पाठीशी भक्कमपणे उभा राहिलो ना?'

'राहिलात, पण अट घालून. घरची कामं, मुलांच्या जबाबदाऱ्या सांभाळून झेपणार असेल तर जरूर शीक, हेच सांगितलंत. रात्री बारानंतर पेंगुळलेल्या डोळ्यांनी आणि थकलेल्या शरीरानं अभ्यासाला बसायची. कुणाला दया नाही आली की, पदवी मिळवली म्हणून कौतुक नाही वाटलं. साधं बी.ए.चं पंधरा रुपयांचं सर्टिफिकेट काही घेता आलं नाही. सासूबाई म्हणाल्याच, 'घरात रद्दी कमी; त्यात ही आणखी भर कशाला?' आणि तुम्ही.....'

'शाब्बास! तीस वर्षांपूर्वीचे संवाद आठवून आता रडताय? विचार करा, तुमच्यासारखंच लक्षणाचं पण व्हायला हवंय का?'

विषय कुठच्या कुठेच गेला होता. चंद्रकलाबाई निमूट आपल्या खोलीत गेल्या आणि डोळे मिटून पडून राहिल्या. दोन माणसांच्या त्या घरात सन्नाटा पसरला होता. लक्षणाचा फोन येऊन गेल्यापासून तेही अस्वस्थच होते, पण ढासळले नव्हते.

अलीकडे तिची पत्रं बंद झाली होती. फोनचं अंतर वाढलं होतं. ई-मेलवरच भागत होतं. या गोष्टी खूप बोलक्या होत्या. शिवाय आसपासच्या घरातल्या कहाण्या कानावर येतच होत्या.

नाडकर्णींनी पै पै जमवून, रात्रीचा दिवस करून पैसा एकवटला आणि मुलाला परदेशात शिकायला पाठवला. पहिली तीन वर्षं तो घराला धरून होता. मग एका गोऱ्या मुलीशी लग्न केलं आणि 'इंडिया'चं नाव टाकलं. पुढे आई-वडीलही परकेच झाले.

निनावेंच्या विश्वासनं आई-वडिलांना कौतुकानं बोलावलं ते, बायकोचं बाळंतपण करायला. पुढे बाळ सांभाळायला, आया हवीच; शिवाय ती घरची. विश्वासू. दोन साड्या आणि बदाम-पिस्त्याची पाकिटं यात हा सौदा वाईट नव्हता.

परक्यांना कशाला नावं ठेवायची? आपलाच नवसाचा मुलगा, मुंबईतल्या मुंबईत नाही का स्वतंत्र राहात? कंपनीचा फ्लॅट, गाडी. पण हे सगळं फॅमिलीसाठी. फॅमिली म्हणजे, नवरा-बायको अन् मुलं. आई-वडील त्या व्याख्येत बसत नाहीत. हे सगळं स्वीकारल्यावर एक पाऊल पुढे टाकणाऱ्या लक्षणालाच का नावं ठेवायची? आणि ठाऊक आहे, बोलून काहीही उपयोग नाही. तेवढ्याचसाठी ते गप्प होते. आतून दुखावले होते तरी वरवर शांत होते.

चंद्रकलाबाई मात्र तळमळत होत्या. त्यांच्या शाळेच्या वयात शिरल्या होत्या. त्यांना एक प्रसंग लख्ख आठवत होता –

बारावं सरलं आणि आईनं सांगितलं, 'ऐकलंत का? चंदाला, दोन साड्या आणा. आता ती परकर-पोलक्यात बरी नाही दिसत.' साड्या आल्या. ती अन् तिच्या मैत्रिणी साडी नेसून वर्गात गेल्या. मुलींचे बाक एका कोपऱ्यात, मुलं समोर. वर्गात शिरायचं ते मास्तरांपाठोपाठ. त्या दिवशी मुलं हळूच कुजबुजली, 'परी गऽपरी!' आपल्याला गम्मत वाटली. आतून बरंही वाटलं. घरी मात्र हे सांगण्याचं धाडस नाही झालं. हो, शाळाच बंद व्हायची.

मॅट्रिकच्या वर्गात असताना एकदा हेडसर वर्गावर आले. कविता शिकवायला. म्हणाले, 'काय शिकवू?' एकजण हळूच म्हणाला, 'चाफेकळी.'

सरांनी गरागरा डोळे फिरवले. आणि त्याला असा उभा-आडवा मारला! सगळ्या मुली कळवळल्या; पण बोलायची हिंमत नाही झाली. कविता पाठ्यपुस्तकात आहे, मग शिकवा म्हटलं तर बिघडलं कुठं? सोळा-सतरा वर्षांचा मुलगा आणखी काय सांगणार? म्हणून हे असं मारायचं?'

मग श्रावणात सर्व मुलींनी ठरवलं, यापुढं नऊवारी नेसायचं नाही मुळीच. सर्वांनी गोल साड्या नेसायच्या.

सगळ्या ठरवून वर्गात शिरल्या. पण त्याआधी घरात रामायण घडलंच. आई

कडाडली,

'अग, हे धोतर नेसून चाललीस कुठं?'

'काहीतरीच काय, आई! आज-काल मुंबईत अशाच साड्या नेसतात.'

'ना आगा ना पीछा; हे काय पुरुषी चाळे? आणि आपण मुंबईत नाही राहात, हे मुरुड आहे.'

चंदानं उत्तर दिलं नाही, पण स्वतःचा निश्चयही डळमळू दिला नाही.... चंद्रकलाबाई पुन्हा वर्तमानात आल्या. मनात आलं, लक्षणेनं प्रथम जीन्स विकत आणल्या तेव्हा आपल्याही मनात हेच आलं, हे असं पुरुषासारखं वावरणं चांगलं दिसतं का? आम्ही पोशाखात बदल केले, पण उत्तान कपडे नाही घातले. मर्यादा सांभाळल्या. आता तर काय सगळं बोलण्यापलीकडेच गेलंय.

लक्षणा परदेशात गेली म्हणजे थोडीफार बदलेल हे अपेक्षितच होतं. पण एखाद्या तरुण मुलाबरोबर असं तरुण मुलीनं बिनदिक्कत रहायचं म्हणजे.....

शरीरधर्म कुणाला चुकलाय? म्हणजे ही पोर लग्न न करताच..... त्यांनी पालथ्या मुठीनं कपाळ पिटून घेतलं. अर्ध्या रात्री त्या भूत लागल्यागत उठून बसल्या. खिडकीबाहेर शून्य नजरेनं बघत राहिल्या.

रस्त्यावर सामसूम होतं. दिव्यांच्या आसपासचा अंधार अधिकच गडद वाटत होता. त्यांना कळतच नव्हतं, हे दिवे जाग राहावी म्हणून की चोरांना वाट दिसावी म्हणून? तेवढ्यात एक कुत्री उगाचच रस्ता ओलांडून पुढे निघाली. मागून दोन-तीन कुत्र्यांनीही वेगानं रस्ता पार केला. मग ती कुत्री आणि ते कुत्रे समोरच्या दाट झाडीत शिरले. आता फक्त भुंकल्याचा आणि पाठलाग केल्याचा आवाज येत राहिला.

त्या तीन कुत्र्यांतल्या दांडग्या कुत्र्यानं दुसऱ्या दोघांना पिटाळलं होतं. ते दोन्ही कुत्रे वाईट गळा काढून ओरडत बाहेर पडले. पळाले.

कुत्री कुठं दिसतच नव्हती.....

■

(सावली, ह्यूस्टन)

ते डोळे

गाडी अवेळी स्टेशनात शिरली. रात्रीचे दोन वाजत होते. प्रत्येक स्टेशनात थांबत थांबत जाणारी ढकलगाडी आपल्याला इच्छित स्थळी केव्हा पोहोचवणार या चिन्तेनं तो व्यग्र झाला होता. एकदाचं स्टेशन तर आलं. त्यानं बाहेर नजर टाकली. आकाश फाटल्यागत पाऊस कोसळत होता. स्टेशनातले मंद दिवे सोडले तर बाहेर मिट्ट काळोख दिसत होता. किती जपलं तरी वाऱ्याबरोबर पावसाची तिरपी सर अंगाला भिडत होतीच.

तो छपराचा टोकाशी आला आणि तिथंच थबकला. अनोळखी गाव, ही अशी अंधार लपेटून बसलेली रात्र. गाव चिडीचिप्प झालेलं. रस्ते पाण्याखाली अदृश्य झालेले. कसं जायचं? कुणाला विचारायचं? एकमेव चहाचा स्टॉल तोंडाना कुलूप लावून बसला होता. म्हणजे घोटभर चहा पण मिळण्याची सोय नाही सामान खाली ठेवून तो विचार करत तिथंच थबकला.

'कुठं जायचंय?' या प्रश्नानं त्यानं चमकून मागं पाहिलं. एक मध्यम वयाची स्त्री. नीटनेटकी तेवढ्या रात्रीही तीनं केशभूषा, वेषभूषा जपलेली जाणवत होती. कसल्यातरी सेंटचा मंद सुवास वातावरणात दरवळला. ती हसली. त्याला धीर आला. ती प्रथमच या गावात आलोय कामानिमित्त. इथं कुणी ओळखीचं नाही. कुठं जावं हाच विचार करत होतो. बोलता बोलता तो तिच्याबरोबर पावलं टाकत होता. आता थोडा हुशारलाही होता. गावात बरी हॉटेल्स असतील ना?

'आहेत दोन तीन पण अशा पावसात या वेळी कोण उघडी ठेवणार?'

'असं? तो पुन्हा जागीच थांबला'

'तुमची हरकत नसेल तर आमच्या बंगल्यावर थांबा'

एका रात्रीचा तर प्रश्न आहे.

'ते खरंच. पण आपण–'

'मी इंजिनिअर सरदेशमुखांची पत्नी. आम्ही याच गावात राहतो. गावाबाहेर

आमचा बंगला आहे. यांचा कन्स्ट्रक्शनचा बिझनेस आहे. बोलता बोलता तिनं आपल्या शेजारच्या सिटचं दार उघडलं. तो मुकाट आत जाऊन बसला. यांना बरंच टूरिंगही असतं. गावातल्या मोठ्या बिल्डिंग, न्यायालय अशी पुरवठा करणारे मोठे टँक्स सगळं आमचं कन्स्ट्रक्शन आहे. सकाळी आमचा बंगला बघा. आवडेल तुम्हाला. साहेबांची सौंदर्यदृष्टी कौतुक करण्यासारखी आहे. शिवाय काम चोख'

'बरं झालं आपला परिचय झाला. सकाळी साहेबांची भेट होईलच.'

ते आजच बेंगलोरला गेलेत. मुलाची सुट्टी संपली म्हणून त्यांना पोहोचवायला गेलेत.

'मग इथं कोण असतं?'

'आम्ही दोघंच शिवाय नोकर आहेत.' तो पहिल्याच पायरीशी घुटमळला. त्याचा संकेत लक्षात घेऊन ती म्हणाली, तुमची मी गेस्ट रूममध्ये व्यवस्था करणार आहे. आमच्याकडे येणाऱ्या-जाण्याऱ्यांचा खूप राबता असतो. शिवाय म्हादू आहे ना, सर्व्हन्ट क्वार्टर्समध्ये.

'हं! त्यानं एक दीर्घ श्वास सोडला.'

'काही खाणार का?'

'नको मी गाडीत जेवण घेतलंय' ती हसली तो उगाचच ओशाळला. तो खोटं बोलतोय हे तिनं ताडलं. हे त्याच्या लक्षात आलं. म्हादूनं खोली उघडली. तो खोलीत शिरला. ती सुसज्ज टापटीप खोली त्या घराचं शिस्तप्रिय श्रीमंती जगणं जाणवून देत होती.

गरम पाण्यानं तोंड धुवून तो आत आला. रॅकवरच्या चळतीतला एक नॅपकीन घेऊन त्यानं तोंड पुसलं. कपडे बदलले. टेबल लँप लावून तो कॉटवर रेलणार एवढ्यात दारावर टक टक वाजलं. म्हादू कॉफी ठेवून निघून गेला पाठोपाठ मालकीण.

'कॉफी घ्या. बरं वाटेल. माझं नाव 'मधुरिका.' मला सगळे मधु म्हणतात. आपलं नाव काही कळलं-'

'माझं नाव चिन्तरंजन शहापूरकर. कला चिन्तन म्हणूनच हाकारतात.'

'योग्य नाव आहे.'

'कसं काय?'

'तुम्ही बोलता कमी सारखे विचारच करताना दिसता'

'पहिल्या ओळखीत एकदम काय बोलायचं कळत नाही. त्यातून आज सगळं अकल्पित घडत गेलं. तुमचा मी खुप आभारी आहे.'

'खरंच?' ती खळखळून हसली. आमच्याकडे आभारबिभार मानत नाहीत बरं का! आम्ही खेड्यातील माणसं, तिच्या हसण्याचा आवाज त्या शांत वातावरणात

घुमत राहिला त्यानं नजर उचलून प्रथमच तिच्याकडे पाहिलं. सुंदर म्हणावं असं तिच्यात काहीच नव्हतं, पण तिचे डोळे गुढ गहिरे होते. त्याला तिथून नजर बाजूला करावी असं वाटेना. ती पुन्हा समजदार हसली. त्याला वाटलं आपण विरघळतोय. हरतोय. त्यानं कॉफीचा कप ओठाला लावला आणि एका दमात ती घटाघटा प्याला.

'विश्रांती घ्या गुड नाईट!' ती दाराकडे वळली. त्याला सुटल्यासारखं झालं. आपल्याला घाम फुटतोयसं वाटलं. हातातला कप थरथरला. तो पटकन पांघरुणात शिरला नी डोळे मिटून घेतले.

दुसरे दिवशी काही निश्चय करून तो पहाटेच उठला. पटपट सगळं आवरलं अन बाहेर आला. आता पाऊस थांबला होता खरा, पण अजून फटफटलं नव्हतं. बाहेरचा पहाटेचा उजेडापूर्वीचा अंधार आणखीच दाट वाटत होता. त्यानं म्हादूच्या घराकडं पाहिलं. दोन्ही खोल्या अंधारातच होत्या. बंगल्यात अंधार होता. फक्त व्हरांड्यात दिवा रात्रभर सोबतीला होता.

टेबलावर मिसेस सरदेशमुख या नावावर आभाराची चिठ्ठी ठेवून तो वेगानं बाहेर पडला. खरं तर काम तसंच राहिलं होतं, पण तो विचारही न करता त्यानं स्टेशन गाठलं, पुन्हा इथं यायचं नाही हा निश्चयच करूनच!

प्रवास संपला. दैनंदिन कामं सुरू झाली. रोजचा तेला-तुपाचा संसार, बायकोची भुणभुण, बाळाचे हट्ट, ऑफीसची धावपळ, कामाचा रेटा, सगळं अंगवळणी पडलेलं तेच, तेच, पण कशी कोण जाणे रात्रीचे दोन वाजले, की त्याला जाग यायची-

पावसाच्या रिपरिपीत अस्पष्ट दिसणारी स्टेशनची पाटी, मंद दिवे, शांत स्टेशनात आवाज करत दूर जाणारी गाडी, निचपिड पडलेलं गाव, अचानक भेटलेली मधुरिका-मधु...

विचार तिथंच थांबत; तिच्याभोवती ते हसणं सलगीचं बोलणं आणि गूढ गहिरे डोळे. तो अस्वस्थ व्हायचा. ओढ वाटायची. पुन्हा तिथं जावं, पण तो स्वत:ला सावरायचा ते गाव त्यानं आपल्या कामाच्या यादीतून वगळंल मनात दंद्व सुरू व्हायचं. 'अशी किती गावं वगळायची कुणाकुणाला टाळायचं?'

'पण प्रत्येक गावात मधु थोडीच भेटणाराय?'

गेलो पुन्हा तर काय बिघडलं?

त्याच्या उतावळ्या मनाची जीत झाली.

एका शनिवारी अवेळी गाडी पकडून चिन्तन त्या गावी गेलाच. गाडी अगदी वेळेत १५.४५ ला पोहोचली. तो तिथल्या बाकावर बसून राहिला. १२॥-१-१॥ काटा पुढे सरकत होता. एक एक दिवा शांत होत होता. वर्दळही थंडावली होती.

१।।। ला कोणतीशी गाडी आली आणि धाडधाड करत गेली. स्टेशनमास्तर, चेकर सगळेच निघून गेले. आज पाऊस नव्हता, पण सुसाट वारा वहात होता. त्याचा घुं घुं आवाज झाडापेडांतून प्रतिध्वनीत होत होता.

'अरे तुम्ही?' मागून आवाज आला. त्याचं लक्ष घड्याळ्याकडे गेलं. काटा दोनवर स्थिरावला होता. त्यानं चकित झाल्यासारखे भाव चेहऱ्यावर आणले, 'अरे आपण? किती अचानक भेट-'

'हं!' ती लुच्चं हसली. तो बावळटसा हसला. 'चला-' ती ठरल्यासारखं बोलली तो चावी दिलेल्या बाहुल्यासारखा तिच्या मागून निघाला. तिच्या शेजारच्या सीटवर टेकला.

'मी यजमानांना पोहोचवायला आले होते. मुलगा बेंगलोरला शिकायला असतो. आता सुटी पडेल. ते आणायला गेलेत.'

'हं!'

'तुम्ही कसे या वेळी?'

मी... मी कामासाठी माझा एक मित्र या गाडीनं येणार होता-

'मग नाही आला?' तिनं रोखून त्याच्याकडे पाहिलं. त्यानं खोकला आल्याचं निमित्त करून रुमालात तोंड लपवलं. ती किंचितसं हसली.

म्हादूनं गेस्ट रूम उघडली. पाच मिनिटांतच कॉफी आली. 'साहेब भेटले स्टेशनवर?' तो भांबवला स्वत:ला सावरत म्हणाला, हो बेंगलोरला गेलेत.

'हो काय लागलं तर बोलवायचं'

'हो.' म्हादू गेला कपडे बदलून होईतो दार वाजलं. 'वर येता माझ्या खोलीत, पत्ते खेळू या?' मधुरिका म्हणाली, आता ती नाईट गाऊनमध्ये होती. चालेल. आम्ही रविवारी पत्त्यांचा डाव मांडतो. चिन्तन तिच्या पाठोपाठ तिच्या खोलीत आला. त्या खोलीत कसलातरी मंद दरवळ पसरला होता. कोचावर रेलत त्यानं आजूबाजूला नजर टाकली. तिथल्या किमती वस्तूंवरून नजर फिरवत तो तिथल्या वैभवाचा अंदाज घेत होता. मधेच त्याचं लक्ष भिंतीवर खिळलं. ते माझं पोर्ट्रेट. एक नामवंत चित्रकार असेच आमच्या घरी आले. म्हणाले, 'हिचं पोर्ट्रेट काढाल?'

'आनंदानं' मग ते चार दिवसं इथं राहिले. हे पोर्ट्रेट पूर्ण केलं आणि गेले.

'मग आता मी काय देऊ?'

'तुम्ही? सांगेन.'

पत्त्याचा डाव संपला. पुन्हा कॉफीसाठी ती उठली असावी असं चिन्तनला वाटलं. ती बाहेर आली ती दोन ग्लासेस घेऊन. 'मी... ड्रिंक्स घेत नाही.' तो गडबडून म्हणाला. 'खरंच' तर मग आज मला कम्पनी द्या. बघा तरी घेऊन प्लीज. तिच्या आर्जवी शब्दानं त्यानं तिच्याकडे पाहिलं. त्या गूढ गहिऱ्या डोळ्यांत तो केव्हा

बंदिस्त झाला त्याला कळलंच नाही. त्यानं चषक उचलला. उंच धरला. 'चिअर्स!' तिचं हसू त्या काचपत्रावर फेस होऊन तरंगत होतं. त्या मस्तीत तो पीत राहिला. स्वत:ला विसरत गेला. पेल्यातल्या चकाकत तांबूस सोनेरी रंगात मिसळून गेला.

पहाटे जाग आली तेव्हा खूप खजील झाला. स्वत:लाच घाबरला. आरशात तोंड बघायचा त्याला धीर होईना. मधूला तशी झोपलेली ठेवून पाऊल न वाजवता तो झपाट्यानं बाहेर पडला. त्या बंगल्यापासून दूर. त्या गावापासून दूर. ती रात्र त्याला पुसून टाकायची. ती त्यानं तसं ठरवलं तरी प्रत्यक्षात आणणं सोपं नव्हतं. त्याला त्याच्या बायकोला स्पर्श करायला धीर होईना. आपलं गरीब घर त्याला नकोसं वाटू लागलं. ते जुनाट घर, जुनाट संसार अन काम करून रापलेली बायको.

छ्या! त्या खोलीत मंद सुंगध नव्हता, की सहवासात बोहोशी. सगळं कसं शिळं शिळं. त्याला ती रात्र आठवत होती. आणि ताबा मागणारे डोळे. मनाची घालमेल असह्य होऊन त्यानं पुन्हा त्या गावी जायचं ठरवलं. पण रात्री नव्हे; दिवसा भर दुपारी तिला सरळच विचारायचं... काय? दिवसा भर दुपारी तिला सरळच विचारायचं... काय? कोणत्या शब्दात? आणि ती आपल्याबरोबर यायला तयार झाली तर तिला ठेवायची कुठे? त्यापेक्षा आपणच तिथं राहिलो तर? तिचा नवरा आपल्याला राहू देईल? मारून टाकेल, पण ती आपल्यावर खूष नसती तर तिनं एवढी सलगी केलीच नसती पुढाकार तिनं घेतला आपण फक्त तिच्या सांगण्यानुसार वागत गेलो. नाहीतर सामान्य माणसाला एवढं कुठलं धैर्य? पण आता पुढे? ती नक्कीच मार्ग सुचवेल...

अशा दोलायमान अवस्थेत तो स्टेशनात तर उतरला. माणसं जात होती. येत होती. गाड्या यायच्या. माणसं चढायची, उतरायची. तो कितीतरी वेळ शून्य मनानं ते पाहात राहिला, किटलीतला चहा पीत राहिला, स्टॉलवरील चामट बिस्किटं घशात लोटत राहिला. लहान गाव. मोजकी माणसं. शेवटी स्टेशनावरच्या पोलिसानं हटकलंच, कुठं जाणार पावणं?

'सरदेशमुखांच्या बंगल्यावर'

'मग जावा की रिक्षावाला घेऊन जाईल.'

'नाही, म्हणजे माझा मित्र येणार होता आताच्या गाडीला-'

'तुमच्या मित्राला लावून देऊ की इथं किती टैम घालवणार? म्हादू चहापाणी करेल की!'

'का बरं?'

'अहो, साहेबांच्या बंगल्यात कुठल्यापण पाहुण्याला एका रात्री करत जागा देतात. साहेबांचा हुकूमच आहे तसा. गेस्टरुम बारा महिने उघडी असते. खुशाल जाऊन ऱ्हा.' अधिक संवाद नको म्हणून चित्तरंजन बाहेर पडला. रिक्षा पकडली.

'सरदेशमुखांच्या बंगल्यात घ्या.'

'जी त्याचं पावणं म्हणा की!'

'हो'

'साहेब परवाच्याला यायचेत.'

'तुम्हाला काय ठाऊक?'

त्यांचा ड्रायव्हर आपला शेजारी बंगल्यावरच्या सगळ्या वार्ता कळतात बगा.

'असं! तेवढ्यात बंगला आला. गाव पश्चिमेला वसलं होतं तर बंगला पूर्वेला. दिवसा आल्यामुळं हे प्रथमच चिन्तनच्या लक्षात आलं. सर्व्हन्टस् क्वार्टर्स सोडले तर बाकी सामसूमच होती. बंगल्याच्या आवारात फुलझाडं होती. मागील दारी फळझाडं, भाज्यांचे वाफे. पुढं भातशेती दिवसा तिथं कुलं राबत असावीत. माणसांची जाग जाग जाणवत होती. बाकी साहेब गावात नव्हते ते चिन्तनला बरंच वाटलं. त्याला बघून म्हादू ओळखीचं हसू हसला. गेस्टरूम उघडून दिली. हात-पाय धुवून येईतो गरम कॉफी आली. मावळतीची उन्हं अंगावर घेत तो बाहेरच खुर्ची टाकून बसला.'

'म्हादू-'

'जी'

'साहेब आणि बाईसाहेब दोघंही परवाच यायची का?'

'साहेब यायचे आहेत पण बाईसाहेब-'

'काय?'

'त्या बंगल्यावर येत नाहीत.'

'म्हणजे? हातातला कप खाली ठेवत चिन्तननं आश्चर्यानं विचारलं.'

'तुम्हाला ठाऊक नाही?'

त्यानं नुसतीच नाकारार्थी मान हलवली.

'मोठी कहाणी आहे बघा.'

'कहाणी?'

'हो दहा वर्ष झाली त्या गोष्टीला साहेब आणि बाईसाहेब मजेत रहात होते. दृष्ट लागावी असा संसार, पण बाईनला मूळबाळ नव्हतं. काय काय औषधं केली, देव देव केले. उपासतापास झाले, व नवस बोलून झाले पण नाही म्हणजे नाही आता या एवढ्या इस्टेटीचं काय?

'सायबाचं मन घरात लागेला बाहेर बाहेरच रहायला लागले. मुंबईकडं फेऱ्या वाढल्या. आणि एक दिवस एक नटमोगरी घेऊन आले. बाईंच्या देखत तिला आणली. आपल्या खोलीत घेऊन गेले. आम्ही नोकर माणसं. वर जेवण पोचवलं. सोड्याच्या बाटल्या आणि काय ते सगळं. रात्रभर साहेबाच्या खोलीतून हसणं

खिदळणं आणि बाईंच्या खोलीत अंधार खिडकीला डोळे लावून टिबं गाळत होत्या.'

'दुसरे दिवशी खडाजंगी भांडण. आम्ही आपले चुपचाप शेवटी बाई म्हणाल्या, 'तिला हाताला धरून बाहेर घालवीन एक मी तरी नाहीतर ती तरी या घरात राहील.' साहेब पण खूप चिडले म्हणाले, 'मी तिला आणलीय ती इथंच राहील. माझा बंगला आहे. तुझ्या बापाचा नव्हे.' 'मी लग्नाची बायको आहे. वाटेवरची नव्हे. वरची बाईच या घराला कुलदिपक देईल. आणि तू-'

'साहेब तोंड आवरा. मी जीव घेईन तिचा सूड-'

सोहबांनी थाडदिशी कानसुलात ठेवून दिली. बाई भिरभिरल्या. अपमानानं नुसत्या लाल लाल झाल्या. त्या दिवशी थेंबभर पाणी नाही घेतलं आणि मध्यान्हीचं सामसून झाल्यावर मागच्या शेतातल्या विहिरीत जीव दिला की?

'अरे... पुढं काय झालं? चिन्तनची उत्सुकता भीतिपोटी त्याला स्वस्थ बसू देईना.'

'कुणाला पत्ता नाही संध्याकाळी लक्षात आल्यावर शोधाशोध सुरू झाली. मावळतीला प्रेत हाती लागलं. सगळं आटोपून परततो रात्रीचे अकरा वाजले. आम्ही दमलेभोगले भुईला टेकलो तर बारा वाजून गेले.'

'बघा साहेब, परमेश्वराची करणी. तो बघतो सारं झापेलेला नाही तो आता तुम्ही सांगा, तेवढ्या रात्री ती बया शेताकडं काय करायला गेली असेल?'... म्हादू आवाज खाली आणत कानगुजला, हे काय दोघांचं काम असणार आता बाईनला कसं नेलं. कसं ढकललं देव जाणे. आता तुम्हीच सागा, ज्या विहीरीत सांजच्या प्रहरी प्रेत सापडतं, तिथं कुणी अपरात्री जाईल का? अहो, पुरुषाची छाती नाही होणार आणि ही आपली बेधडक- काय डोकावून बघायला गेली. तिचं तिला ठाऊक पाय घसरला वाटतं गेली की थेट बुडाशी.

'काय मेली?'

'तर! साहेब झोपलेले सकाळी हा गोंधळ. मग पोलीस आले, पंच आणले. साहेब होते म्हणून निभावलं.'

'तेव्हा धरनं साहेब पाऊल टाकत नाहीत बंगल्यात. फक्त वर्षातनं एकदा येतात गावजेवण घालतात आणि जातात. बाईची आठवण म्हणूल बंगाला विकत नाहीत. आम्ही दोघं तिघं झाडलोट करतो, साफसफाई करतो आणि आमच्या खोल्यांत येऊन बसतो.'

गेस्टरूम तेवढी उघडी असते. आल्या गेल्याला पाणी द्या. चहा द्या. असं सायबांनी बजावलंय. तेवढंच पुण्य.

'मग माझ्या आधी कुणी आलं होतं?'

'असं दोन-चार तासासाठी येतात पण रातचं क्वचित्.'

'एक दोन रातचं आले होते, पण-'

'पण काय? चिन्तनचा आवाज खोल गेला होता.'

'पण काय वेळवखत वाईट असंल. घाबरले वाटतं. ती बया दिसली का काय देव जाणे.'

'ती... ती रात्रीच गेली का?'

'होय. डॉक्टर म्हणतात, रातचा दोन वाजता प्राण गेला असणार. दिवा होता का नव्हता कोण बघणार हो? पण बायको म्हणती रातचा हसण्याचा बोलण्याचा आवाज येत होता म्हणून तिनंच हे दोन बळी घेतले असणार तुम्हाला तर दिसली नाही ना?' म्हादूनं वळून चिन्तनकडे पहिलं.

चिन्तनची मान वाकडी झाली होती. तोंडातून फस्फस् फेस आला होता. डोळे सताड उघडे होते. हात-पाय लाकडासारखे निर्जीव पडले होते.

'अग हं पाणी आण लवकर.' म्हादूनं आरोळी ठोकली. पाण्याचा चकचकीत तांब्या घेऊन ती बाहेर आली.

ती हिरवंकंच लुगडं नेसली होती. कपाळावर चंद्रकोर रेखली होती. हातात हिरवा चुडा. म्हादूनं तिच्याकडं पाहिलं. तिचे गूढ गहिरे डोळे लुच्चं हसत होते.

■

आणि मनातला दिवा विझला

मृणालिनीनं जमिनीवर पाय रोवले आणि जोरदार आघात केला. झोक्याचं उंच झेप घेतली आणि तितक्याच वेगानं खाली येत त्यानं मागच्या बाजूच्या तक्तपोशीपर्यंत एक वेलांटी काढली. मृणालिनी घाबरली खरी, पण ते घाबरणं कसं मजेशीर वाटत होतं. भूत-भविष्याचे काठ स्पर्शून ती पुन्हा अधांतरी तरंगत होती. तिचे पाय खालच्या फरशीवर नक्षी काढत होते. नक्षी उठत होती, मिटत होती. पाय थांबत नव्हते. चांदीच्या कड्या किणकिणत होत्या. त्या तालावर तिला जणू झिंग आली होती.

असेच झोके द्यावेत जगाच्या अंतापर्यंत. इथले किनारे सुटलेत. नातेबंध तुटलेत. शिल्लक आहे ती गती, फक्त गती गतीला भान नसतं. विवेकही नसतो.

झोका हळूहळू खाली आला. नुसताच मागे-पुढं हेलकावत राहिला. आपलाही विवेक सुटलाय का? विवेक म्हणजे तरी काय? कुणी ठरवल्या या मर्यादा? लक्ष्मणरेषा फक्त सीतेलाच का? तिला उत्तर मिळज नव्हतं. कधीच कुणाला मिळालं नाही.

बाबांनी लग्न ठरवलं तेव्हाही तिच्या मनानं असंच बंड पुकारलं होतं. 'मृणाल हा मुलगा वाईट नाही देखणा आहे. सुशिक्षित, सुसंस्कृत आहे. गडगंज संपत्ती आहे.'

'पण मुलगा म्हणून तो मला पटला नाही.'

'म्हणजे ग काय? तुला नवरा म्हणून नेमका कसा मुलगा हवाय?' आईनं वैतागानं विचारलं. 'आई, असं शब्दांत नाही सांगता येते पण-' बाबा उठून गेले आणि मृणाल पटकन म्हणाली, 'पाहिल्याबरोबर त्याच्याबद्दल काहीतरी वाटलं पाहिजे.'

'म्हणजे?'

'मला नाही सांगता येत मला तो आवडला नाही तो वाईट नाही, तो वाईट

नाही. पण वाईट नसणं म्हणजे आवडणं नव्हे.' आई काळजीच्या स्वरात म्हणाली, 'तू काय बोलतेस हे मला तरी कळत नाही बाई' आपल्या फेऱ्या थांबवून बाबा आत आले संतापानं म्हणाले, 'कळायचं काय? तिचं तिला तरी समजतंय का, ती काय बोलते ते! हे अति लाडाचे परिणाम.'

तिची प्रत्येकच गोष्ट ऐकत बसलो तर जन्मभर कुवार ठेवावी लागेल. मृणाल, इकडे अशी समोर ये तू बाहेर कुठं जमवलंयस का? स्पष्ट उत्तर दे.' 'नाही. पण माझ्या मनासारखा मुलगा भेटेपर्यंत,' म्हातारी होशील उद्या म्हणशील, 'पण लावा काही तरी तला स्वयंवर करायचंय.' 'ऐकतोय म्हणून सैल झालीय जीभ ते काही नाही, त्यांना त्यांना आजच कळवून टाका.' आई तणतणली.

'अग पण–' तिचं पुढचं बोलणं ऐकायला कुणी थांबलंच नाही. बोलणी काय झाली, देणं-घेणं काय ठरलं यातलं तिला काहीच कळलं नाही.

एक दिवस वाजत-गाजत लग्न पार पडलं. माणसं मोजकीच होती, पण थाट जोरदार होता. मुलीकडची माणसं उचलून आली होती. खर्च सगळा त्यांचा. ते दागिने, पैठणी सगळं त्या लोकांचं. मानपान नव्हतेच मृणालला हे सगळं नवल वाटतं होतं. बाबांनी या लग्नाचा का हेका धरला असेल याचा तिला अधुंकसा उलगडा होत होता.

आणि पहिल्या भेटीत सगळंच उजाडलं. मृणाल सजवलेल्या शय्येवर अवघडलीशी टेकली होती. हा कसा बोलेले, काय बोलेल याचा अंदाज घेत होती. लग्नाच्या गडबडीत तो एक-दोनदा फक्त हसला होता. बाकी मित्रांच्या गारुड्यात आत निवान्त होतं. फुलांच्या पाकळ्या विखुरलेली शय्या मंद, स्निग्ध प्रकाश देणाऱ्या समया. खरं तर शब्दांची गरज नव्हतीच. त्यानं तिच्या मखमली हातावर बोटांनी हळूच रेषा ओढल्या. मृदू आवाजात म्हणाला, 'आपण थोडं बोलू या.'

'मला आवडेल.' तिचा धीर चेपला. त्याचा समंजसपणा तिला भावला. मी बोलतो, तू या लग्नाला होकार दिलास याचं मला फार समाधान झालं, मृणालनं नजर उचलून प्रथमच त्याच्याकडे नीट पाहिलं. तो काय बोलतोय हेच तिला कळेना. खरं तर तिनं नकारच दिला होता. पण ते बाबांनी सांगितलं नसावं आता सांगण्यात अर्थही नव्हता.

'मी तुला सगळी सुख देईन काही कमी पडू देणार नाही. तुझ्या भावाच्या पुढच्या शिक्षणाची व्यवस्थाही मी केलीय.'

'म्हणजे? मला नाही कळलं.'

'हे लग्न ठरवताना तुझ्या बाबांनी ही अट तू घातली आहेस असं मला सांगितलं. तू तुझ्या घरासाठी केवढा मोठा त्याग केलायस.'

'कसला त्याग? तुम्ही काय बोलताय मला कळतच नाहीय.'

'बाबांनी तुला काही कल्पना दिली नाही?'

'नाही. कशाची कल्पना? मला तुम्ही खूप काळजीत टाकताय.'

'प्लीज शांत हो मृणाल. मी तुझ्या भावाच्या परदेशातल्या शिक्षणाची पूर्ण भार उचलला.'

'काय? हे मला सगळं नव्यानं कळतंय.'

'लग्नात एकूण एक खर्च आम्ही केला हे तरी तुझ्या लक्षात आलं?'

'लक्षात आलं पण, कारण नाही कळलं.'

'ॲम सो सॉरी... मी सर्व काही बोललो होतो. त्यांनी असं करायला नको होतं आता तुला हे सांगण किती अवघड आणि दुष्टपणाचं.'

'मला खूप नर्व्हस वाटतंय. भीती वाटते. लग्नाच्या पहिल्याच रात्री आपण वेगळं बोलतोयं आणि विचित्रही मृणाल, तू मला आवडलीस खूप हवीशी वाटलीस देखणी आणि चतुर. पाहिलेल्या मुलींत मनात भरावी अशी तूच वाटलीस मला एक मैत्रीण हवी आहे. जन्मभर मला सोबत करणारी मला समजून घेणारी, सर्व नाती तिच्यात एकवटली आहेत अशी मैत्रीण.'

'मी तुला सर्व सुख देईन तुला कधीच अंतर देणार नाही फक्त-'

'फक्त काय?'

'.........?'

'बोला ना!'

'काय बोलू ग! निसर्गानं माझ्यात जे उणं ठेवलयं-'

'काय?..... ओ नो!' तिनं ओंजळीत तोंड लपवलं. 'मला क्षमा कर मृणाल, मी तुला फसवलं नाही. मला समजून घे. मी पूर्ण कल्पना देऊनही त्यांनी मला समजून घे. मी पूर्ण कल्पना देऊनही त्यांनी तुला अंधारात ठेवलं.'

'आयुष्यात सगळ्या गोष्टी सहज साध्या नसतात पैसा, सुख साधी माणसं या सर्वांचा विचार कर. तू मला झिडकारू नकोस. तुझं नुकसान मी समजू शकतो. त्याची सर्व तऱ्हेने मी भरपाई करेन. इथलं सर्व तुझंच आहे माझ्यासकट.'

'माझ्या आई-वडीलांचा विचार कर.' माझ्या लग्नामुळं ती दोघं केवढी सुखावलीयत. तू सोडून गेलीस तर ती हाय खातील. दोन्ही घरांची प्रतिष्ठा आणि माझा जीव तुझ्या हातात आहे. मला क्षमा कर मोठ्या मनानं. त्यानं आवंढा गिळला आणि कोरड्या डोळ्यांनी वर पाहात राहिला. मृणाल इतकी भांबावली होती, की हे असलं ताट आपल्या समोर येईल याची तिला कल्पनाही नव्हती. तिच्या सगळ्या संवेदनाच मेल्यासारख्या झाल्या, हा आपला नवरा, लोकांना सांगण्यासाठी त्याला मैत्रीण हवी होती आणि बाबांना भाऊच्या शिक्षणासाठी पैसा हवा होता. सौदा पटला अन पार पडला.

या प्रकरणात मी कोण? माझ्या आयुष्याचं काय? माझ्या या शरीराचं काय? मना नक्की काय वाटतयं? काय वाटतंय? हे तरी कळतंय का? कशी असते स्पर्शाची बोली? न बोलता बोलणं? एकमेकांना होणं... म्हणजे नक्की काय? तिच्या मनानं आकांत केला. सगळं चैतन्य निमल्यागत तिच्या शरीराचं निर्माल्य त्याच्यासमोर पुतळा होऊन बसलं होतं. तो सांगत होता; त्याचं उणेपण 'तू शांत हो. मला समजून घे. प्लीज' त्याच्या चेहऱ्यावरचा दिनवाणीपणा तिला असह्य झाला. ती खाली मान घालून बसून राहिली. त्यानं तिला अलगद झोपवली आणि पाऊल न वाजवता तो बाहेर निघून गेला.

हे सगळं केवढं भयंकर आणि अवघड! त्यांना नुसती मैत्रीण हवी होती तर मग हे लग्नाचं नाटक कशाला? घराण्याची प्रतिष्ठा टिकवायला? जगाच्या डोळ्यांत धूळ डोळ्यांत धूळ फेकायला? आणि आपण? आपलं शरीर? त्याला एक खेळणं हवं होतं; त्या खेळण्याचं नाव स्त्री! अंगाखालची सुगंधी फुलं तिला टोचत होती. ती खाली उतरली आणि जाजमावर पडून कितीतरी वेळ केविलवाणी रडत राहिली - पाहिलं आणि कदाचित अखेरचं.

केव्हातरी तिचं रडं थांबलं. ती उठून बसली. समया शांत झाल्या होत्या. टेबलावर छोटासा दिवा होता. त्याचा निळा प्रकाश खोलीत पसरला होता. तिला वाटलं, उठावं आणि दूर पळून जावं; जिथं हा माणूस दिसणार नाही आणि सगळ्या जगाला ओरडून सांगावं... काय? काय सांगावं? बोली तर तिच्या वडिलांनी केली होती. या वैभवाच्या मालकीची. तिला आपल्या जन्मदात्याची प्रचंड घृणा आली. केवढा क्रूरपणा! आता माहेर तुटलं होतं आणि सासर तिचं होऊ शकत नव्हतं. ज्याच्याशी जन्माचं नातं जोडलं होतं, तोच तिचा कुणी नव्हता.

तिच्या मनात पुन्हा नवा विचार डोकावला. हा आपला कोणत्या वाईट कामासाठी तर उपयोग करून घेणार नाही? पण पुन्हा त्याचे आर्जवी डोळे आठवलें. मला जन्मभरासाठी मैत्रीण हवी आहे. सोबत! हसायला, बोलायला, सुख-दुःखात शेअरिंग! आपण असा का विचार करतो! शेअरिंगसाठी काय फक्त देहबोलीच हवी? मनबोली असू शकत नाही? सेक्स हा भाग महत्त्वाचा आहेच, पण तेवढाच आरंभ आणि अंत? त्या पलीकडे जगणं आहेच ना? नातं आहेच ना? गुंतण आहेच ना? तर मग आपल्याला एवढा मोठा धक्का का बसला? विचार! विचार! विचार! विचारानं डोकं फुटायची वेळ आली. अति विचारानं तिला ग्लानी येतेसं वाटलं. तिनं उशीवर डोकं टेकलं आणि केव्हाच झोपी गेली.

बऱ्याच वेळानं तिला जाग आली. कुणीतरी दार वाजवत होतं. बाई चहा आणू का विचारत होती. तिनं तोंड धुतलं. चहा घेतला. जराशानं नाश्ता आला. ज्यूसचा ग्लास तिनं उचलला. बाकी काही खाण्याची इच्छाच नव्हती. मग मी उगाच गॅलरीत

जाऊन आकाशाची लांबारुंदी मोजत बसली. त्याच्या अधांतरी जगण्याचा विचार करत बसली. त्याला सोबत? या धरतीला सोबत? या डोंगर-दऱ्यांना, ताऱ्यांना, वाऱ्याला... तिला वाटलं, आपण वेड्या होतोय की काय? शेवटी कुणाच्या सोबतीला काय अर्थ आहे? आपलं आयुष्य आपणच जगायचं.

संध्याकाळी चार वाजता गेट वाजलं. कुणीतरी तरुण लगबगीनं आत येत होता. 'नमस्कार मॅडम! मी आपला ड्रायव्हर.'

'मग इतके दिवस कुठे होतास?'

'गावी गेलो होतो. आई आजारी होती. आज आलो. साहेबांना यायला रात्र होईल. म्हणाले, तुम्हाला कुठे जायचं असेल तर-'

'हो. मी एक दहा मिनिटांनी उतरते.'

कुठं जायचं काही ठरलं नव्हतं. मग ती म्हणाली, 'इथं चांगली ठिकाणं कुठली आहेत?'

'खरेदीसाठी की फिरण्यासाठी?'

'फिरण्यासाठी.'

'गावात मोठी बाग आहे फार छान आहे कारंज आहे. कृत्रिम धबधबा आहे. गुलाब तर फार छान आहेत मॅडम!'

'असं! मग तिकडंच घे.'

ती कितीतरी वेळ एकटी एक बागेत बसून होती. मग ती गुलाब, कारंज सगळ्यालाच कंटाळली. उठून गाडीशी आली. 'नाव काय रे तुझं?'

'हरि'

'घराकडे घे.'

गाडी परतली तेव्हाच तिच्या लक्षात आलं, साहेब आलेयत. बागेतच चहा घेत बसलेत. ती बाजूच्या खुर्चीवर टेकली. 'कुठे जाऊन आलीस?'

'बागेत'

'आवडली?'

'हो.' तिचा तुटकपणा जाणवून तो हरिला म्हणाला, 'तू गेलास तरी चालेल सकाळी रोजच्या वेळी-' 'होय साहेब.' चावी कपाटावर ठेवून तो गेला. गेट बंद झाल्याचा आवाज आला. बाईंचं स्वयंपाकघरात खुडबुड चाललं होतं. 'मृणाल तुझी मन:स्थिती मी जाणू शकतो. आपण एकमेकांना समजून घेतलं तर ही सोबत सुखावह होईल. लग्नानंतर उमेदीची पहीली पाच वर्षं सोडली तर बाकी सगळा व्यवहारच असतो. तडजोड ती कुणालाही करावीच लागते. या नाही तर त्या प्रकरानं.

तू विचार कर शांतपणान मी तुझ्या कुठल्याच निर्णयाच्या आड येणार नाही. पण हेही लक्षात घे आयुष्यात समजून घेणारा जोडीदारच सुख देऊ शकतो. सध्या तू माझी

पाहुणी म्हणूनच रहा. ज्या दिवशी तू स्नेहाचा हात पुढे करशील तेव्हाच मी तुझा पत्नी म्हणून स्वीकार करेन आणि पटणार नसेल तर, वी विल पार्ट ॲज फ्रेंडस्....'

तो उठून आत गेला. ती तशीच बसून राहिली. वाऱ्याची झुळूक मोठी सुखद होती. ती हळूहळू तळ्याशी आली. पाण्याच्या नाजूक लहरीत चंद्रबिंब हलत होतं. तिनं पाण्यावर अक्षर गिरवली, मृणाल. पाणी हललं. अक्षरं पुसली गेली. पाण्यातला चंद्रही विस्कटला. लहरीवर स्वार होऊन तुकड्या-तुकड्यांत झुलत राहिल. ती खिन्न मनानं उठली; पाण्यातला चंद्र कुणाला ओंजळीत पकडता आलाय?

जेवणं मुकाटच चालली होती. काहीतरी बोलायच हवं म्हणून तो म्हणाला, 'ते शेजारचं घर आई-बाबाचं. त्यांना आपली वस्तू सोडायची नाही. हा बंगला आपला- तो थांबला. 'चांगला आहे. आज मी फिरून बघितलं.' त्यानं मोठा श्वास टाकला. गेल्या दोन दिवसांत ती सलग असं प्रथमच बोलली होती. फाटलेल्या आभाळाला ती सलग टाके घालण्याचा प्रयत्न करत होती.

त्याला खात्री होती, हळूहळू सगळं सावरलं जाईल. बायका सहनशील असतातच, त्यातून गरीब घरातून आलेली मुलगी तोंड मिटून प्राक्तनातले भोग स्वीकारते. आपण तर हिला राणीचं ऐश्वर्य दिलंय. फक्त एकच कडू घोट...

एक दिवस त्यानं मृणालच्या हातात आईचं पत्र ठेवलं. ते तसंच टेबलावर फडफडत राहिलं.

'वाचणार नाहीयस?'

'नाही. ते नातं कधीच संपलंय.'

'इतकाही कडवटपणा धरू नकोस.' तिनं तीक्ष्ण नजरेनं त्याच्याकडे पाहिलं. तिच्या डोळ्यांत वणवा पेटला होता. खिडकीबाहेर पाहात तो म्हणाला, 'पुढच्या आठवड्यात म्हणून –'

'मला तिकडे कधीच जायचं नाही. मी इथं राहिले तर तुमची हरकत?'

'भलतंच – घर तुझं आहे. निर्णय तू घ्यायचास.'

आणि ती राहिलीच. दूरवर फिरायला जात राहिली. कधी डोंगरावर, कधी नदीच्या काठी, तर कधी बागेत. आता हरिबरोबर ती खूप बोलायची. तोही मोकळेपणी उत्तरं द्यायचा. तरीही तिचं मन कुठे लागायचं नाही. तिला कुठलंच बंधन नव्हतं. कसली जबाबदारी नाही की कामाचा रेटा नाही. हिंडायचं, फिरायचं, खायचं, फार तर खरेदीला जायचं बस्! कदाचित् या तृप्तीचीच तिला उबग आली असावी. आयुष्य कसं सपाट झालं होतं. काही घडत नव्हतं, बिघडतही नव्हतं.

तिला काहीतरी घडायला हवं होतं, पण काहीतरी म्हणजे नेमकं काय? नवरा घरी असायचा तेव्हा तेच तेच बोलायचा- खरेदी विक्री; नफा तोटा, बँक बॅलन्स, शेअर्सचे चढ-उतार मृणालला वाटायचं. आपणही त्या हिशेबातला एक आकडा आहोत.

आजकाल ती हरिची वाट पाहायची. तो आला नाही तर अस्वस्थ व्हायची. असं काय? या सर्व प्रकारात वेगळं बोलणारा तोच एक होता. तिचं बोलणं मन लावून ऐकायचा. स्वत:बद्दल काही ना काही सांगायचा. रोजचे दोन तास ती आनंदात असायची. तिचं बोलणं मन लावून ऐकायचा स्वत:बद्दल काही ना काही सांगायचा. रोजचे दोन तास ती आनंदात असायची. तिचं एकटेपण त्याला कळायचं. तिलाही जाणवायला लागलं, हरि हा आपल्या एकटेपणावरचा उतारा आहे.

एक दिवस कारंज्याजवळ बसली असता ती म्हणाली, 'हरि मी दोन साड्या काढून ठेवल्यायत. घेऊन जा तुझ्या बायकोला.'

'नको'

'का नको? मी खुषीनं देतेय.'

'माझ्या काळ्याबाळ्या बायकोला नाही शोभणार.'

'मग अशी मुलगी निवडायची नाही. तुला शोभेलशी छान बायको मिळाली असती.'

'आमच्या गावी पाळण्यातच लग्नं लागतात. आई-बाबा ठरवतात.'

'अरे, तुला जर बायको आवडत नाही तर सोडून द्यायची. जन्मभर अशा बाईबरोबर संसार कसा करशील?'

'वाटलं तरी सोडता येत नाही. या जन्माच्या गाठी, शिवाय माझ्यासारख्या गरिबाशी कोण लग्न करणार हो?'

'का बरं? बायका काय पैशावर भाळतात? त्या रुबाबावर भाळतात, गोड शब्दावर भाळतात.'

'खरचं?' त्यानं प्रथमच नजर उचलून मालकिणीकडे पाहिलं. ती गडबडली आपण काहीतरीच बोलून गेलो असं तिला वाटलं, पण शब्द निसटले होते. योग्य पध्दतीने पोचले होते.

आणि त्या क्षणापासून दोघांचं नातं बदललं. अधिक मोकळेपणा आला. उगाच हसू यायला लागलं. एकमेकांकडे पाहावंसं वाटू लागलं. पुढच्या पायऱ्या केव्हा, कशा ओलांडल्या गेल्या ते दोघांनाही कळलं नाही. बंधनं तोडताना दोघांनाही भय वाटलं नाही. आता त्या दोघांचं एक वेगळं जग झालं होतं. दोघाचं एकमेकांसाठी.

शेवटी एक दिवस मृणालनं विचारलं, 'हरि हे अस किती दिवस चालायचं? माझ्या नावावर रग्गड पैसा आहे. हा बंगलाही माझाच आहे. आपण कुठे तरी पळून जाऊया का? खूप दूर.'

वेड्या आहात पळून जाऊन प्रश्न अधिकच बिकट होईल. आपण इथंच राहायचं. याच बंगल्यात. तुम्ही मालकीण, मी नोकर जगाला हेच मान्य आहे. 'पण असं....? मला तर तू घरी जातोस तेही आवडत नाही. सोडून दे त्या काळकुंद्रीला.'

नाही. तीही हवीच. जनरीत म्हणून. फक्त इथला बंदोबस्त-

'तो कसा?'

'मी विचार केलाय.'

'काय?'

'साहेब प्रवासातून येतात ते दमून. रात्री झोपेची गोळी घेतात. मी रात्री इथंच राहीन आणि मग-'

तिनं भीत भीत होकार दिला. एकदाच काय ते आटोपेल. मग उभा जन्म आहे आनंदात घालवायला.

पुढच्याच महिन्यात तशी संधी आली. हरिनं सायबांच्या तोंडावर उशी दाबली. त्यांनी प्रतिकार करण्याचा प्रयत्न केला, पण डोळ्यांवर झोप होती. त्यातून हरिसारखा दुहेरी अंगाचा पुरुष. काही क्षणातच सगळं आटोपलं. ओळखीच्या डॉक्टरांची समजूत घालून हरिनं डेथसर्टिफिकेट मिळवलं. दोघांनी सुटकेचा श्वास टाकला.

पण आई-बाबांना शंका आली. आपल्या मुलाचं एकाएकी जाणं, हरिनं नेमकं रात्री घरी असणं, माळ्याला बाईना रजा देणं सगळंच संशयात भर घालणारं.

पोलीस येईपर्यंत त्यांनी बॉडी हलवू दिली नाही. स्वत:चं प्रचंड दु:ख बाजूला ठेवून त्यांनी दुसऱ्या डॉक्टरकडून तपासायला लावलं. पोस्ट मॉर्टेम अपरिहार्यच होतं. शेवटी मृणाल आणि हरिला हातकड्या घालून नेलं.

बातमी वाऱ्यासारखी सर्वदूर पसरली. तिच्या आई-बाबांचे तर हातपायच गळले. या लग्नाची परिणती अशी होईल याची दोघानांही कल्पना नव्हती. लग्नाला अवघी दोनच वर्षं झाली होती. संसार अजून फुलायचा होता आणि या मुलीनं एका मामुली ड्रायव्हरशी संगनमत करून नवऱ्याचा खुन करावा? तिच्या बाबांना प्रचंड पश्चाताप होत होता. आपण खूप मोठं पाप केलं. पैशासाठी मुलीचा सौदा केला. या घटनेला खरं तर आपण जबाबदार आहोत, या विचारानं त्यांना इतकं घेरलं, की झोपेतच त्यांनी अखेरचा श्वास टाकला. आईनं घराची दार बंद केली. जग आपल्याकडे बोट दाखवून म्हणतंय - 'त्या मुलीची तीच आई,' असंच त्यांना वाटायचं. वेगवेगळे भास व्हायचे. मुलीची विविध रूपं डोळ्यांपुढे यायची. मन आकांत करून उठायचं 'मृणालनं असं केलं असेल? हुशार, प्रेमळ, स्वच्छ चारित्र्याची मुलगी. तिनं खरंच असं केलं असेल?'

तीन वर्षं केस बोर्डावरच येत नव्हती. तीन वर्षं कच्च्या कैदेत मृणाल निपटल्या सारखी झाली होती. एकाकीपणा म्हणजे काय ते आता तिला कळत होतं. काय होतं नि काय झालं याचा ताळमेळच बसला नव्हता. सुखाच्या लालसेनं तिनं भलताच मार्ग पकडला होता आणि त्याचे भोग ती भोगत होती.

निकालाच्या दिवशी तिच्या घरचं कुणीच आलं नव्हतं. मात्र तिचे गुरूजी आले

होते. या कुटुंबाला ते अनेक वर्षं ओळखत होते शाळेत त्यांनी तिला इंग्रजी शिकवलं होतं. त्यांना समोर बघून तिची मान खाली गेली.

तिची केस उभीच राहू शकली नाही. तिच्या सासऱ्यांनी खूप मोठा वकील दिला होता. मुद्दे खोडत खोडत त्यांनी हरिच्या आणि तिच्या अनैतिक संबंधाचा उल्लेख केला. पैसा आणि मोह याची परिणती या भीषण खुनात झाली होती. तिला जन्मठेपेची शिक्षा सुनावली होती.

मृणालच्या डोळ्यांपुढे क्षणभर दाट काळोख पसरला. जन्मठेप? म्हणजे निम्मं आयुष्य गजाआड, ही कल्पनाच तिला पेलवत नव्हती.

तिच्यापुढे उमेदीचं पूर्ण आयुष्य पडलं होतं. देवदत्त रूप होत. कर्तृत्वासाठी तारुण्य होतं. ज्याच्याशी जन्माची गाठ पडली होती त्यानं सप्तपदीच्या राशीवर तिला बसवलं होतं आणि ज्याची सोबत तिला हवीहवीशी वाटत होती असा हिरो तिच्या सन्निध होता.

तिनं आयुष्याचा पट मांडला. हवं ते एकत्र करायचं आणि नको ते बाजूला टाकायचं अगदी गणिती हुशारीनं, पण आयुष्याचं गणित पार वेगळं असतं हे त्या भरकटलेल्या पोरीला कळलंच नाही.

सगळे साक्षी पुरावे सत्य तेच जगाला ओरडून सांगत होते. कवाडं बंद करून गुपचूप बेत रचले तरी ते दोन डोळे तुमच्यावर सतत पहारा करत असतात. असत्य चव्हाट्यावर आणताना त्या डोळ्यांतून फक्त अग्निवर्षाव होत असतो.

पोलिसांच्या बंदोबस्तात ती गुरूजींसमोर आली. 'सर' तिनं कातर स्वरात हाक मारली. ते एकच दार असं होतं, की जिथं तिच्या अपराधांना क्षमा केली असती. दोघांची नजरानजर झाली. गुरुजींच्या चष्म्याच्या काचेवर धुंक साठलं होतं. डोळ्यांचे काचमणी झाले होते. ते कठोर स्वरात म्हणाले,

'मी शिक्षक झालो याची मला आज लाज वाटते.'

त्यांनी एक चिठ्ठी पोलिसांच्या हातात दिली आणि अवाक्षरही न बोलता तोंड फिरवून ते निघून गेले.

मृणानलं थरथरत्या हातानं चिठ्ठी उघडली. त्यात लिहिलं होतं-

'यू कान्ट चीट ऑल दी पर्सन्स
फॉर ऑल द टाईम्स?'

अक्षरं मोठी मोठी होत होती. हलत होती. मिसळत होती. मृणालच्या डोळ्यांपुढे दाट अंधार पसरत गेला.

■